Phương Liên Vũ

Grammatikübungsbuch
VIETNAMESISCH

BUSKE

Phương Liên Vũ (geb. 1979) studierte Deutsch an der Universität Hanoi sowie Sprachlehrforschung und Sprache und Kultur Südostasiens / Vietnamistik an der Universität Hamburg, wo sie während des Studiums bereits als Tutorin und Lehrhilfskraft für Vietnamesisch tätig war. Seit 2010 arbeitet sie als Dozentin für Vietnamesisch und befasst sich mit dem Thema »Mehrsprachigkeit«. Derzeit arbeitet sie unter anderem an ihrer Dissertation zum Thema »Fehleranalysen und Lernstrategien«.

Bibliografische Information der Deutschen Nationalbibliothek
Die Deutsche Nationalbibliothek verzeichnet diese Publikation in der Deutschen Nationalbibliografie; detaillierte bibliografische Daten sind im Internet abrufbar über ‹http://dnb.d-nb.de›.

ISBN 978-3-87548-630-8

Umschlaggestaltung: QART – Büro für Gestaltung, Hamburg. Druck und Bindung: freiburger graphische betriebe GmbH & Co. KG. Gedruckt auf alterungsbeständigem Papier; hergestellt aus 100% chlorfrei gebleichtem Zellstoff. Printed in Germany.

Inhaltsverzeichnis

Vorwort

Das Grammatikübungsbuch Vietnamesisch richtet sich an Anfänger mit ersten Grundkenntnissen sowie an fortgeschrittene Lernende.

Getreu dem Motto Có công mài sắt, có ngày nên kim! *(Übung macht den Meister!)* lassen sich mit dem Buch alle wesentlichen Aspekte der vietnamesischen Grammatik schnell und gezielt nachschlagen und üben. Dabei können Sie selbst entscheiden, in welcher Reihenfolge und in welchem Lerntempo Sie den Stoff behandeln möchten. Das Buch ist lehrwerkunabhängig, universell einsetzbar und eignet sich als kursbegleitende Übungsgrammatik ebenso wie zum selbstständigen Lernen.

In 26 überschaubaren Kapiteln werden die grundlegenden Themen der vietnamesischen Grammatik prägnant und verständlich erklärt. Zur Veranschaulichung dienen zahlreiche Tabellen, Übersichten und Beispielsätze mit Übersetzungen. Darüber hinaus werden bei der Darstellung wiederholt kontrastive Aspekte berücksichtigt. Jedes Kapitel schließt mit einer Vielzahl abwechslungsreicher Übungen zur unmittelbaren Anwendung des gelernten Stoffes. Erklärungen und Übungen bilden somit eine zusammenhängende didaktische Einheit, die Ihnen eine intensive Beschäftigung mit dem jeweiligen Grammatikthema erlaubt und Sie mit den wesentlichen Strukturen der vietnamesischen Sprache vertraut macht. Zur Überprüfung der Übungen dient der Lösungsschlüssel am Ende des Buches. So können Sie Ihre Kenntnisse des jeweiligen Grammatikthemas leicht überprüfen und einzelne Punkte, wenn nötig, gezielt wiederholen.

Das Grammatikübungsbuch Vietnamesisch enthält rund 1.200 Wörter des modernen vietnamesischen Grundwortschatzes. Sie sind in dem deutsch-vietnamesischen bzw. vietnamesisch-deutschen Vokabelverzeichnis am Ende des Buches zusammengefasst und bilden eine solide Grundlage für die Verständigung und Kommunikation auf Vietnamesisch. Unbekannte Wörter können hier nachgeschlagen werden. Darüber hinaus können Sie anhand des Grammatikindex gezielt nach bestimmten Grammatikaspekten suchen.

Ich danke Maureen Grönke vom Helmut Buske Verlag ganz herzlich für ihr Engagement und ihre Mitarbeit an diesem Buch.

Viel Freude und Erfolg beim Lernen!

Phương Liên Vũ

Einleitung

Phong ba bão táp không bằng ngữ pháp tiếng Việt.

Die Grammatik des Vietnamesischen zu lernen ist, wie in einem Sturm zu wandern.

(vietnamesische Redewendung)

Die obige Redewendung wird in Vietnam für Schüler gebraucht, die in ihrer Schulzeit die Grammatik ihrer Muttersprache lernen. Sie bringt die Schwierigkeiten sowie die Komplexität beim Erlernen der vietnamesischen Grammatik und Sprache zum Ausdruck, die sich für europäische Lernende noch vervielfachen, da die Erlernbarkeit einer Fremdsprache zu einem Großteil davon abhängt, wie eng diese mit der eigenen Muttersprache verwandt ist, und da sich die Sprachen Europas stark von den fernöstlichen unterscheiden. Besonders deutlich wird dies bei der vietnamesischen und der deutschen Sprache.

Jede Sprache hat ihre Besonderheiten, welche häufig erst durch den direkten Vergleich zu anderen Sprachen sichtbar werden. Die Identifikation bzw. Kenntnis dieser Besonderheiten erleichtern das Verständnis sowie die Beherrschung einer neuen Sprache, weshalb auch in diesem Buch die vietnamesische Grammatik immer wieder anhand des Vergleichs mit der deutschen erläutert wird.

Die vietnamesische Sprache ist eine isolierte Tonsprache. Das bedeutet, dass ein Wort im Vietnamesischen in der Regel aus einer Silbe besteht, die an eine der sechs Tonhöhen gebunden ist, sowie aus einem Morphem. Die Änderung der Tonhöhe verändert die Bedeutung einzelner Wörter, z.B. ma (*Geist*), mà (*aber*), má (*Mutter*), mạ (*Reissetzling*), mả (*Grab*) und mã (*Pferd*). Ein deutsches Wort hingegen kann aus mehreren Silben bestehen und gleichzeitig mehrere Morpheme enthalten, z.B. *Schwierigkeit* (drei Silben: Schwie·rig·keit, zwei Morpheme: Schwierig + keit).

Der Sinn eines vietnamesischen Wortes kann sich entweder aus einem einzelnen Wort wie z.B. mẹ (*Mutter*) oder aus mehreren aneinandergereihten Wörtern wie z.B. khách sạn (*Hotel*), công viên thủ lệ (*Tierpark*) ergeben. Die Wörter unterliegen keinen grammatisch bedingten Veränderungen. Die deutsche Sprache hingegen ist stark vom Flexionssystem geprägt: Die Veränderung der Lexeme gibt einem Wort eine andere Funktion, z.B. Grund → Gründe, und die Klassenzuordnung eines deutschen Wortes erfolgt nicht selten durch die Flexionsendung, z.B. *schwierig* (Adjektiv) und *Schwierigkeit* (Substantiv). Aufgrund der fehlenden Flexionsendungen im Vietnamesischen können die Zuordnung zu einer Wortklasse (Substantiv, Verb, Adjektiv usw.) sowie die Erschließung des Sinns erst durch den Kontext, durch bestimmte Funktionswörter und durch die Wortstellung im Satz erfolgen:

Mẹ cho tôi một cái áo len mới.	*Mutter hat mir einen neuen Pullover geschenkt.* (Als Verb bedeutet cho hier *schenken.*)
Cái áo len mới này là cho tôi.	*Dieser neue Pullover ist für mich.* (Als Präposition bedeutet cho hier *für.*)
Tôi đi chợ.	*Ich gehe zum Markt.*
Tôi đã đi chợ.	*Ich war (schon) auf dem Markt.*

Umstellungen können im Vietnamesishen den Sinn eines Wortes verändern, z.B. bò sữa (eine Art von Rind bezeichnend, *Milchkuh*) oder sữa bò (*Dosenmilch von Kühen*). Ebenso kann die grammatische Funktion beeinflusst werden, z.B. to gan (als Adjektiv, *mutig/kühn*) oder gan to (als Substantiv, *Lebervergrößerung/Hepatomegalie*).

Durch die Umstellung einzelner Wörter werden zudem Satzform und -inhalt verändert:

(a) Tôi mua chiếc xe đạp này. (Aktiv)	*Ich kaufe dieses Fahrrad. / Dieses Fahrrad kaufe ich.*
(b) Chiếc xe đạp này do tôi mua. (Passiv)	*Dieses Fahrrad wird von mir gekauft.*

In Beispiel (a) wird der Satz auf zwei Arten ins Deutsche übersetzt, deren Inhalt trotz unterschiedlicher Reihenfolge identisch ist. Im Vietnamesischen hingegen kann die Reihenfolge einzelner Wörter nicht verändert werden, ohne den Inhalt zu beeinflussen. Durch einfache Umstellung der Wörter bekommt der Satz im Vietnamesischen einen anderen Sinn, s. (a), (b). Im Deutschen entscheidet also die Flexionsendung eines Wortes über die Wortbedeutung und die grammatische Funktion, im Vietnamesischen die Stellung eines Wortes.

Die Einteilung in Wortarten basiert im Vietnamesischen auf dem syntaktischen Verhalten oder dem semantischen Gehalt des jeweiligen Wortes (Beispiele: Nguyễn 2001, 43):

Anh	yêu	em.	*Ich liebe dich.*
Em	yêu	anh.	
Personalpronomen (1. Person) als Subjekt	Verb	Personalpronomen (2. Person) als Objekt	

Dieses Buch dient als Einführung in die Grammatik der vietnamesischen Sprache. Es setzt die Kenntnis der vietnamesischen Buchstaben, Laute und Töne voraus (zur Einführung in die Phonetik s. ggfs. Raitza/Lương, *Vietnamesisch für Anfänger*, Buske 2010, S. 1–20) und ist für deutsche Lernende konzipiert, daher erfolgen die grammatischen Erklärungen unter Berücksichtigung der deutschen Grammatik. Auf das Thema Wortbildung wird in diesem Buch nicht eingegangen.

Sofern nicht anders gekennzeichnet, wird in diesem Buch Standardvietnamesisch verwendet. Hierunter versteht man die in der Schule unterrichtete Form mit allen sechs Tonzeichen ohne dialektische Verfärbungen.

Abkürzungsverzeichnis	
Adj.	Adjektiv
Adv.	Adverb
adv. An.	adverbiale Angabe
bzw.	beziehungsweise
DePro.	Demonstrativpronomen
Kl.	Klassifikator
O	Objekt
P	Prädikat
Pl.	Plural
Präp.Pr.	Präpositionalphrase
s.	siehe
S.	Seite
S	Subjekt
Sg.	Singular
u.a.	unter anderem
unbe. Me.	unbestimmte Mengeneinheit
ugs.	umgangssprachlich
usw.	und so weiter
V	Verb
z.B.	zum Beispiel
( )	andere Verwendungsmöglichkeiten oder Kommentare

1 Substantive

A Gebrauch der Klassifikatoren

Im Deutschen wird zur näheren Bestimmung des Substantivs ein Artikel verwendet, im Vietnamesischen hingegen geschieht dies mit sogenannten Klassifikatoren, mit denen Substantive konkretisiert und in bestimmte semantische Kategorien eingeordnet werden. Es gibt sehr viele Klassifikatoren. Die meistgebrauchten sind con, cái und chiếc:

Klassifikatoren	Verwendung	Beispiele	
con	allgemein für Lebewesen (außer Flora)	con người con trâu	*der Mensch* (als Gattung) *der Wasserbüffel*
cái, chiếc	allgemein für Gegenstände, Dinge	cái sân chiếc ghế	*der Hof* *der Stuhl*

Anmerkungen

- con steht in der Regel für Lebewesen. Im Sonderfall kann con als Klassifikator aber auch für bewegliche und bewegte Gegenstände eingesetzt werden, z.B. con mắt (*das Auge*), con dao (*das Messer*), oder für fiktive Wesen, z.B. con ma (*das Gespenst*), con rồng (*der Drache*).
- Es gibt Fälle, in denen chiếc durch cái ersetzt werden kann, z.B. chiếc ghế → cái ghế. Dies ist jedoch keine allgemeingültige Regel (cái sân kann zum Beispiel nicht zu chiếc sân werden).
- cái hat auch die Funktion einer demonstrativen Betonungspartikel (vgl. Vũ 1998, 32): Cái quả dưa hấu này không ngon. *Diese Wassermelone schmeckt nicht gut.*

Viele Klassifikatoren haben einen eingeschränkten Anwendungsbereich und werden nur für eine bestimmte Gruppe von Substantiven gebraucht. Die wichtigsten sind:

Klassifikatoren	Verwendung	Beispiele	
người	allgemein für Personen	người mẹ	*die Mutter*
ông, bà, anh, chị	für Personen zur Kennzeichnung von Geschlecht, Alter …	ông giám đốc bà thủ tướng anh công nhân chị thư ký	*der Direktor* *die Kanzlerin* *der Arbeiter* *die Sekretärin*
cây	für Bäume, Pflanzen und baumförmige Gegenstände	cây tre cây nến	*der Bambus* *die Kerze*
quả	für Früchte und kugelförmige Gegenstände	quả cau quả bóng	*die Arekanuss* *der Ball*

quyển / cuốn	für gebundene Sachen, Bücher	quyển sách cuốn lịch	*das Buch* *der Kalender*
tờ	für Drucksachen, die keine Bücher sind	tờ giấy tờ báo	*das Papier* *die Zeitung*
bức, tấm, ngôi	für Gegenstände	bức tường tấm bản đồ ngôi chùa	*die Mauer* *die Landkarte* *die Pagode*
niềm, sự, cuộc	für abstrakte Dinge, Angelegenheiten und Ereignisse	niềm tin sự phát triển cuộc nói chuyện	*das Vertrauen* *die Entwicklung* *das Gespräch*

Die oben genannten Klassifikatoren für Gegenstände können durch cái ersetzt werden:

bức tường, tấm bản đồ, ngôi chùa → cái tường, cái bản đồ, cái chùa

Klassifikatoren stehen vor Substantiven, wenn diese mit Zahlwörtern oder Demonstrativpronomen verbunden werden:

Tôi có hai kính. (*falsch*) Tôi có hai cái kính. (*richtig*) *Ich habe zwei Brillen.*
Tôi mua chó này. (*falsch*) Tôi mua con chó này. (*richtig*) *Ich kaufe diesen Hund.*

Wurde ein Substantiv in einer Sprechsituation schon einmal verwendet, kann man im Folgenden den entsprechenden Klassifikator allein nutzen:

Tôi mua hai quả bóng. Một quả màu đỏ, còn quả kia màu vàng. *Ich kaufe zwei Bälle. Der eine ist rot und der andere gelb.*

Wenn es sich um einen allgemeinen Sachverhalt handelt, werden keine Klassifikatoren gebraucht:

Tôi ăn chuối. *Ich esse Bananen.*

Anmerkungen

- Geht es in einem bestimmten Kontext um eine Zählung wie in dem folgenden Beispiel (a), hat một (*eins*) die Funktion eines Zahlwortes. In anderen Fällen drückt một einen Sachverhalt oder eine unbestimmte Sache aus, z.B. (b): Hier wird nicht genau erwähnt, in welchem Hotel die Person wohnt, sondern nur allgemein beschrieben:

  (a) Tôi có một quyển vở. *Ich habe ein Heft.*
  (b) Tôi ở trong một khách sạn rẻ tiền. *Ich wohne in einem billigen Hotel.*

- Eine gegensätzliche Bedeutung zu một ist das unbestimmte Zahlwort mọi (*alle*). Im Gegensatz zu anderen Zahlwörtern kann es nicht in Kombination mit Klassifikatoren und Demonstrativpronomen stehen. Stattdessen werden Mengeneinheiten für die Mehrzahl, wie tất cả, toàn bộ, hết thảy (*alle*) verwendet. Im folgenden Abschnitt wird dies genauer erläutert.

B Die Substantivphrase

Im Vietnamesischen kann ein Substantiv mit verschiedenen Wortgruppen zu einer Substantivphrase kombiniert und auf diese Art und Weise konkretisiert werden. Dabei stehen Einheiten, die eine konkrete Anzahl (Zahlwörter), eine unbestimmte Menge, Einzelnes oder Mehrzahl ausdrücken, jeweils vor dem Klassifikator. Attribute und Demonstrativpronomen stehen hinter dem Substantiv:

Zahlwort	Klassifikator	Substantiv	Attribut	Demonstrativpronomen
hai (*zwei*)	cái	áo khoác (*Jacke*)	mới (*neu*)	này (*diese*)
diese zwei neuen Jacken				
unbestimmte Mengeneinheit	**Klassifikator**	**Substantiv**	**Attribut**	**Demonstrativpronomen**
những / các	con	chó (*Hund*)	đen (*schwarz*)	này (*dieser*)
diese schwarzen Hunde				
vài / mấy (*einige*)	người	đàn ông (*Mann*)	to lớn (*groß*)	này (*dieser*)
einige große Männer				
Mengeneinheit für etw. Einzelnes	**Klassifikator**	**Substantiv**	**Attribut**	**Demonstrativpronomen**
mỗi (*jede*)	quả	cam (*Apfelsine*)	rất ngọt (*sehr süß*)	này (*diese*)
jede (dieser) süßen Apfelsinen				
Mengeneinheit für Mehrzahl	**Klassifikator**	**Substantiv**	**Attribut**	**Demonstrativpronomen**
tất cả / toàn bộ (*alle*)	cây	bưởi (*Pampelmuse*)	mới chặt (*kürzlich abgehackt*)	này (*diese*)
alle kürzlich abgehackten Pampelmusenbäume				
Zahlwort	**Mengeneinheit**	**Substantiv**	**Attribut**	**Demonstrativpronomen**
một triệu (*eine Million*)	chai (*Flasche*)	rượu gạo (*Reisschnaps*)	của Việt Nam (*von Vietnam*)	này (*dieser*)
eine Million Flaschen Reisschnaps aus Vietnam				
Zahlwort	**Maßeinheit**	**Substantiv**	**Attribut**	**Demonstrativpronomen**
ba (*drei*)	mét (*Meter*)	vải (*Stoff*)	vừa mua (*soeben gekauft*)	này (*dieser*)
diese drei Meter soeben gekaufter Stoff				

Zerlegung einzelner Substantivphrasen:

tất cả các cốc cô la mát lạnh kia	*all diese gekühlten Gläser Cola*
tất cả (*alle*)	Menge für die Mehrzahl
các	unbestimmte Mengenangabe (Pl.)
cốc (*Trinkglas*)	Mengenausdruck der Flüssigkeit
cô la (*Cola*)	Substantiv als Bezugswort
mát lạnh (*gekühlt*)	Adjektiv als Attribut
kia	Demonstrativpronomen

toàn bộ những ngôi nhà cao tầng đang xây ở đó	*all die dort im Bau befindlichen Hochhäuser*
toàn bộ (*alle*)	Menge für die Mehrzahl
những	unbestimmte Mengenangabe (Pl.)
ngôi	Klassifikator für Gegenstand
nhà cao tầng (*Hochhaus*)	zusammengesetztes Substantiv als Bezugswort
đang xây (*im Bau befindlich*)	Prädikat als Attribut
ở đó (*dort*)	Ortsangabe als Attribut

Übungen

1. Welche Klassifikatoren passen zu den folgenden Substantivgruppen?

1. xích lô *Rikscha*, áo len *Wollpullover*, giày *Schuhe*, quần bò *Jeans*
2. sư tử *Löwe*, hổ *Tiger*, khỉ *Affe*, voi *Elefant*
3. vải *Litschi*, nhãn *Longan*, ổi *Guave*, khế *Sternfrucht*
4. ảnh *Foto*, tranh *Bild/Gemälde*, thư *Brief*, tượng *Statue*
5. ván *Brett*, phiếu *Coupon*, bảng *Tafel*, thảm *Teppich*
6. tiểu thuyết *Roman*, truyện tranh *Comic*, từ điển *Wörterbuch*, sổ điện thoại *Telefonbuch*
7. lúa *Reispflanze*, đa *Banyanbaum*, chè *Teepflanze*, liễu *Trauerweide*
8. báo *Zeitung*, đơn *Antrag*, quảng cáo *Werbung*, truyền đơn *Flugblatt*
9. nhà *Haus*, đình *Gemeindehaus*, biệt thự *Villa*, đền *Tempel*

2. Ordnen Sie die Wörter einander zu.

niềm vui	cô ca sĩ	*Interview*	*Professor*
nỗi nhớ nhung	cuộc phỏng vấn	*Sängerin*	*Erfolg*
sự thành công	ông giáo sư	*Sehnsucht*	*Freude*

3. Unterstreichen Sie die Klassifikatoren und übersetzen Sie die folgenden Texte ins Deutsche.

1. Đây là nhà của chị Lan. Ngôi nhà này nhỏ nhưng rất đẹp. Trong nhà của chị ấy có một cái bàn, một cái ghế, hai bức tranh và một tấm bản đồ Việt Nam. Chị Lan có một con chó, hai con mèo và một con chim rất đẹp.
2. Tôi có một cái cặp sách. Cái cặp này rất nặng. Trong cặp có một cuốn từ điển, ba quyển sách, một quyển vở và một chiếc bút máy.

Vokabelhilfe

là	*sein* (Kopula, s. S. 103)	chị ấy	*sie* (3. Person Sg.)
đây là	*hier ist / das ist*	và	*und* (s. »Konjunktionen«)
chị	hier als Anredeform (s. »Personalpronomen I«)	rất	*sehr* (s. »Adverbien II«)
		đẹp	hier: *hübsch* (Vogel)
nhà của chị Lan	*das Haus von Lan / Lans Haus*	tôi	*ich* (1. Person Sg., s. »Personalpronomen«)
nhưng	*aber* (s. »Konjunktionen«)	cặp sách	*Schultasche*
đẹp	hier: *schön* (Haus)	bút máy	*Füller*
trong	*in* (s. »Präpositionen«)		

4. Bilden Sie Sätze mit den vorgegebenen Teilen.

Beispiel: cái ô tô – rất đắt → Đây là cái ô tô. Cái này rất đắt.

1. chiếc vòng cổ – bằng vàng
2. con hổ – dữ
3. quả chôm chôm – ngon
4. cây chuối – cao
5. bức ảnh – cũ
6. tờ quảng cáo – bị rách
7. tấm gỗ – lớn
8. ngôi đền – đang tu sửa

Vokalbelhilfe

bằng vàng	*aus Gold*
bị rách	*ist zerrissen*
đang tu sửa	*wird gerade renoviert*

5. Übersetzen Sie die Sätze ins Vietnamesische.

1. Ich verkaufe diese drei Bücher.
2. Er isst zwei Äpfel.
3. Ich lese eine Zeitung. Diese ist sehr interessant.
4. Sie kauft ein Bild und eine Landkarte.
5. Ich habe zwei Pullover und drei Jeans.

Vokabelhilfe

ich	*hier:* tôi	*interessant*	hay
er	*hier:* anh ấy	*sie*	*hier:* chị ấy
Apfel	táo	*Bild*	*hier:* tranh

6. Welche Lösung ist richtig?

1.	Hương mua một ______________ gà.	a. cái	b. con	c. chị
2.	Tôi tặng mẹ hai ______________ truyện cười.	a. quả	b. tờ	c. quyển
3.	Nhà anh ấy có ba mươi ______________ xoài.	a. chiếc	b. cây	c. cuốn
4.	Hai ______________ nhà này sẽ bị phá.	a. ngôi	b. bức	c. sự
5.	______________ thảm đỏ này đẹp quá.	a. tấm	b. cây	c. con

Vokabelhilfe

Hương	Eigenname
nhà anh ấy	*sein Haus*
sẽ bị phá	*wird eingerissen*

7. Setzen Sie die folgenden Mengeneinheiten ein: cốc, tách, đôi, bao, hộp, bát, bánh, chai

1. Anh Hải mua một ______________________ cà phê
2. Chị Hồng mua ba ______________________ nước cam
3. Ông Hoàng mua năm ______________________ sữa
4. Anh Nam mua hai ______________________ thuốc lá
5. Bà Bắc mua sáu ______________________ xà phòng
6. Em Hà mua một ______________________ đũa
7. Chị Xuân mua hai ______________________ phở
8. Ông Tuấn mua bốn ______________________ rượu mạnh

8. Korrigieren Sie die falschen Sätze.

1. Anh ấy viết một cuốn thư. ____.
2. Tôi mua ba vịt. ____.
3. Một ngôi tượng bị đổ. ____.
4. Chị ấy cho tôi hai cặp tóc. ____.
5. Tôi có ba cái cam. ____.
6. Hai ghế ở trong lớp. ____.
7. Đây là một sách hay. ____.
8. Cái mèo này dễ thương. ____.

9. Orden Sie folgende Maßeinheiten zu den passenden Bedeutungen und setzen Sie sie in die Lücken ein.

lít	*Meter*	1. một __________________ thịt lợn
cân	*100 Gramm*	2. ba __________________ vải
tấn	*Kilometer*	3. sáu __________________ gạo
lạng	*Liter*	4. bốn __________________ nho
mét	*Tonne*	5. nửa __________________ nước mắm
kilômét	*Kilogramm*	6. hai __________________ đường cao tốc

10. Welche Wörter gehören zusammen?

1	2	3	4	5	6	7	8	9	10
bao	gói	bánh	sữa	bút	cô la	sách	chai	giấy vệ sinh	quả
a	b	c	d	e	f	g	h	i	k
cái	cam	gạo	chè	bia	lon	cuộn	quyển	xà phòng	hộp

1	2	3	4	5	6	7	8	9	10
c									

11. Welche Formulierungen sind nicht richtig?

1. em học sinh ngoan này	2. cái xe máy hỏng này
a. các em học sinh ngoan này b. các sáu em học sinh ngoan này c. tất cả các sáu em học sinh ngoan này	a. mỗi cái xe máy hỏng này b. mỗi xe máy hỏng này c. mỗi cái hỏng này
3. chiếc đồng hồ báo thức này	**4. con ngựa này**
a. những chiếc đồng hồ báo thức này b. bốn chiếc đồng hồ báo thức này c. những bốn chiếc đồng hồ báo thức này	a. mấy con ngựa này b. các mấy con ngựa này c. hết thảy mấy con ngựa này
5. người phụ nữ chăm chỉ này	**6. sầu riêng này**
a. cái người phụ nữ chăm chỉ này b. vài cái người phụ nữ chăm chỉ này c. vài những cái người phụ nữ này	a. một cân sầu riêng này b. một cân quả sầu riêng này c. toàn bộ sáu cân sầu riêng này
7. nước mía thơm ngon này	**8. dầu ăn này**
a. những cốc nước mía thơm ngon này b. tất cả mấy cốc nước mía thơm ngon này c. một trăm mấy cốc nước mía thơm ngon này	a. ba lít dầu ăn này b. vài lít dầu ăn này c. các ba lít dầu ăn này

12. Bilden Sie Substantivphrasen nach folgendem Muster.

Beispiel: Đây là cái áo len. Cái áo len này màu hồng. → cái áo len màu hồng này

1. Đây là trường tiểu học. Ngôi trường này đang xây.
2. Đây là báo »Phụ nữ«. Tờ báo này mới đăng.
3. Tôi mua hai két bia »Hà Nội«. Hai két bia này bị hỏng.
4. Trung Quốc sản xuất búp bê nhựa. Tất cả những con búp bê nhựa này được bán rất rẻ ở Việt Nam.

Vokabelhilfe

màu hồng	*rosa* (Farbe)	bị hỏng	hier: *sind kaputt*
Phụ nữ	Name einer Zeitung	búp bê nhựa	*Puppen aus Plastik*
mới đăng	*gerade erschienen*	được bán	hier: *werden verkaufen*
Hà Nội	Name eines Biers		

2 Personalpronomen I

Da das Thema »Personalpronomen« im Vietnamesischen überaus schwierig und vielschichtig ist, wird es in diesem und dem nächsten Kapitel eingehend erklärt.

In den meisten Fällen erfüllen Substantive aus der Verwandtschaftsterminologie die Funktion persönlicher Fürwörter. Sprecher[1] und Gesprächspartner werden hierbei unabhängig von ihrer tatsächlichen Verwandtschaft in eine familiäre Beziehung zueinander gesetzt. Der Gebrauch dieser Personalpronomen ist sehr komplex und vielseitig, da sich die Fürwörter nach Alter, Geschlecht, sozialem Status und gesellschaftlicher bzw. verwandtschaftlicher Beziehung der Gesprächspartner richten und ein Sprecher je nach Situation die entsprechende Anredeform für sein Gegenüber bzw. für die Person, über die gesprochen wird, finden muss. Wie dies funktioniert, wird im Folgenden ausführlich erläutert. Die Bestimmung der passenden Anrede folgt dabei einem festen Schema:

1. Generation	→	2. Vergleich mit eigener Familie	→	3. Geschlecht

1. Zu welcher Generation gehört die angesprochene Person im Vergleich zum Sprecher? Gibt es keinen Generationsunterschied (= eigene Generation), liegt eine Generation zwischen Sprecher und angesprochener Person (= Altersunterschied beträgt etwa 30 Jahre) oder sind es zwei Generationen (= Altersunterschied noch größer)? Um dies in Erfahrung zu bringen, ist es in Vietnam nicht ungewöhnlich, nach dem Alter zu fragen. Erst so kann man die genau passende Anrede des Gesprächspartners wählen. Ist man sich zunächst unsicher, stellt man den Gesprächspartner auf eine höhere Stufe und macht ihn in der Anrede etwas »älter«.
2. In welcher familiären Beziehung stünde der Sprecher zu der angesprochenen Person im Vergleich zur eigenen Familie?
3. Welches Geschlecht hat die angesprochene Person?

Die Anredeform wird sowohl in formellen als auch in informellen Situationen sehr stark auf der Grundlage der eigenen familiären Rolle des Sprechers gewählt. Aus diesem Grund ist es wichtig, ein Verständnis für das vietnamesische Erziehungs- und Rollensystem in Familie und Verwandtschaft zu entwickeln, denn eine falsche Verwendung von Personalpronomen kann eine Form der Beleidigung des Gegenübers darstellen. Zudem kann das Personalpronomen für die 1. Person Singular in der vietnamesischen Sprache – je nach Gesprächspartner – viele unterschiedliche Formen annehmen.

---

[1] Die generischen Maskulina »Sprecher« und »Gesprächspartner« beziehen sich im Folgenden stets auf männliche und weibliche Personen.

Zeichen für die folgenden Darstellungen

( ) Eingeklammerte Bezeichnungen dienen der Erläuterung und werden in der direkten Anrede nicht verwendet.
↔ symbolisiert die feste Zusammengehörigkeit der Anredepaare
♂, ♀ männlich, weiblich

Verwandtschaftsbeziehungen

Die Rolle des Sprechers innerhalb der Verwandtschaft ist klar festgelegt und daher verhältnismäßig einfach zu erfassen. Alle Anredeformen werden hierdurch definiert, wobei die einzelnen Bezeichnungen regional voneinander abweichen können. Hier wird jedoch ausschließlich die standardvietnamesische Form erörtert. Zur besseren Orientierung und Übersicht werden die Personalpronomen im Folgenden nach der Art der familiären Beziehung in mehrere Tabellen aufgeteilt.

Allgemeine verwandtschaftliche Beziehungen

Generations-unterschied	**bên nội** ***väterlicherseits***				**bên ngoại** ***mütterlicherseits***
zwei Generationen	cụ (nội) ♀ ♂ *Urgroßvater/ Urgroßmutter*	↔	chắt (nội/ngoại) ♀ ♂ *Urenkel/ Urenkelin*	↔	cụ (ngoại) ♀ ♂ *Urgroßvater/ Urgroßmutter*
	ông (nội) ♂ *Großvater* bà (nội) ♀ *Großmutter*	↔	cháu (nội/ngoại) ♀ ♂ *Enkel/ Enkelin*	↔	ông (ngoại) ♂ *Großvater* bà (ngoại) ♀ *Großmutter*
eine Generation	bác ♀ ♂ *ältere Geschwister des Vaters und deren Ehepartner*	↔	cháu ♀ ♂ *Neffe/Nichte*	↔	bác ♀ ♂ *ältere Geschwister der Mutter und deren Ehepartner*
	chú ♂ *jüngerer Bruder des Vaters* cô ♀ *jüngere Schwester des Vaters*				cậu ♂ *jüngerer Bruder der Mutter* dì ♀ *jüngere Schwester der Mutter*
	thím ♀ *Ehefrau des jüngeren Bruders des Vaters* chú/dượng ♂ *Ehemann der jüngeren Schwester des Vaters*	↔	cháu ♀ ♂ *Neffe/Nichte*	↔	mợ ♀ *Ehefrau des jüngeren Bruders der Mutter* chú / dượng ♂ *Ehemann der jüngeren Schwester der Mutter*

Generationsunterschied	bên nội *väterlicherseits*				bên ngoại *mütterlicherseits*
eigene Generation	anh (họ) ♂ / chị (họ) ♀ *Kinder der älteren Geschwister des Vaters*	↔	em (họ) ♀ ♂ *jüngerer Cousin / jüngere Cousine*	↔	anh (họ) ♂ / chị (họ) ♀ *Kinder der älteren Geschwister der Mutter*
	em (họ) ♀ ♂ *Kinder der jüngeren Geschwister des Vaters*	↔	anh (họ) ♂ chị (họ) ♀ *älterer Cousin / ältere Cousine*	↔	em (họ) ♀ ♂ *Kinder der jüngeren Geschwister der Mutter*

Beispiel: Der Sprecher möchte mit der jüngeren Schwester der Mutter (*Tante*) sprechen. Da eine leibliche Tante aus derselben Generation wie die eigene Mutter stammt, beträgt der Altersunterschied zwischen den kommunizierenden Personen eine Generation, sodass man das passende Verwandtschaftsverhältnis aus dem mittleren Block heraussuchen muss. In diesem Fall lautet das Paar der Fürwörter also cháu und dì, wobei cháu die Person des Sprechers bezeichnet. Möchte die Tante das Kind der älteren Schwester ansprechen, so kehrt man die Bezeichnungen einfach um; das die Sprecherin bezeichnende Personalpronomen ist dann dì.

Enkel zu Großvater	Cháu chào ông. Ông có khỏe không ạ?	*Hallo (Großvater). Wie geht es dir?*
	chào: hier Begrüßungsformel *(Guten Morgen/Tag/Abend, Hallo);* ạ: Höflichkeitsform bei älteren Angesprochenen	
Die ältere Schwester des Vaters zur jüngeren Schwester der Mutter	Chào em. Em vào đi!	*Hallo (kleine Schwester). Bitte komm herein!*
	đi dient hier einer Aufforderung (s. »Imperativsätze«)	
Cousin; Vater des Ansprechenden ist älter als Vater des Angesprochenen	Chào các em. Anh muốn tặng các em một món quà.	*Hallo (kleiner Cousin und kleine Cousine). Ich möchte euch ein Geschenk schenken.*

Anmerkungen

- Will man innerhalb der eigenen Generation Cousin oder Cousine ansprechen, ist es egal, wie alt die Kinder der bác in Beziehung zu einem selbst sind. Sie werden immer als anh oder chị angesprochen, da das übergeordnete Verwandtschaftsverhältnis der Eltern dominiert. Umgekehrt werden die Kinder der jüngeren Geschwister der Eltern immer als em bezeichnet.
- Zur Bildung der 3. Person (Sg.) wird einfach das Pronomen ấy an die entsprechenden Fürwörter angehängt, z.B. cụ ấy, bác ấy, ông ấy usw: Bác tôi tên là Hòa. Năm nay bác ấy 60 tuổi. *Mein Onkel heißt Hoa. Er ist in diesem Jahr 60 Jahre alt.*

Leibliche Familie ersten Grades und deren Familien

cha ♂ *Vater*	↔	con ♀ ♂ *Kind*	↔	mẹ ♀ *Mutter*
anh (trai) ♂ *älterer Bruder*	↔	em (trai) ♂ *jüngerer Bruder* em (gái) ♀ *jüngere Schwester*	↔	chị (gái) ♀ *ältere Schwester*
em (trai) ♂ *jüngerer Bruder*	↔	anh (trai) ♂ *älterer Bruder* chị (gái) ♀ *ältere Schwester*	↔	em (gái) ♀ *jüngere Schwester*

Anmerkung

- Zur Bildung der 3. Person (Sg.) von cha, con und mẹ werden Klassifikatoren und die Pluralform những wie folgt gebraucht:

	3. Person (Sg.)	**3. Person (Pl.)**
cha	người cha ấy; ông cha ấy	những người cha ấy; những ông cha ấy
con	người con ấy; đứa con ấy; thằng con ấy	những người con ấy; những đứa con ấy; những thằng con ấy
mẹ	người mẹ ấy; bà mẹ ấy	những người mẹ ấy; những bà mẹ ấy

Eingeheiratete

bố (chồng) ♂ *Vater des Ehemannes* bố (vợ) ♂ *Vater der Ehefrau*	↔	con (rể) ♂ *Ehemann der Tochter* con (dâu) ♀ *Ehefrau des Sohnes*	↔	mẹ (chồng) ♀ *Mutter des Ehemannes* mẹ (vợ) *Mutter der Ehefrau*
anh ♂ *Ehemann*		↔		em ♀ *Ehefrau*
anh (chồng) ♂ *älterer Bruder des Ehemannes* chị (chồng) ♀ *ältere Schwester des Ehemannes*	↔	em (rể) ♂ *Ehemann der jüngeren Schwester* em (dâu) ♀ *Ehefrau des jüngeren Bruders*	↔	anh (vợ) ♂ *älterer Bruder der Ehefrau* chị (vợ) ♀ *ältere Schwester der Ehefrau*
em (trai) (chồng) ♂ *jüngerer Bruder des Ehemannes* em (gái) (chồng) ♀ *jüngere Schwester des Ehemannes*	↔	anh (rể) ♂ *Ehemann der älteren Schwester* chị (dâu) ♀ *Ehefrau des älteren Bruders*	↔	em (trai) (vợ) ♂ *jüngerer Bruder der Ehefrau* em (gái) (vợ) ♀ *jüngere Schwester der Ehefrau*

chồng (*Ehemann*) und vợ (*Ehefrau*) werden nicht unmittelbar als persönliche Fürwörter verwendet. Stattdessen werden, wie erwähnt, die Fürwörter anh und em gebraucht.

các wird zur Pluralbildung für die 1., 2. und 3. Person benutzt. Bei con, em und cháu kann alternativ auch chúng verwendet werden:

1. und 2. Person	các cụ, các ông, các bà, các bác, các cô, các cháu *usw.*
	chúng cháu, chúng con, chúng em
3. Person	các thím ấy, các mợ ấy, các chú ấy *usw.*

Übungen

1. Ordnen Sie jeweils die richtige Übersetzung zu.

1. *ältere Schwester der Mutter*
2. *Kind des älteren Bruders des Vaters*
3. *Ehefrau des kleinen Bruders der Mutter*
4. *jüngere Schwester des Vaters*
5. *Mann der jüngeren Schwester der Mutter*
6. *älterer Bruder des Vaters*
7. *jüngere Schwester der Mutter*
8. *Ehemann der älteren Schwester des Vaters*
9. *jüngerer Bruder der Mutter*
10. *Kind der jüngeren Schwester der Mutter*
11. *Ehefrau des jüngeren Bruders des Vaters*
12. *jüngerer Bruder des Vaters*

a. chú / dượng
b. cậu
c. bác
d. thím
e. dì
f. bác
g. mợ
h. em
i. anh / chị
k. cô
l. chú
m. bác

1.	c
2.	
3.	
4.	
5.	
6.	
7.	
8.	
9.	
10.	
11.	
12.	

2. Vervollständigen Sie die Reihen.

các thím, các cụ, các ông, các bà, ____, ____, ____,
____, ____, ____, ____ / ____,
____, ____, ____, ____, ____,
____, ____, ____

các bác ấy, ____, ____, ____, ____, ____,
____, ____, ____, ____, ____ / ____,
____, ____, ____, ____

những đứa con ấy, ____, ____, ____, ____,
____, ____

chúng con, ____, ____

3. Wählen Sie die passende Anrede.

1.	*zu Ihrer älteren Schwester*	Hôm nay ____ có đi làm không?
2.	*zu Ihrem mütterlichen Großvater*	Cháu chào ____.
3.	*zu Ihrem jüngeren Bruder*	____ đã xem phim này chưa?
4.	*zur Nichte Ihrer älteren Schwester*	____ đến với mẹ à?
5.	*zu Ihrem Vater*	____ có khỏe không ạ?
6.	*zum Neffen Ihres älteren Bruders*	Tối nay ____ về nhà à?
7.	*zur Ehefrau des älteren Bruders*	Ngày mai ____ có thời gian không?
8.	*zu Ihrer Mutter*	____ đã đi khám chưa?
9.	*zu Ihrer väterlichen Großmutter*	____ đang nghe đài ạ?
10.	*zum Ehmann Ihrer älteren Schwester*	Chiều nay ____ đón chị em sớm.

Vokabelhilfe

… có … không?	»Ja-Nein-Frage« (s. S. 120)	về nhà	*heimkehren*
… đã … chưa?	»Ja-Nein-Frage« (s. S. 121)	đi khám	*zum Arzt gehen*
à	Partikel (s. S. 74)	chị em	*meine Schwester*

4. Stellen Sie die Familie von Hai vor.

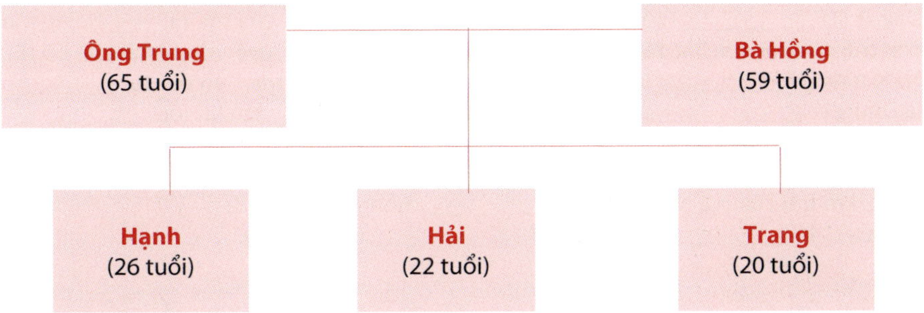

Hải: männlicher Eigenname; Hạnh, Trang: weiblicher Eigenname

1. Ông Trung là ________ của bà Hải.
2. Bà Hồng là ________ của ông Trung.
3. Hải là ________ của ông Trung.
4. Hải là ________ của bà Hải.
5. Hải là ________ của Hạnh.
6. Hải là ________ của Trang.
7. Hạnh là ________ của Hải.
8. Hạnh là ________ của Trang.
9. Trang là ________ của Hải.
10. Trang là ________ của Hạnh.

5. Wählen Sie jeweils das richtige Wort aus.

1. Vợ của anh trai gọi là ____________.	a. em dâu	b. chị dâu	c. anh rể
2. Bố của vợ gọi là ____________.	a. cha	b. bố vợ	c. vợ
3. Vợ của con trai gọi là ____________.	a. con rể	b. vợ	c. con dâu
4. Chồng của chị gái gọi là ____________.	a. anh rể	b. em dâu	c. em rể
5. Mẹ của chồng gọi là ____________.	a. mẹ	b. mẹ chồng	c. chồng
6. Chồng của con gái gọi là ____________.	a. chồng	b. con rể	c. con

6. Ordnen Sie folgende Sätze einander zu.

1. Gia đình tôi có năm người.	a. *Meine Geschwister sind verheiratet.*
2. Năm nay, bố tôi 74 tuổi.	b. *Mein älterer Bruder ist der Zweitgeborene.*
3. Còn mẹ tôi 67 tuổi.	c. *Meine Neffen sind sehr liebenswert.*
4. Tôi là con gái út.	d. *Meine Familie besteht aus fünf Familienmitgliedern.*
5. Chị gái tôi là con gái cả.	e. *Dieses Jahr ist mein Vater 74 Jahre alt.*
6. Anh trai tôi là con trai thứ.	f. *Ich bin die jüngste Tochter.*
7. Anh chị tôi đã lập gia đình.	g. *Und meine Mutter ist 67 Jahre alt.*
8. Các cháu tôi rất đáng yêu.	h. *Meine ältere Schwester ist das älteste Kind.*

Vokabelhilfe

bố *Vater* (nördl. Dialekt)
còn hier: *und*
đã *schon* (s. »Adverbien II«)

7. Setzen Sie die passenden Wörter in die Lücken ein.

Đây là (1) __________ Tuấn. (2) __________ Tuấn là anh họ của tôi. (3) __________ là con trai của bác tôi. Bác tôi tên là Duyên. (4) __________ Duyên là chị gái của bố tôi. Năm nay, (5) __________ 55 tuổi. Bố tôi còn có một đứa em trai. Tên của (6) __________ là Dũng. (7) __________ Dũng mới lấy vợ. (8) __________ tên là Hợp.
Mẹ tôi có một đứa em trai và một đứa em gái. Em gái của mẹ tôi là (9) __________ Hương. (10) __________ Hương chưa lập gia đình. (11) __________ đang sống ở Pháp. Em trai của mẹ tôi là (12) __________ Hùng. Vợ của (13) __________ là em gái của (14) __________ Hợp. (15) __________ tên là Hồng.

Vokabelhilfe

tên là	*heißen*
còn	hier: *noch* (s. »Adverbien III«)
đứa	hier: Klassifikator für jüngere Geschwister
mới	*gerade erst* (s. »Adverbien II«)
chưa	*noch nicht*
đang	Adverb (Aspekt für die Gegenwart, s. S. 64)

8. Bilden Sie Sätze mit den vorgegebenen Teilen.

1. là / ba* tôi / chú Ba / của / em trai
2. thím Bảy / của / là / chú Ba / vợ
3. và / một / chú Ba / đứa con trai / có / thím Bảy
4. của / em họ / họ / tôi / là / con trai / của
5. 4 tuổi / năm nay / em ấy

Vokabelhilfe

ba	*Vater* (südl. Dialekt)

9. Unterstreichen und korrigieren Sie die Fehler in dem folgenden Text.

Chị Hương sống ở Hà Nội. Bà ấy làm việc ở ngân hàng. Gia đình của bà ấy rất đông người. Tất cả là bảy người. Chị Hương là anh cả. Hai chị trai và hai em gái vẫn còn nhỏ. Chị Hương đã lập gia đình. Vợ của bà ấy là anh Chung. Anh Chung là nhà báo. Các anh chị có một đứa con trai ba tuổi.

Vokabelhilfe

đông người	hier: *groß*
anh cả	*ältester Bruder*
vẫn còn	*noch*
lập gia đình	*eine Familie gründen*
đứa	hier: Klassifikator für leibliche Kinder

10. Übersetzen Sie den Text aus Übung 9 ins Deutsche.

3 Personalpronomen II

Gesellschaftliche Beziehungen

Wie im vorigen Kapitel erläutert, richtet sich der Gebrauch der Personalpronomen auch in der gesellschaftlichen Anrede nach dem Generationsunterschied der kommunizierenden Personen, also nach dem Verhältnis der Gesprächspartner untereinander im Vergleich zur eigenen Familie, sowie nach dem Geschlecht. In den folgenden Tabellen wird dies genau dargestellt.

Unbekannte oder bekannte Beziehung

	Generation	Geschlecht	Singular		Plural	
1. und 2. Person	*Urgroßeltern*	♀ und ♂	cụ	*ich, Sie/du*	các cụ	*wir, Sie/ihr*
3. Person			cụ ấy	*er/sie*	các cụ ấy	*sie*
1. und 2. Person	*Großeltern*	♂	ông	*ich,*	các ông	*wir,*
		♀	bà	*Sie/du*	các bà	*Sie/ihr*
3. Person		♂	ông ấy	*er*	các ông ấy	*sie*
		♀	bà ấy	*sie*	các bà ấy	
1. und 2. Person	*älterer Onkel*	♀ und ♂	bác	*ich, Sie/du*	các bác	*wir, Sie/ihr*
	jüngerer Onkel	♂	chú		các chú	
	Tante/Fräulein	♀	cô		các cô	
3. Person	*s. oben*	♀ und ♂	bác ấy	*er/sie*	các bác ấy	*sie*
		♂	chú ấy	*er*	các chú ấy	
		♀	cô ấy	*sie*	các cô ấy	
1. und 2. Person	*ältere Geschwister*	♂	anh	*ich,*	các anh	*wir,*
		♀	chị	*Sie/du*	các chị	*Sie/ihr*
3. Person		♂	anh ấy	*er*	các anh ấy	*sie*
		♀	chị ấy	*sie*	các chị ấy	
1. und 2. Person	*jüngere Geschwister*	♀ und ♂	em	*Sie/du*	chúng em, các em	*wir Sie/ihr*
3. Person			em ấy	*er/sie*	các em ấy	*Sie*
1. und 2. Person	*Enkel/Enkelin*	♀ und ♂	cháu	*ich, du*	chúng cháu các cháu	*wir, ihr*
3. Person			cháu ấy	*er/sie*	các cháu ấy	*sie*

Anmerkungen

- Die 1. und 2. Person werden – wie in der Tabelle dargestellt – gleich verwendet. Der Sprecher muss sich entscheiden, in welcher Position er und die angesprochene Person stehen. Dadurch werden die entsprechenden Anredeformen ausgewählt.
- Hier wird für die Pluralbildung der 1., 2. und 3. Person các verwendet. chúng ist nur für die 1. Person (jüngere Person, Kinder bzw. Jugendliche) möglich, z.B. chúng em, chúng cháu.

Für die unbestimmte 3. Person kann man auch nó (Sg.) und chúng nó oder chúng (Pl.) verwenden. Dieses Personalpronomen wird jedoch nur für Kinder bzw. Jugendliche gebraucht. Zudem werden nó und chúng nó bzw. chúng alternativ für Tiere, Sachen und Angelegenheiten gebraucht:

Đây là con chó của tôi. Nó rất dễ thương.	*Hier ist mein Hund. Er/sie ist sehr niedlich.*
Tôi mua cái cặp sách này từ sáu năm nay. Nó sắp hỏng rồi.	*Ich habe vor sechs Jahren diese Schultasche gekauft. Sie ist bald kaputt.*
Bố mẹ tôi có một quán ăn nhỏ. Nó rất đông khách.	*Meine Eltern haben einen kleinen Imbiss. Er läuft sehr gut.*

Die Pluralbildung der 3. Person mit họ bezieht sich auf unbestimmte oder zuvor bereits erwähnte Personen:

Họ là ai?	*Wer sind sie?*
Hoa là bạn gái của Hương. Họ là hàng xóm.	*Hoa ist die Freundin von Huong. Sie sind Nachbarn.*

In einer unbekannten Beziehung sollten die förmlichen Anreden berücksichtigt werden. Die typischen Bezeichnungen sind:

	Singular		**Plural**		**Geschlecht**	**Verwendung**
1. Person	tôi	*ich*	chúng tôi / ta	*wir*	♀ und ♂	neutral
2. Person	ông	*Sie*	các ông	*Sie*	♂	im gleichrangigen bzw. mittleren Alter
	bà		các bà		♀	
	anh		các anh		♂	im gleichrangigen bzw. jüngeren Alter
	chị		các chị		♀	

Die vietnamesischen Anredeformen der 2. Person (Sg.) werden wie *Herr, Frau* im Deutschen gebraucht. Das persönliche Fürwort tôi für die 1. Person Sg. wird bei Gesprächspartnern der gleichen Generation verwendet, wenn die Distanz gewahrt werden soll. Dabei wird tôi als neutrales Personalpronomen genutzt. Bei generationsübergreifender Verwendung kann nur die ältere Person gegenüber der jüngeren tôi verwenden, ein umgekehrter Gebrauch ist nicht möglich. Aufgrund der neutralen Natur von tôi wird dieses nicht im Verwandtschaftsverhältnis benutzt. Für die 1. Person Pl. (*wir*) gibt es chúng tôi (ohne Einbeziehung der angesprochenen Person = exklusiv) und chúng ta (mit Einbeziehung der angesprochenen Person = inklusiv).

Für öffentliche Anreden wird gewöhnlich die Kombination aus quý (hier: *geehrte*) und einem Substantiv gebraucht wie z.B quý bà (*geehrte Dame*), quý ông (*geehrter Herr*), quý vị (*geehrte Damen und Herren*), quý khách (*geehrte Gäste*), quý khán giả (*geehrte Zuschauer*) usw. Diese Anreden verbindet man häufig mit kính thưa (thưa) z.B. Kính thưa quý bà, quý ông (*sehr geehrte Damen und Herren*).

In anderen Fällen wird ein Gespräch mit thưa + Anredeform, z.B. thưa cụ, eröffnet. thưa wird nur für die Anrede älterer angesprochener Personen verwendet. Eine umgekehrte Verwendung ist beleidigend.

Bezieht man sich in seiner Ansprache in der Öffentlichkeit auf eine oder mehrere unbestimmte Personen, die geschlechtsneutral und/oder altersneutral angesprochen werden, kann das Fürwort bạn (Sg.) oder các bạn (Pl.) verwendet werden, z.B. Xin chào các bạn (*Hallo alle zusammen*). Diese Anrede wird gewöhnlich in Medien und Presse oder für einen allgemeinen Kontext benutzt. Im Freundeskreis wird bạn auch als Anrede verwendet (s. unten).

Freundeskreis

Im Freundeskreis werden die Personalpronomen folgendermaßen verwendet:

	Singular		Plural		Geschlecht	Verwendung
1. Pers.	tôi mình tớ tao	*ich*	chúng tôi / ta chúng mình chúng tớ chúng tao	*wir*	♀ und ♂	neutral unter guten Freunden unter guten Freunden unter sehr guten Freunden
2. Pers.	bạn cậu mày	*du*	các bạn các cậu chúng mày	*ihr*	♀ und ♂	neutral unter guten Freunden unter sehr guten Freunden
3. Pers.	bạn ấy cậu ấy nó	*er/sie*	các bạn ấy các cậu ấy chúng nó	*sie*	♀ und ♂	neutral unter guten Freunden unter sehr guten Freunden

Anmerkungen

- Die persönlichen Fürwörter im Freundeskreis haben jeweils feste Gegenwörter:

  tôi → bạn, cậu
  mình, tớ → bạn, cậu
  tao → mày, nó

- Eine Kombination von tôi und mày wäre zum Beispiel nicht möglich. Die Verwendung der Anreden wie tao, mày, nó für Personen werden außer im Freundeskreis als sehr vulgär angesehen.

- mình kann im Singular und im Plural gebraucht werden:

Mình tặng bạn quyển sách này.	*Ich schenke dir dieses Buch.*
Mình (chúng mình) đi xem phim với nhau.	*Wir gehen zusammen ins Kino.*

- chúng mình kann exklusiv oder inklusiv verwendet werden:

Chúng mình sẽ đi học cùng với Hans.	*Wir (ohne angesprochene Person) werden zusammen mit Hans zur Schule gehen.*
Chúng mình cùng đi hát karaoke đi!	*Wir (inklusive angesprochener Person) gehen zusammen zum Karaoke.*

Personalpronomen können auch mit Eigennamen kombiniert werden:

Vollständiger Name	Anredeform
Nguyễn Văn Sinh	ông Nguyễn Văn Sinh *oder* ông Sinh
Vũ Thị Bích	bà Vũ Thị Bích *oder* bà Bích

In der vietnamesischen Anrede ist es üblich, den Familiennamen wegzulassen und nur den Vornamen in Verbindung mit dem Personalpronomen zu verwenden.

Übungen

1. Ordnen Sie die passenden Anredeformen zu.

a.		b.		c.		d.	
cậu	tao	cháu	bạn	tớ	mày	bác	tớ
ông	em	tôi	mày	chú	em	mình	cháu
cô	cháu	bà	tôi	anh	cậu	chị	tôi
nó	mình	anh	cụ	nó	tôi	ông	cháu
chị	tôi	tao	cháu	bà	cháu	bạn	bạn

2. Ergänzen Sie.

1. Person Singular	tôi, …
1. Person Plural	chúng tôi, …
2. Person Singular	cụ, …
2. Person Plural	các cụ, …
3. Person Singular	cụ ấy, …
3. Person Plural	các cụ ấy, …
Pluralform (exklusiv) (ohne angesprochene Person)	chúng tôi, …
Pluralform (inklusiv) (mit angesprochener Person)	chúng ta, …

3. Wie begrüßen Sie die folgenden Personen in verschiedenen Situationen?

Sie sind ...	Sie begrüßen ...		
	einen 60-jährigen Mann	eine 30-jährige Frau	einen 14-jährigen Jungen
1. Nam (nam* / 20 tuổi)	Chào cháu.		
2. Hoa (nữ* / 33 tuổi)			
3. Tuấn (nam / 77 tuổi)			
4. Huệ (nữ / 55 tuổi)			
5. Long (nam / 46 tuổi)			
6. Chi (nữ / 11 tuổi)			
7. Xuân (nữ / 4 tuổi)			
8. Tân (nam / 89 tuổi)			

*nam: *männlich*, **nữ: *weiblich*

4. Übersetzen Sie ins Vietnamesische.

1. Peter *(älterer Herr)* ist ein Engländer. Er verreist nach Vietnam. Ich bin sein Reiseführer. Wir werden viele schöne und bekannte Sehenswürdigkeiten besichtigen.

2. Ich habe Hung *(ein wenig älter als man selbst)* in Hanoi kennengelernt. Er ist Vietnamese. Hung kann Französisch. Er möchte Englisch lernen und ich möchte Vietnamesisch lernen.

3. Fräulein Linh ist eine Freundin von mir. Sie lebt in Saigon. Fräulein Linh hat eine ältere Schwester und einen jüngeren Bruder. Die ältere Schwester von Fräulein Linh heißt Hanh. Sie ist Journalistin. Der kleine Bruder von Fräulein Linh heißt Nam. Er ist Student.

Vokabelhilfe

ich	*hier:* tôi
Reiseführer/-in	hướng dẫn viên du lịch
werden	sẽ
Sehenswürdigkeit	thắng cảnh
besichtigen	tham quan
Hung	*hier:* Hùng *(Eigenname)*
Hanoi	Hà Nội *(vietnamesische Hauptstadt)*
kennenlernen	*hier:* quen
können	*hier:* biết
eine Freundin von mir	*hier:* bạn của tôi / bạn tôi
Saigon	Sài Gòn *(früherer Name der heutigen Hồ Chí Minh Stadt)*
Journalist/-in	nhà báo
Student/-in	sinh viên

5. Setzen Sie *cậu, anh, bác* oder *chị* in folgende Lücken ein.

1. *Trong cuộc phỏng vấn* (Im Vorstellungsgespräch)

A: Chào các anh chị.
B: Chào ________________.
A: Tôi tên là Hùng.
B: Xin mời anh ngồi.

2. *Ở trên đường* (Auf der Straße)

A: Chào ____________, đường Trần Hưng Đạo ở đâu ạ?
B: Cháu rẽ phải, đi khoảng 100 mét sẽ đến.

3. *Trong trường học* (In der Schule)

A: Chào ________________.
B: Chào bạn.
A: Bạn học lớp nào?
B: Tớ học lớp 8 M.

4. *Trong văn phòng* (Im Büro)

A: Chào ________________ Lan.
B: Chào anh. Hôm nay, anh có phải đi công tác không?
A: Dạ, không.

Vokabelhilfe

xin mời	hier: *bitte*
lớp nào	*welche Klasse*
đi công tác	*Dienstreise machen*

6. Richtig (R) oder falsch (F)?

1. Cô Lan 22 tuổi. Bà ấy là sinh viên. (F)
2. Chị Hoài làm việc ở một công ty du lịch. Chị ấy làm việc rất chăm chỉ. ( )
3. Cháu Trung học lớp 2. Cháu ấy rất ngoan. ( )
4. Cụ Hồng 90 tuổi. Ông ấy yếu lắm. ( )
5. Ông Hải là bác sĩ. Anh ấy rất tốt bụng. ( )
6. Anh Hưng và chị Hoa là vợ chồng. Họ có một đứa con trai. ( )

7. Korrigieren Sie die falschen Sätze aus Übung 6.

8. Ordnen Sie die folgenden Sätze an der richtigen Stelle ein.

a. Rất vui được gặp ông.
b. Chào anh. Anh có khỏe không?
c. Chào ông Meyer. Tôi tên là Tân.
d. Cảm ơn anh. Tôi cũng khỏe.

1. A: Đây là ông Meyer.
   B: ________________________________. ( )
   C: Rất vui được gặp ông.
   B: ________________________________. ( )

2. A: Chào anh.
   B: ________________________________. ( )
   A: Dạ, cảm ơn. Tôi khỏe. Còn anh?
   B: ________________________________. ( )

4 Demonstrativpronomen

Im Vietnamesischen können Gegenstände, Menschen, Tiere usw. durch Demonstrativpronomen bestimmt werden. Die meistgebrauchten sind:

Demonstrativpronomen		Verwendung	Beispiele
đây	*(der, die, das) hier*	auf etwas deutend, das sich nahe beim Sprecher und beim Gesprächspartner befindet; substantivisch verwendet	Đây là ông Müller. *Das hier ist Herr Müller.* Tôi ngồi đây, được không? *Kann ich mich hier hinsetzen?*
này	*dieser, diese, dieses*	auf etwas deutend, das sich nahe beim Sprecher und beim Gesprächspartner befindet; attributiv verwendet	Cô này là người quen của anh. *Dieses Fräulein ist meine Bekannte.* Con này là con gì? *Was für ein Tier ist das?* Cháu mua chiếc bút chì này. *Ich kaufe diesen Bleistift.* Nơi này rất nổi tiếng. *Dieser Ort ist sehr berühmt.* Em nhận việc này. *Ich nehme diesen Job an.*
đấy / đó / ấy / kia	*jener, jene, jenes (da/dort)*	auf etwas deutend, das sich weit von Sprecher und Gesprächspartner entfernt befindet	Đấy là ai? *Wer ist das dort drüben?* Anh đã đi chỗ đấy chưa? *Bist du schon dort gewesen?* Chị đã bỏ công việc đấy rồi. *Ich habe jene Arbeit schon gekündigt.*

Anmerkungen

- Mit Ausnahme von đây werden die Demonstrativpronomen zum Bilden einer Substantivphrase verwendet (s. »Substantive«):

  chiếc bảng này — *diese Tafel*
  chiếc bảng đấy (đó / ấy / kia) — *jene Tafel*

- Mit Ausnahme von đây können die Demonstrativpronomen auch mit Personalpronomen verbunden werden und stehen dann für die 3. Person (Sg.), so z.B. cô này (*sie*), anh đấy (*er*), chị đó (*sie*), em ấy (*er/sie*), chú kia (*er*) (s. »Personalpronomen«).

- Die Demonstrativpronomen đây, đấy, đó und kia können am Anfang eines Satzes oder einer Frage als Nominalprädikat stehen. Bei này und ấy hingegen ist dies nur in Ausnahmefällen möglich (s. »Satzbau«):

Đây là anh Hải, phải không?	*Hier ist Hai, richtig?*
Đấy/đó/kia là vợ của anh Hải.	*Dort ist die Frau von Hai.*

Übungen

1. Bilden Sie verschiedene Sätze aus den vorgegebenen Teilen.

Beispiel: đây / cái đồng hồ đeo tay này / rẻ / mắc
→ Đây là cái đồng hồ. Cái đồng hồ đeo tay này không* rẻ. Cái này mắc.

1. đó / cái giá sách đó / mới / cũ ______________________.
2. kia / quyển truyện kia / dày / mỏng ______________________.
3. đây / cái vô tuyến này / đắt / rẻ ______________________.
4. đấy / cô ca sĩ ấy / xấu / đẹp ______________________.

* không: *nicht* (Negationswort)

2. Setzen Sie *đây, này, đấy, đó, ấy* oder *kia* ein.

1. Đây là cái xe đạp. Cái xe đạp __________ rất rẻ.
2. Kia là cái cầu. Cái cầu __________ to.
3. Đó là cái bật lửa. Cái __________ tốt lắm.
4. __________ là cái nhẫn. Cái nhẫn ấy bằng kim cương.
5. __________ là tờ báo. Tờ báo này hay lắm.
6. Đó là con cá vàng. Con __________ đẹp quá.
7. Kia là đôi giày. Đôi giày __________ mới.
8. Đấy là quả bưởi. Quả bưởi __________ ngon.

3. Verbinden Sie die passenden Fragen und Antworten miteinander.

1.	Đây là cái gì?	a.	Không, đó không phải là anh Nam.
2.	Kia là chồng của chị Hoài, phải không?	b.	Vâng, kia là mẹ của tôi.
3.	Đấy là con gì?	c.	Đây là quả mít.
4.	Đó là anh Nam, phải không?	d.	Không, đấy là tờ hóa đơn.
5.	Đây là quả gì?	e.	Đó là phòng làm việc.
6.	Kia là mẹ của chị, phải không?	f.	Vâng, kia là chồng của chị Hoài.
7.	Đấy là tờ đơn, phải không?	g.	Đây là cái nón.
8.	Đây là phòng khách, còn đó là phòng gì?	h.	Đấy là con bò

Vokabelhilfe

cái gì	*was für einer/eine/ein* (s. S. 31)
..., phải không?	*richtig, nicht wahr* (»Ja-Nein-Frage«, s. S. 122)
không phải là	*ist nicht*

5 Interrogativpronomen

Wie im Deutschen gibt es auch im Vietnamesischen fragende Fürwörter (sogenannte Interrogativpronomen). Die häufigsten werden im Folgenden dargestellt. Einige davon können zudem die Funktion eines Indefinitpronomens übernehmen (s. S. 34):

Interrogativpronomen		Verwendung	Beispiele
ai	*wer*	Menschen	Ai làm việc ở đây? *Wer arbeitet hier?* Cô tìm ai? *Wen suchen Sie?*
gì	*was;* *was für einer, eine, ein*	Tiere, Gegenstände und Sachen	Cái này là gì? *Was ist das?* Đây là con gì? *Was für ein Tier ist das?* Anh sẽ làm gì? *Was werden Sie tun?*
nào	*welcher, welche, welches*	Menschen, Tiere, Gegenstände, Sachen, Ort und Zeit	Chị đang kể về người nào? *Über wen erzählst du?* Con nào là con trâu? *Welches Tier ist der Wasserbüffel?* Ông mua cái mũ nào? *Welchen Hut kaufen Sie?* Cháu ngồi chỗ nào? *Auf welchem Platz sitzt du?* Khi nào em sẽ đến? *Wann kommst du?*
đâu	*wo;* *wohin*	Ort	Bà sống ở đâu? *Wo wohnen Sie?* Mẹ sẽ đi đâu? *Wohin gehst du (Mutter)?*
bao giờ	*wann*	Zeit	Bao giờ cha về? *Wann kehrt Vater zurück?*
thế nào	*wie*	Eigenschaften und Zustände	Cô gái này trông thế nào? *Wie sieht dieses Mädchen aus?* Sức khỏe của anh thế nào? *Wie geht es Ihnen?*
sao	*wie;* *was*	Zustände	Tình hình ra sao? *Wie sieht die Situation aus?* Anh nghĩ sao? *Was denkst du?*
sao / tại sao/ vì sao	*wieso;* *warum*	Ursachen und Gründe	Tại sao (sao) em bị cảm? *Warum bist du erkältet?* Vì sao (sao) ann đến muộn? *Wieso kommst du zu spät?*
bao nhiêu	*wie viel*	universell einsetzbar	Chị đã uống bao nhiêu nước? *Wie viel Wasser haben Sie schon getrunken?* Cái áo len này giá bao nhiêu? *Wie viel kostet dieser Wollpullover?*
mấy	*wie viel*	oft mit geringer Anzahl verbunden	Chị có mấy cháu? *Wie viele Kinder haben Sie?* Nhà cháu có mấy phòng? *Wie viele Zimmer hat dein Haus?*

Anmerkungen

- Die Interrogativpronomen nào und mấy müssen gewöhnlich mit anderen Wörtern (z.B. einem Substantiv oder Klassifikator) verbunden werden.
- Zur Bildung bestimmter Fragen werden die Interrogativpronomen gì, nào, đâu und bao nhiêu zusammen mit anderen Wörtern verwendet. Bei gì, nào und đâu stehen die damit verbundenen Wörter jeweils davor; bao nhiêu hingegen kann sowohl davor als auch danach stehen. Beispiel: con gì (*was für ein Tier*), người nào (*welche Person*), đi đâu (*wohin*), ở đâu (*wo*), bao nhiêu tiền (*wie viel Geld*), số bao nhiêu (*welche Nummer)*
- bao nhiêu fragt nach einer beliebig großen Anzahl, mấy hingegen nach einer kleinen Menge.

Übungen

1. Bilden Sie passende Fragen.

1. Ông Hoàng đi Huế bằng máy bay. (ai) *Ai đi Huế bằng máy bay?*
2. Chị ấy đi chợ mua rau. (gì) ______?
3. Nhà hát Thành Phố nằm ở phố Tràng Tiền. (nào) ______?
4. Tối nay họ đi xem phim. (đâu) ______?
5. Ngày mai anh ấy bay về Đức. (bao giờ) ______?
6. Cháu ấy đã khỏe lại. (thế nào) ______?
7. Cô ấy bị thương. (sao) ______?
8. Cái này giá 20 nghìn đồng. (bao nhiêu) ______?
9. Cô ấy có hai con. (mấy) ______?

Vokabelhilfe

về	hier: *nach* (s. »Richtungsverben«)
lại	hier: *wieder* (s. »Richtungsverben«)
bị thương	*verletzt sein*
nghìn	*Tausend* (nördl. Dialekt)

2. Übersetzen Sie folgende Sätze ins Vietnamesische.

1. Wann gehen wir spazieren?
2. Wie viel kostet diese Sonnenbrille?
3. Wo wohnen Sie?
4. Warum weinst du?
5. Wohin gehen wir morgen?
6. Wie sieht sie aus?
7. Mit wem trifft sie sich heute?
8. Wie viel Geld haben Sie?

Vokabelhilfe

Sonnenbrille	kính râm	*wir*	*hier:* chúng ta
Sie	*hier:* ông	*morgen*	ngày mai
weinen	khóc	*sich treffen mit*	gặp
du	*hier:* cháu	*sie*	*hier:* chị ấy

3. Verbinden Sie die passenden Fragen und Antworten miteinander.

1. Anh là người nước nào?
2. Chị học tiếng Việt ở đâu?
3. Cô đang làm gì?
4. Người Đức nói tiếng gì?
5. Tối nay em đi đâu?
6. Bao giờ anh đi Mỹ?
7. Sao cháu không đi học?
8. Cô ấy nói tiếng Anh thế nào?

a. Cháu đang viết thư.
b. Tối nay em ở nhà.
c. Tháng này.
d. Cô ấy nói tiếng Anh rất giỏi.
e. Cháu đang ốm.
f. Em học tiếng Việt ở Hà Nội.
g. Tôi là người Nhật.
h. Người Đức nói tiếng Đức.

4. Bilden Sie Fragen.

1. làm / anh / nghề gì — *Anh làm nghề gì?*
2. xin lỗi / chị / ở / chỗ nào ______________________?
3. có / sinh nhật / bao giờ / anh ấy ______________________?
4. sao / đi du lịch / không / cậu ______________________?
5. người nào / tối nay / ở đây / ngủ ______________________?
6. không / đúng giờ / ai / đi làm ______________________?
7. cảm thấy / cô / thế nào ______________________?
8. trong / có / cái ghế / nhà / mấy ______________________?
9. chiều nay / đi đâu / cháu ______________________?
10. quần áo / em ấy / bao nhiêu / có ______________________?

5. Setzen Sie die passenden Interrogativpronomen ein.

1. ______________ bác Toàn đến?
2. Họ làm việc ______________? (làm việc: *arbeiten*)
3. Anh ấy đang nói chuyện với ______________?
4. Nhà cháu ở số ______________?
5. Đường Quang Trung nằm ở ______________?
6. ______________ em ấy khóc?
7. Em của chị ấy tên là ______________?
8. Cái này giá ______________?
9. Người yêu của chị là người ______________?

6. Bilden Sie Fragen anhand der hervorgehobenen Wörter.

1. Em gái chị ấy tên là Tường Vy.
2. Hôm nay, họ sẽ đi ăn tiệm.
3. Mùa thu ở Hà Nội rất đẹp.
4. Em Hường mua cái áo kia.
5. Một cân cam giá 26.000 đ.
6. Tối hôm qua, mẹ nấu phở bò.
7. Nhà Hải có 5 phòng.
8. Ngày mai, anh ấy sẽ đi Ý.

Vokabelhilfe

em gái chị ấy — *ihre jüngere Schwester*
đi ăn tiệm — *essen gehen (ugs.)*
tối hôm qua — *gestern Abend*

6 Indefinitpronomen

Die vietnamesischen Indefinitpronomen leiten sich aus Fragewörtern ab und lauten ai *(irgend)wer*, gì *(irgend)etwas*, đâu *(irgend)wo(hin)*, nào *(irgend)welcher/e/s* und bao giờ *(irgend)wann*.

In bejahten Aussagesätzen stehen sie in der Regel nach có:

Có ai gọi điện thoại cho tôi.	*Jemand/Irgendwer hat mich angerufen.*
Có cái gì đó ở trên ghế.	*(Irgend)etwas liegt auf dem Stuhl.*
Có bao giờ anh để ý đến việc chăm sóc con cái.	*Wann passt du denn schon auf die Kinder auf.* (đến: *auf*; als Präposition, s. S. 80)
Có nơi nào ở Việt Nam mà tôi chưa đi.	*An welchem Ort in Vietnam bin ich denn noch nicht gewesen.* (mà: im Relativsatz, s. S. 112)
Có đi đâu xa tôi vẫn luôn nhớ về quê nhà.	*Wo auch immer ich in die Ferne gehe, ich denke immer an die Heimat.* (về: *über*; als Präposition, s. S. 80)

Die Verneinungsformen werden mit không, chẳng oder chưa gebildet, die vor dem Indefinitpronomen stehen:

Chẳng ai muốn nói chuyện với anh ấy.	*Keiner möchte mit ihm sprechen.*
Không gì quý hơn tình mẫu tử.	*Nichts ist wertvoller als die Liebe zwischen Mutter und Kind.*
Cháu chưa bao giờ đi châu Phi.	*Ich bin noch nie in Afrika gewesen.*

In Fragesätzen stehen die Indefinitpronomen neben den üblichen Fragewörtern:

Chị có quen ai không?	*Kennen Sie jemanden?*
Ở nhà có gì ăn không?	*Gibt es zu Hause etwas zu Essen?*
Em đã tìm thấy cái nào chưa?	*Hast du schon irgendetwas gefunden?*
Sáng nay em ở đâu đó trên đường Quang Trung, phải không?	*Heute Morgen bist du irgendwo auf der Quang Trung Straße gewesen, nicht wahr?*

Als Subjekt stehen die Indefinitpronomen, wenn sie die Gesamtheit einer Menge bezeichnen (sog. Universalpronomen). Sie stehen dann gewöhnlich in Verbindung mit dem Adverb cũng, das vor das Prädikat tritt:

Ai cũng đẹp.	*Alle sind schön.*
Gì cũng được.	*Egal was.*
Bao giờ cũng vậy.	*Es ist immer so.*
Quả nào cũng thơm ngon.	*Alle (diese) Früchte sind aromatisch und lecker.*

Indefinitpronomen können als direktes oder indirektes Objekt stehen:

Ở văn phòng có ai đến chưa? — *Ist schon jemand im Büro?*

Hôm qua anh đi chơi với ai, đúng không? — *Gestern bist du mit jemandem ausgegangen, richtig?*

Für die Indefinitpronomen ai, gì, nào und đâu wird những zur Pluralbildung verwendet. những bezeichnet dann eine unbestimmte Menge:

Những ai đến muộn sẽ bị phạt. — *Jeder, der zu spät kommt, wird bestraft.*

Anh để tất cả những gì quan trọng vào đây. — *Ich werde alle wichtigen Dinge hier hineinlegen.*

Những vùng nào cơn bão đi qua đều bị tàn phá nặng nề. — *Jene Gegenden, in denen der Sturm war, wurden stark zerstört.*

Cô ấy chỉ có mặt ở những đâu có tiệc rượu. — *Sie ist nur dort anzutreffen, wo Partys sind.*

Zu den Indefinitpronomen gehört auch người ta (*man*), das eine Mehrzahl unbekannter Personen oder eine unbestimmte Allgemeinheit bezeichnet:

Người ta gọi thành phố Thượng Hải là »Hòn Ngọc Viễn Đông«. — *Man bezeichnet die Stadt Shanghai als »Perle des Orients«.*

Nếu con vứt rác ở đây, người ta sẽ mắng. — *Wenn du (Kind) den Müll hier hinwirfst, wird man dich schelten.*

Zusammenfassung

Indefinitpronomen	**Verwendung**	**Beispiele**
ai	im bejahten Satz	Có ai gọi điện thoại cho tôi. *Jemand/Irgendwer hat mich angerufen.*
	Verneinung	Hình như, chưa ai đến. *Scheinbar ist noch niemand gekommen.*
	im Fragesatz	Ở văn phòng có ai đến chưa? *Ist schon jemand im Büro?*
	als Universalpronomen	Ai cũng đẹp. *Alle sind schön.*
gì	im bejahten Satz	Có cái gì đó ở trên ghế. *(Irgend)etwas liegt auf dem Stuhl.*
	Verneinung	Không gì vui bằng đi du lịch. *Nichts macht so viel Freude wie reisen.*
	im Fragesatz	Anh có mua gì được không? *Hast du etwas kaufen können?*
	als Universalpronomen	Gì cũng được. *Egal was.*

Indefinitpronomen	Verwendung	Beispiele
bao giờ	im bejahten Satz	Có bao giờ anh để ý đến việc chăm sóc con cái. *Wann passt du denn schon auf die Kinder auf.*
	Verneinung	Em sẽ không bao giờ quên chuyến đi du lịch đó. *Ich werde diese Reise niemals vergessen.*
	im Fragesatz	Anh đã đi Việt Nam bao giờ chưa? *Sind Sie schon mal nach Vietnam geflogen?*
	als Universalpronomen	Bao giờ cũng vậy. *Es ist immer so.*
nào	im bejahten Satz	Có nơi nào ở Việt Nam mà tôi chưa đi. *An welchem Ort in Vietnam bin ich denn noch nicht gewesen.*
	Verneinung	Ở đây chưa người nào dậy muộn. *Hier gibt es niemanden, der spät aufsteht.*
	im Fragesatz	Em đã tìm thấy cái nào chưa? *Hast du schon irgendetwas gefunden?*
	als Universalpronomen	Lúc nào bạn ấy cũng đến đúng giờ. *Wann auch immer, er/sie ist stets pünktlich.*
đâu	im bejahten Satz	Có đi đâu xa tôi vẫn luôn nhớ về quê nhà. *Wo auch immer ich in die Ferne gehe, ich denke immer an die Heimat.*
	Verneinung	Không đâu thoải mái như ở nhà. *Nirgends ist es so schön wie Zuhause.*
	im Fragesatz	Cháu muốn đi đâu không? *Möchtest du irgendwohin gehen?*
	als Universalpronomen	Đâu cũng ngập nước. *Überall ist es überschwemmt.*

Anmerkungen

- gì kann auch mit anderen Wörtern wie z.B. cái, việc, nhà usw. gebraucht werden:

Ở đây có cái gì mua, được không?	*Gibt es hier etwas zu kaufen?*
Việc gì cũng đến tay cô ấy.	*Alles muss sie selbst erledigen.*
Nhà gì bẩn thế.	*Was für ein schmutziges Haus das ist.* (thế: Partikel zur Betonung, s. S. 74)

- nào kann nicht allein stehen, sondern wird immer mit anderen Wörtern verbunden, z.B. cái nào, người nào, quả nào usw.

Übungen

1. Setzen Sie *ai, gì, bao giờ, đâu* oder *nào* in die Lücken ein.

1. Cái này để ________________ cũng được.
2. Anh đã nói với người ________________ về chuyện đó chưa?
3. Chị có gặp ________________ trong văn phòng không?
4. Con chưa đi Ý ________________.
5. Nghề ________________ cháu cũng làm.

2. Bilden Sie passende Antworten zu den Fragen.

Beispiel: Cháu có hay về Việt Nam không? (năm nào / cũng)
→ Năm nào cháu cũng về Việt Nam.

1. Em có thường xuyên đi tắm hơi không? (tháng nào / cũng)
____.
2. Cháu có đi học đúng giờ không? (bao giờ / cũng)
____.
3. Ở đó có cái gì đẹp không? (cái gì / cũng)
____.
4. Trong lớp này có ai biết tiếng Anh? (ai / cũng)
____.
5. Họ có nhận con không? (đâu / cũng)
____.

3. Bilden Sie mithilfe von *những* den Plural der folgenden Indefinitpronomen.

Beispiel: Tôi sẽ nói chuyện với ai thích nghe.
→ Tôi sẽ nói chuyện với *những* ai thích nghe.

1. Mẹ đã nói gì với con, con phải ghi nhớ.
____.
2. Em đi đâu và làm gì anh ấy đều biết.
____.
3. Chúng tôi sẽ đặt món nào ngon nhất ở đây.
____.
4. Ai đã đến đây sẽ không quên nơi này.
____.
5. Họ sẽ tăng lương cho người nào làm thêm giờ.
____.

Vokabelhilfe

làm thêm giờ *Überstunden machen/arbeiten*

4. Verneinen Sie folgende Sätze.

Beispiel: Ở đây ai cũng biết anh ấy. → Ở đây *không* ai biết anh ấy.

1. Ai cũng muốn nói chuyện với cô ấy. ______________________.
2. Việc nào chị ấy cũng làm tốt. ______________________.
3. Đâu họ cũng mời con đến. ______________________.
4. Gì cũng ăn được. ______________________.
5. Bao giờ anh ấy cũng về nhà muộn. ______________________.

5. Ordnen Sie folgende Sätze einander zu.

1. Người nào cũng đến.
2. Không gì ngon ở đây.
3. Có gì đẹp ở đó không?
4. Chẳng ai đi chơi với cháu.
5. Chị đã nói với ai chưa?
6. Có ai đang đứng trước cửa.
7. Không đâu lí thú.
8. Chưa nơi nào đẹp như nơi đây.
9. Em sẽ không bao giờ đi một mình.
10. Có con gì trong tủ.

a. *Ich werde niemals allein gehen.*
b. *Hast du schon mit jemandem gesprochen?*
c. *Da ist irgendein Insekt im Schrank.*
d. *Alle werden kommen.*
e. *Nirgends ist es so schön wie an diesem Ort.*
f. *Es gibt nichts Leckeres hier.*
g. *Nirgendwo ist interessant.*
h. *Niemand geht mit mir aus.*
i. *Gibt es dort etwas Schönes?*
k. *Irgendjemand steht vor der Tür.*

1.	2.	3.	4.	5.	6.	7.	8.	9.	10.
d									

6. Übersetzen Sie ins Deutsche.

1. Trong thành phố người ta thường đi xe máy.
2. Ở quê người ta rất hiếu khách.
3. Vào thời tiết này người ta nên cầm theo ô.
4. Người ta hay nấu canh cá với cà chua.
5. Ở Việt Nam người ta thích ngủ trưa.

Vokabelhilfe

thường / hay	*normalerweise, häufig* (s. »Adverbien III«)
ở quê	*auf dem Land, im Dorf*
nên	*sollen*
cầm theo	*mitnehmen*
ngủ trưa	*Mittagsschlaf*

7. Bilden Sie Sätze.

1. có / đang / gì / chạy / con / trên mái nhà
2. ? / em / chưa / gì / đặt / chưa
3. cửa / ai / gõ / có
4. bận / anh / cũng / bao giờ
5. muốn / chẳng / đâu / nó / đi

7 Reflexivpronomen

Die Reflexivpronomen werden im Vietnamesischen mithilfe von tự, mình oder tự mình (*selbst, sich selbst*) gebildet:

Em tự lái xe đến đây.	*Ich bin selbst hierher gefahren.*
Chị tự hát một mình.	*Ich singe selbst.*
Ông ấy chỉ làm việc đó cho mình.	*Er tut es nur für sich.*
Họ chỉ biết đến mình.	*Sie denken nur an sich.*
Anh ấy không thể tự mình làm mọi việc.	*Er kann nicht alles selbst machen.*
Cháu có thể tự mình bán hàng.	*Ich kann das selbst verkaufen.*

Um den Ausdruck zu verstärken, wird tự an den Satzanfang gestellt:

Em tự lái xe đến đây. → Tự em lái xe đến đây.

Zur Betonung können tự und mình im gleichen Satz stehen:

Em tự vẽ con ngựa này. → Em tự vẽ con ngựa này cho mình.	*Ich habe dieses Pferd für mich gemalt.*
Cháu tự tìm vợ. → Cháu tự tìm vợ cho mình.	*Ich habe meine Ehefrau selbst ausgesucht.*
Tôi đang ngắm mình trong gương. → Tôi đang tự ngắm mình trong gương.	*Ich schaue mich gerade selbst im Spiegel an.*
Tôi động viên mình phải cố gắng học. → Tôi tự động viên mình phải cố gắng học.	*Ich motiviere mich selbst zum Lernen.*

In bestimmten Fällen werden mình als Personalpronomen (*ich*) und mình als Reflexivpronomen (*selbst, sich selbst*) nicht voneinander unterschieden. In diesem Fall muss tự eingesetzt werden, um den Kontext zu verdeutlichen:

Anh ấy thường xuyên hứa với mình.	*Er verspricht es sich häufig. /* *Er verspricht es mir häufig.*
Anh ấy thường xuyên tự hứa với mình.	*Er verspricht es sich häufig.*
Em ấy động viên mình phải cố gắng học.	*Er/sie motiviert sich selbst zum Lernen. /* *Er/sie motiviert mich zum Lernen.*
Em ấy tự động viên mình phải cố gắng học.	*Er/sie motiviert sich selbst zum Lernen.*

nhau (*einander*) ist kein Pronomen, hat aber die Funktion eines reziproken Pronomens:

Em và tôi đã quen nhau ở Đức.	*Du und ich, wir haben uns in Deutschland kennengelernt.*
Họ đang đánh nhau trên đường.	*Sie kämpfen gerade auf der Straße gegeneinander.*

Chúng tôi cùng đi xem phim với nhau. — *Wir gehen gemeinsam einen Film gucken.*
Các bạn ấy viết thư cho nhau. — *Wir schreiben uns Briefe.*
Chúng con luôn nghĩ về nhau. — *Wir (Kinder) denken immer aneinander.*

Übungen

1. Wandeln Sie folgende Sätze unter Verwendung des Reflexivpronomens *tự* um.

Beispiel: Chúng tôi học tiếng Việt. → Chúng tôi tự học tiếng Việt.

1. Anh ấy sửa xe đạp của anh ấy. ________________________________.
2. Chúng tôi sơn nhà. ________________________________.
3. Họ nấu phở bò. ________________________________.
4. Cháu vẽ tranh này. ________________________________.
5. Ông ấy xây nhà. ________________________________.

2. Übersetzen Sie folgende Sätze ins Deutsche.

1. Cháu ấy tự dọn phòng.
2. Chị ấy sắm quần áo cho mình.
3. Anh ấy tự mình quyết định.
4. Cô ấy tự may quần áo.
5. Bà ấy an ủi mình.
6. Ông ấy tự mình làm tất cả.
7. Cụ ấy tự đi chợ.
8. Bạn ấy chỉ lo cho mình.
9. Chú ấy tự lái xe.
10. Bác ấy tự mình nấu.

Vokabelhilfe

quyết định	*entscheiden*
may	*nähen*
an ủi	*trösten*
lo	hier: *sich kümmern um*

3. Setzen Sie *tự, mình* oder *nhau* in die Lücken ein.

1. Các cháu ______________ mặc quần áo.
2. Tuần nào họ cũng gọi điện thoại cho ______________.
3. Tại sao anh chỉ nghĩ đến ______________?
4. Tôi và bạn gái tôi luôn giúp đỡ ______________.
5. Anh ______________ nấu cơm đi!
6. Cô ấy luôn nghĩ đến ______________.

4. Suchen Sie die Fehler und korrigieren Sie die Sätze.

1. Anh ấy lấy tự vợ. ________________________________.
2. Chị ấy động viên thi đỗ mình. ________________________________.
3. Họ gặp ở Việt Nam nhau. ________________________________.
4. Tôi hỏi tự mình. ________________________________.
5. Ai quyết định tự chuyện đó? ________________________________.

8 Der Zeitaspekt der Verben

Im Vietnamesischen werden die Zeiten (Vergangenheit, Gegenwart, Zukunft usw.) nicht wie im Deutschen durch eine Veränderung der Verbform gebildet. Stattdessen wird der zeitliche Aspekt einer Tätigkeit, eines Geschehens oder eines Zustandes in der Regel entweder durch temporale Adverbialbestimmungen oder durch konkrete Zeitangaben zum Ausdruck gebracht. Dabei wird angezeigt, ob etwas zu einem bestimmten Zeitpunkt vollendet ist, gerade stattfindet, noch auszuführen ist oder später geschehen wird usw. In den folgenden Tabellen sind die typischen Temporaladverbien und einige Zeitangaben zusammengestellt. rồi steht immer am Satzende, alle anderen Adverbien jeweils vor dem Prädikat.

Temporal-adverb	Verwendung	Beispiele	
đã / rồi	allgemeine Vergangenheit (vergangen, vollendet)	Con | đã | học | bài. *ich (Kind) | Adverb (schon) | lernen | Lektion* Con | học | bài | rồi. *ich (Kind) | lernen | Lektion | Adverb (schon)*	*Ich habe schon gelernt.*
mới	nahe Vergangenheit (kürzlich / gerade erst)	Con | mới | học | bài | xong. *ich (Kind) | Adverb (kürzlich) | lernen | Lektion | fertig*	*Ich bin gerade mit dem Lernen fertig.*
đang	augenblickliches Andauern (gerade dabei sein, etwas zu tun)	Con | đang | học | bài. *ich (Kind) | Adverb (jetzt/gerade) | lernen | Lektion*	*Ich lerne gerade.*
sắp	nahe Zukunft (bald geschehend)	Con | sắp | học | bài. *ich (Kind) | Adverb (bald) | lernen | Lektion*	*Ich werde bald lernen.*
sẽ	allgemeine Zukunft (zukünftig)	Con | sẽ | học | bài. *ich (Kind) | Adverb (werden) | lernen | Lektion*	*Ich werde lernen.*

Die genannten Temporaladverbien beziehen sich nicht nur auf eine bestimmte Zeitstufe wie z.B. Vergangenheit, sondern auch auf den Zeitpunkt des Geschehens. Der zeitliche Bezug wird dabei durch weitere Zeitangaben deutlicher, wie z.B. in den folgenden Beispielen durch ngày này năm sau:

Ngày này | năm sau, | tôi | đã | tốt nghiệp. *dieser Tag | nächstes Jahr | ich | Adverb (schon) | Abschluss machen*	*Heute in einem Jahr <u>werde</u> ich schon meinen Abschluss <u>machen</u>.*

Ngày này | năm sau, | tôi | mới | tốt nghiệp. *dieser Tag | nächstes Jahr | ich | Adverb (kürzlich) | Abschluss machen*	*Heute in einem Jahr werde ich meinen Abschluss gerade gemacht haben.*
Ngày này | năm sau, | tôi | đang | tốt nghiệp. *dieser Tag | nächstes Jahr | ich | Adverb (jetzt/gerade) | Abschluss machen*	*Heute in einem Jahr mache ich gerade meinen Abschluss.*
Ngày này | năm sau, | tôi | sắp | tốt nghiệp. *dieser Tag | nächstes Jahr | ich | Adverb (bald) | Abschluss machen*	*Heute in einem Jahr werde ich bald meinen Abschluss machen.*

Anmerkungen

- đã und rồi bedeuten jeweils *schon* und drücken den Aspekt der allgemeinen Vergangenheit aus. In bestimmten Kontexten können beide Adverbien zusammen vorkommen. Die vollendete Handlung wird dadurch ausdrücklich hervorgehoben:

  Con đã học bài rồi. *Ich habe schon gelernt.*

- Im vielen Fällen kann vừa oder vừa mới (*gerade erst*) alternativ für mới stehen:

  Em vừa (mới / vừa mới) gặp anh ấy. *Ich habe mich gerade mit ihm getroffen.*

Zeitangaben		**Beispiele**	
hôm kìa	*vorvorgestern*	Hôm kìa, chị ấy còn ở đây.	*Vorvorgestern war sie noch hier.*
hôm kia	*vorgestern*	Hôm kia, bà ấy đi Hà Nội.	*Vorgestern ist sie nach Hanoi gefahren.*
hôm qua	*gestern*	Hôm qua, anh ấy ở nhà.	*Gestern blieb er zu Hause.*
hôm nay	*heute*	Hôm nay, cô ấy đến.	*Heute kommt sie.*
bây giờ	*jetzt*	Bây giờ, cháu đi học.	*Jetzt gehe ich lernen.*
ngày mai	*morgen*	Ngày mai, mẹ em về.	*Morgen kehrt meine Mutter zurück.*
ngày kia	*übermorgen*	Ngày kia, ông ấy đi làm.	*Übermorgen geht er arbeiten.*
ngày kìa	*überübermorgen*	Ngày kìa là sinh nhật tôi.	*Überübermorgen ist mein Geburtstag.*

Anmerkungen

- In vielen Situationen werden die Temporaladverbien und die Zeitangaben gleichzeitig benutzt, um das beschriebene Geschehen zeitlich genau zu definieren:

  Hôm qua, con đã học bài (rồi). *Gestern habe ich schon gelernt.*

- In vielen Fällen kann der zeitliche Bezug durch den Kontext, also ohne Temporaladverbien oder Zeitangaben angezeigt werden:

Cô ấy bị tai nạn. *(vergangen)*	*Sie hat(te) einen Unfall.*
Trái đất quay quanh mặt trời. *(unveränderte Regel)*	*Die Erde dreht sich um die Sonne.*
Trời mưa. *(Zustand, passiert gerade)*	*Es regnet.*
Nếu con không uống thuốc thì con không thể khỏi bệnh. *(konditional, auf die Zukunft bezogen)*	*Wenn du keine Medizin nimmst, kannst du nicht gesund werden.*

Zusammengefasste Darstellung des Zeitaspekts

		Vergangenheit	Gegenwart	Zukunft	
Temporaladverbien	đã / rồi	mới / vừa vừa mới	đang	sắp	sẽ
Zeitangaben		hôm qua hôm kia hôm kìa	hôm nay bây giờ ngày kìa	ngày mai ngày kia	

Übungen

1. Finden Sie zeitliche Ausdrücke im Text und ordnen Sie sie nach Kategorien.

Học tiếng Việt

Tôi tên là Patrick. Tôi là người Đức. Năm sau, tôi sẽ đến Việt Nam. Tôi sẽ làm việc ở Hà Nội. Hiện tại, tôi đang học tiếng Việt. Tuần trước, tôi đã học phát âm. Tuần này, tôi mới bắt đầu học bài một. Tiếng Việt khó lắm. Bạn tôi là Jörg. Anh ấy đã học tiếng Việt cách đây (cách đây: hier: *vor*) ba năm. Bây giờ, anh ấy nói tiếng Việt rất giỏi. Anh ấy sắp về Việt Nam. Anh ấy sẽ sống ở Sài Gòn.

Temporaladverbien	Zeitaspekt	Zeitangaben
đã học	vergangen, vollendet	tuần trước, …

2. Beantworten Sie anhand des Textes aus Übung 1 folgende Fragen auf Vietnamesisch.

1. Wann ist Patrick in Vietnam?
2. Was wird er in Hanoi machen?
3. Was macht Patrick derzeit?
4. Was hat er letzte Woche gelernt?
5. Welche Lektion hat er gerade in dieser Woche angefangen?
6. Wie heißt sein Freund?
7. Wie lange hat sein Freund Vietnamesisch gelernt?
8. Wie sind Jörgs Vietnamesischkenntnisse derzeit?
9. Was macht Jörg bald?
10. Wo wird Jörg leben?

3. Setzen Sie die Temporaladverbien *đã, đang* oder *sẽ* ein.

1. Hôm qua, tôi ________________ đi chợ.
2. Ngày mai, em tôi ________________ thi.
3. Bây giờ, bố tôi ________________ đi công tác.
4. Hôm kia, chị tôi ________________ đi làm.
5. Ngày kìa, bà tôi ________________ thăm tôi.

4. Bilden Sie Sätze aus den vorgegebenen Teilen.

1. đã / ông Quang / chị Hà / gặp ________________________________.
2. nhà / mẹ / về / mới ________________________________.
3. lập / ông ấy / sắp / gia đình ________________________________.
4. Pháp / rồi / anh Hải / đi ________________________________.
5. đọc / con / báo / đang ________________________________.
6. là / cô Hương / nổi tiếng / sẽ / ca sĩ ________________________________.

5. Wählen Sie jeweils die richtige Übersetzung aus.

1. Ich bin gerade erst zwei Tage in Da Lat.
   a. Tôi đang ở Đà Lạt hai ngày.
   b. Tôi đã ở Đà Lạt hai ngày.
   c. Tôi mới ở Đà Lạt hai ngày.

2. Er fliegt bald für drei Monate nach Deutschland.
   a. Anh ấy mới đi Đức ba tháng.
   b. Anh ấy sắp đi Đức ba tháng.
   c. Anh ấy sẽ đi Đức ba tháng.

3. Sie wird fünf Jahre dort arbeiten.
   a. Cô ấy sẽ làm ở đó một năm.
   b. Cô ấy sắp làm ở đó một năm.
   c. Cô ấy đã làm ở đó một năm.

9 Passivbildung mit *được* und *bị*

Im Deutschen wird das Passiv durch die Konjugation des Verbs gebildet. Im Vietnamesischen wird der passivische Sinn stattdessen durch bestimmte Wörter zum Ausdruck gebracht. Typische Wörter hierfür sind zum Beispiel das Verb được oder bị. Durch diese Verben wird einerseits angezeigt, dass dem handelnden Subjekt nicht die aktive Tätigkeit zufällt. Andererseits wird dadurch die subjektive Bewertung des Handlungsträgers oder des Sachverhaltes positiv (được) oder negativ (bị) ausgedrückt. Der Handlungsverursacher muss nicht unbedingt genannt werden.

Verb	Beispiele	
được	Tôi được khen.	*Ich wurde gelobt.*
	Chú ấy được tăng lương.	*Sein Gehalt wurde erhöht.*
	Em được bạn trai tặng quà.	*Ich wurde von meinem Freund beschenkt.*
	Con mèo được cứu.	*Die Katze wurde gerettet.*
	Cái xe đạp này được sửa xong rồi.	*Das Fahrrad wurde schon (fertig) repariert.*
bị	Cô ấy bị mất cắp.	*Sie wurde bestohlen.*
	Cái thư này bị trả lại.	*Dieser Brief wurde zurückgegeben.*
	Nó bị mẹ phạt.	*Er/sie wurde von seiner/ihrer Mutter bestraft.*
	Anh ấy bị người yêu bỏ.	*Er wurde von seiner Partnerin verlassen.*
	Cháu bị người quen lừa.	*Ich wurde von einem Bekannten betrogen.*

Im Passivsatz steht die verursachende Person (a) oder Sache (b) hinter được oder bị:

Mẹ tôi mua lại cái đồng hồ này. (b)
Meine Mutter hat diese Uhr abgekauft.

Cái đồng hồ này được mẹ tôi mua lại.
Diese Uhr wurde von meiner Mutter abgekauft.

Xe máy đâm em ấy. (a)
Ein Moped hat ihn/sie angefahren.

Em ấy bị xe máy đâm.
Er/sie wurde von einem Moped angefahren.

Wenn im Aktivsatz zwei Objekte (direkt und indirekt) vorhanden sind, kann das Objekt, welches direkten Bezug auf die Handlungsperson oder Handlungssache hat, im Passivsatz mit được oder bị zum Subjekt werden:

Hùng tặng mẹ một bông hoa. (c)
Hùng tặng cho mẹ một bông hoa. (d)
Hung schenkt seiner Mutter eine Blume.

Mẹ được Hùng tặng một bông hoa.
Mẹ được Hùng tặng cho một bông hoa.
Seine Mutter wird von Hung mit einer Blume beschenkt.

mẹ wird bei (c) als direktes Objekt bezeichnet, während es bei (d) in Verbindung mit der Präposition als indirektes Objekt angesehen wird. Trotzdem wird mẹ im Passivsatz zum Subjekt.

Anmerkung

- Wenn das Verb im Aktivsatz mit einer Präposition zusammen gesetzt wird, hinter der eine direkt einbezogene Handlungsperson oder Handlungssache steht, wird diese Präposition im Passivsatz an das Verb angehängt:

  Hùng tặng cho mẹ một bông hoa. Mẹ được Hùng tặng cho một bông hoa.

Oft werden được und bị weggelassen, wenn das Ergebnis einer Handlung ausgedrückt wird. Wie im Deutschen handelt es sich dabei um ein sogenanntes »Zustandspassiv«:

Đồng hồ đeo tay này làm bằng bạc.	*Diese Armbanduhr ist aus Silber (gemacht worden).*
Số tiền đó đã tiêu hết.	*Das ganze Geld ist ausgegeben.*
Bài này đã học rồi.	*Diese Lektion wurde schon gelernt.*
Quả táo kia có thể hái.	*Dieser Apfel kann gepflückt werden.*

Für die zeitliche Betonung stehen temporale Adverbien im Passivsatz gewöhnlich vor được oder bị:

Cô ấy đã được tặng rất nhiều hoa. *Ihr wurden sehr viele Blumen geschenkt.*

Übungen

1. Bilden Sie Passivsätze.

1. một / tặng / được / hoa hồng đỏ / cô ấy / bông (Klassifikator für Blumen)
2. bôi / của tôi / bị / đôi giày / bẩn
3. được / em / hôm nay / nhập học
4. từ chối / anh ấy / bị
5. chị / tiền lương / được / ngày mai / nhận

Vokabelhilfe

nhập học hier: *für eine Schule zugelassen werden*

2. Setzen Sie *được* oder *bị* ein.

1. Tôi ________________ mất tiền.
2. Bà Hồng ________________ đưa đi bệnh viện Sài Gòn.
3. Nó ________________ thầy giáo đuổi học.
4. Cô ấy ________________ sếp cho nghỉ phép một tuần.
5. Lần đầu tiên, ông ấy ________________ đi du lịch bằng máy bay.
6. Hôm nay, anh ấy ________________ hàng xóm phàn nàn.
7. Em Lan đang buồn. Em ấy ________________ bạn trai bỏ.
8. Họ ________________ mời đến dự tiệc.

Vokabelhilfe

đuổi học *suspendieren*
lần đầu tiên *zum ersten Mal*

3. Formen Sie die Sätze ins Passiv um und benutzen Sie dabei *được* oder *bị*.

1. Bố cho em tôi một cái xe đạp mới. ______________________________.
2. Cô giáo khen em ấy. ______________________________.
3. Anh ấy mời chị tôi đi xi nê. ______________________________.
4. Mẹ mắng tôi. ______________________________.
5. Người ta tặng ông ấy ba triệu đồng. ______________________________.
6. Họ giúp đỡ cô ấy rất nhiều. ______________________________.
7. Ông giám đốc phê bình các nhân viên. ______________________________.
8. Người đàn ông đó đánh nó. ______________________________.

4. Korrigieren Sie die falschen Sätze. Achtung: Nicht alle Sätze enthalten Fehler.

1. Cái đài này được phá hỏng rồi.
2. Ông ấy bị vu oan.
3. Chiếc nhẫn đó làm bằng kim cương.
4. Cháu bị sếp tăng lương.
5. Tôi được mất cắp.
6. Bố tôi lái ô tô nhanh quá. Bố tôi bị cảnh sát (hier: *Verkehrspolizei*) phạt.

5. Ordnen Sie die passenden Sätze einander zu.

1. Bạn Thành không làm bài tập.
2. Hôm nay là sinh nhật em Thảo.
3. Ngôi nhà này rất cổ.
4. Em ấy đi xe máy quá nhanh.
5. Tối ngày kia bạn Hương có hẹn.
6. Tôi mới mua cái xe đạp.

a. Nó đã được xây dựng từ năm 1914.
b. Em ấy bị cảnh sát phạt.
c. Bạn ấy sẽ được mời đi xem phim.
d. Bạn ấy bị thầy giáo phê bình.
e. Hôm qua, nó đã bị ăn cắp.
f. Em ấy được tặng nhiều quà.

6. Übersetzen Sie folgende Sätze ins Vietnamesische.

1. Heute habe ich vom Lehrer die Note 10[2] bekommen.
2. Gestern wurde mein älterer Bruder entlassen.
3. Jeden Tag wird meine kleine Schwester von meiner Mutter zur Schule gefahren.
4. Im nächsten Monat wird mein Vater in ein hohes Amt eingesetzt.
5. Gestern Abend wurde das Portemonnaie meiner Großmutter gestohlen.

Vokabelhilfe

ich	tôi
entlassen	*hier:* đuổi việc
zur Schule	*hier:* đi học
fahren	*hier:* đưa
in ein hohes Amt eingesetzt	lên chức
gestohlen werden	*hier:* lấy cắp

[2] in Vietnam die beste Note für eine schulische Leistung (in Punktzahlen)

10 Richtungsverben

Die Richtungsverben nehmen eine Sonderstellung im Vietnamesischen ein, da sie als Verben sowohl die Bewegung als auch die Richtung der Bewegung anzeigen.

Richtungs-verb	Verwendung	Beispiele
đến / tới	sich zu einem Ort hin bewegen	Cháu ấy đến trường. *Er/sie kommt zur Schule.*
đi	sich von einem Ort weg bewegen	Cô ấy đi. *Sie geht.*
lại	sich zu einem Ausgangspunkt hin bewegen	Con lại đây với mẹ! *Komm hierher zu mir!*
lên	sich auf einen höheren Punkt hoch bewegen	Bố tôi lên sân thượng. *Mein Vater geht auf eine Dachterrasse.*
qua / sang	sich von irgendwo zu einer anderen Seiten hin bewegen (auch Grenzüberschreitungen)	Em ấy qua Pháp. *Er/sie fährt nach Frankreich.*
ra	sich von innen nach außen bewegen	Ông ấy ra đồng. *Er geht aufs Feld.*
vào	sich von außen nach innen bewegen	Bà ấy vào nhà. *Sie geht ins Haus.*
về	sich zu einem Ausgangspunkt hin bewegen	Chú ấy về nhà rồi. *Er ist schon nach Hause gefahren.*
xuống	sich auf einen niedrigeren Punkt herunter bewegen	Anh ấy xuống tầng hầm. *Er geht in den Keller.*

Anmerkungen

- lại wird selten benutzt und kann die gleiche Bedeutung haben wie đi (*gehen*), đến/tới (*kommen*) oder về (*zurückkehren/heimkehren*):

  Anh lại chỗ đó một chút. — *Ich gehe kurz dahin.*
  Mời anh lại nhà tôi. — *Bitte kommen Sie zu uns.*
  Ngày mai, con sẽ lại nhà. — *Morgen werde ich heimkehren.*

- đến wird häufig im Norden Vietnams verwendet, tới im Süden Vietnams.

Die oben genannten Richtungsverben können auch als Hilfswörter für andere Wörter verwendet werden und diese als Komplement der Richtung ergänzen. Nachfolgend werden verschiedene Verwendungsmöglichkeiten dargestellt.

In Verbindung mit Verben stehen Richtungsverben als Hilfswörter hinter Hauptverben. Werden für Hauptverben keine Objekte gebraucht, drückt das Komplement die Richtung allgemein aus (s. folgende Beispiele ohne Objekt). Um das Ziel einer Handlung zu verdeutlichen, werden Objekte benötigt. Die einbezogenen Objekte befinden sich im Satz an unterschiedlichen Stellen. Im Folgenden werden konkrete Fälle dargestellt.

Einige Verben können allein mit Hilfswörtern (Richtungsverben) und ohne Objekt stehen und geben den situativen Kontext trotzdem klar wieder. Mit Objekten verbunden wird das Ziel der Richtung deutlicher angezeigt. Hier stehen die Objekte nach den Hilfswörtern:

Verben		**ohne Objekt**	**mit Objekt**
bước	*schreiten, gehen*	bước đến Anh Hùng bước đến. *Hung tritt vor.*	bước đến cái tủ Anh Hùng bước đến cái tủ. *Hung geht zum Schrank.*
chạy	*laufen*	chạy ra Thằng bé chạy ra. *Der Junge läuft hinaus.*	chạy ra sân Thằng bé chạy ra sân. *Der Junge läuft auf den Hof.*
nhìn	*sehen, schauen, blicken*	nhìn xuống Nó nhìn xuống. *Er/sie blickt nach unten.*	nhìn xuống đất Nó nhìn xuống đất. *Er/sie blickt auf den Boden.*

Ähnliche Verwendung finden z.B. bay (*fliegen*), bò (*kriechen*), chui (*schlüpfen*), ngó (*sehen/schauen*), nhảy (*springen*) usw.

Die anderen Verben brauchen unbedingt ein Objekt, um die Sprechsituation deutlich zu machen. Ein direktes Objekt bezieht sich auf eine Person oder eine Sache, die mittelbar in eine Handlung einbezogen ist. Es steht gewöhnlich zwischen Hauptverb und Hilfswort (Richtungsverb). Um eine weitere Information für die Handlung (hier Zielrichtung) zu ergänzen, wird ein indirektes Objekt nach dem Hilfswort platziert. Hier können zwei Objekte gleichgesetzt werden.

Verben		**direktes Objekt**	**indirektes Objekt**
cầm	*nehmen*	Vy cầm cái túi lên. *Vy nimmt die Tasche hoch.*	Vy cầm cái túi lên tầng 1. *Vy nimmt die Tasche auf die erste Etage.*
đưa	*bringen*	Anh ấy đưa tôi về. *Er bringt mich zurück.*	Anh ấy đưa tôi về nhà. *Er bringt mich nach Hause.*
mang	*bringen, tragen*	Tôi mang hành lý vào. *Ich bringe das Gepäck hinein.*	Tôi mang hành lý vào phòng khách. *Ich bringe das Gepäck ins Wohnzimmer.*

Ähnliche Beispiele sind đem (*bringen*), khênh / khiêng / khuân (*eine schwere Sache tragen*), xách (*eine leichte Sache tragen*) usw.

Im übertragenen Sinne bringen Komplemente der Richtung (Richtungsverben) den situativen Kontext zum Ausdruck:

Nó gầy đi nhiều. — *Er/sie ist viel schlanker.*
Ông ấy không nói lại được với bà ấy. — *Er kann ihr nichts entgegensetzen.*
Họ mới kiểm tra qua giấy tờ. — *Sie haben die Unterlagen erst grob geprüft.*

Die Kombination aus Richtungsverb und den Präpositionen dưới (*unter, runter*), ngoài (*außen*), trên (*auf/über*), trong (*in*) wird den Ausdrücken der Richtung deutlich vorgezogen.

Präpositionen	Beispiele	
dưới	Em xuống dưới tầng một.	*Ich gehe in die erste Etage.*
ngoài	Em ra ngoài sân.	*Ich gehe auf den Hof.*
trên	Em lên trên tầng hai.	*Ich gehe in die zweite Etage.*
trong	Em vào trong nhà.	*Ich gehe ins Haus.*

Übungen

1. Bilden Sie vollständige Sätze.

Bây giờ, ông đi đâu?

1. ông, lầu (lên) — *Ông lên lầu.*
2. cô ấy, thư viện (đi) ______________________.
3. mẹ, bếp (vào) ______________________.
4. chú ấy, quê (về) ______________________.
5. anh, tầng 1 (xuống) ______________________.
6. bà ấy, bệnh viện (đến) ______________________.
7. chị, đằng kia (lại) ______________________.
8. tôi, đường (qua) ______________________.
9. em ấy, ban công (ra) ______________________.

2. Setzen Sie die Präpositionen *trên, dưới, trong* oder *ngoài* in die Lücken ein.

1. Ông mới ra ______________ ruộng rồi.
2. Mẹ đang lên ______________ tầng thượng.
3. Anh ấy vừa vào ______________ nhà.
4. Con đang xuống ______________ hầm.
5. Bố vào ______________ bếp.
6. Chị ấy đang xuống ______________ lầu hai.
7. Em cháu mới ra ______________ phố.
8. Cháu sắp lên ______________ sân thượng.

3. Finden Sie jeweils die passende Übersetzung.

1. Con đã đi về nhà rồi. ( )
2. Anh ấy nhảy lên xe buýt. ( )
3. Tại sao bà chạy đến đây? ( )
4. Bố cháu vừa mới đi ra vườn. ( )
5. Thằng nhỏ sắp chạy qua đường. ( )
6. Mẹ chạy đi bưu điện một chút. ( )
7. Bà bước lại đây. ( )
8. Cô tới bệnh viện một mình à? ( )
9. Chị ấy đang đi vào thư viện. ( )
10. Khi nào cháu sẽ sang Anh? ( )
11. Cháu bé sắp bò xuống đất. ( )

a. *Sind Sie allein ins Krankenhaus gegangen?*
b. *Sie geht gerade in die Bibliothek.*
c. *Kommen Sie bitte hierher.*
d. *Das Baby wird bald auf dem Boden kriechen.*
e. *Ich bin schon zu Hause.*
f. *Wann fliegst du nach England?*
g. *Der kleine Junge läuft bald über die Straße.*
h. *Warum sind Sie hierher gelaufen?*
i. *Mein Vater ist gerade erst in den Garten gegangen.*
k. *Er springt in den Bus.*
l. *Ich fahre (gehe) kurz zur Post.*

4. Ordnen Sie die passenden Ausdrücke einander zu.

1. đi đến nhà bạn	*auf die Straße gehen*
2. về Việt Nam	*unterirdisch gehen*
3. vào trong phòng ngủ	*ins Taxi steigen*
4. đi sang sông	*ins Haus klettern*
5. đi xuống dưới lòng đất	*ins Schlafzimmer gehen*
6. ra ngoài đường	*in den Himmel fliegen*
7. lên tắc xi	*einen Fluss überqueren*
8. bay lên trên mặt đất	*die Treppe runter gehen*
9. leo vào nhà	*nach Vietnam zurückkehren*
10. bước xuống cầu thang	*zum Freund gehen*

5. Wo sind die Fehler? Korrigieren Sie sie.

1. Bà cụ ấy vừa đi ra trên phố rồi.
2. Thằng nhỏ đang leo lên vào tường.
3. Cháu bé mới chạy vào dưới phòng khách.
4. Đứa nhỏ sắp rơi xuống trong đất.

11 Modalverben

Wie im Deutschen stehen die Modalverben im Vietnamesischen gewöhnlich direkt vor dem Hauptverb. Sie drücken die Perspektive eines Geschehens in Bezug auf das Gesagte aus. Im Folgenden werden sie nach Kategorien geordnet.

Zum Ausdruck des Willens und Wünschens

Modalverb	Verwendung	Beispiele	
mong	hoffen, wünschen	Con mong thi đỗ.	*Ich hoffe, die Prüfung zu bestehen.*
muốn	möchten, wollen	Ông muốn đi dạo.	*Ich möchte spazieren gehen.*
thích	mögen	Em thích ăn kem.	*Ich mag gerne Eis essen.*

Zum Ausdruck der Notwendigkeit

Modalverb	Verwendung	Beispiele	
cần	benötigen, brauchen, nötig haben	Chú cần mua một chiếc xe máy mới.	*Ich habe es nötig, mir ein neues Moped zu kaufen.*
phải	müssen	Mẹ phải nghỉ ngơi.	*Du musst dich erholen.*
nên	sollen (Aufforderung)	Bà nên đi bệnh viện.	*Sie sollen ins Krankenhaus gehen.*

Zum Ausdruck der Möglichkeit/Fähigkeit

Modalverb	Verwendung	Beispiele	
có thể	können (Möglichkeit)	Anh có thể ở nhà.	*Ich kann zu Hause bleiben.*
biết	können (Fähigkeit)	Tôi biết nói tiếng Việt.	*Ich kann Vietnamesisch sprechen.*

Zum Ausdruck des Erleidens und Erhaltens (auch Erlaubnis)

Modalverb	Verwendung	Beispiele	
bị	im negativen Sinne	Chị ấy bị đau đầu.	*Sie hat Kopfschmerzen.*
được	im positiven Sinne	Cháu được nhận quà.	*Ich habe ein Geschenk bekommen.*

Anmerkungen

- được kann auch als *dürfen* im Sinne von *eine Erlaubnis haben* verwendet werden:

Trong thư viện không được mang đồ ăn.	*In die Bibliothek darf kein Essen mitgebracht werden.*
Hôm nay, tôi được về nhà muộn.	*Heute darf ich spät nach Hause gehen.*

- Es kommt häufig vor, dass mehrere Modalverben zusammen auftreten, z.B. cần phải, mong muốn, phải được usw. Dadurch wird eine Aussage stärker hervorgehoben:

Anh cần phải đến đúng giờ.	*Du musst (nötig) pünktlich kommen.*
Em mong muốn làm bác sĩ.	*Ich wünsche mir, Arzt zu werden.*
Trẻ nhỏ phải được đi học.	*Kleine Kinder müssen in die Schule gehen.*

- Zur Verneinung wird không vor das Modalverb gesetzt, bei có thể entfällt in diesem Fall die 1. Silbe:

Cháu ấy không muốn về nhà.	*Er/sie möchte nicht nach Hause gehen.*
Hương không thể hát bài này.	*Huong kann dieses Lied nicht singen.*

Übungen

1. Setzen Sie die richtigen Modalverben ein und verbinden Sie die Fragen mit den passenden Antworten. Folgende Modalverben stehen zur Verfügung: phải, có thể, thích, cần, được, mong, bị, nên, muốn, biết

1. Anh __________ lái xe ô tô không?
2. Bây giờ, cháu __________ làm gì?
3. Chú __________ hỏi ai?
4. Con __________ nhận quà gì?
5. Em __________ đi đâu?
6. Tôi __________ thuê nhà ở đâu?
7. Vì sao bà __________ gãy chân?
8. Mẹ __________ bao nhiêu tiền?
9. Sao ông ấy luôn __________ nghỉ ốm?
10. Tại sao anh ấy không __________ mua xe máy mới?

a. Mẹ cần hai triệu.
b. Vì tôi bị ngã.
c. Con được hai cái bút máy.
d. Em muốn về nhà.
e. Chú có thể hỏi giám đốc.
f. Vâng, em biết lái xe ô tô.
g. Cháu phải nghỉ ngơi.
h. Ông nên thuê nhà ở khu tập thể.
i. Vì anh ấy không thích tiêu tiền.
k. Vì ông ấy không muốn làm việc ở đó nữa.

1.	2.	3.	4.	5.	6.	7.	8.	9.	10.
f									

2. Was sagen Sie, wenn ...

1. Ihr Freund erkältet ist.
   a. Cậu muốn đi khám.
   b. Cậu có thể đi khám.
   c. Cậu nên đi khám.
2. Sie das Gericht »phở bò« bestellen möchten.
   a. Tôi biết đặt một bát phở bò.
   b. Tôi muốn đặt một bát phở bò.
   c. Tôi bị đặt một bát phở bò.
3. Sie schwimmen können.
   a. Cháu biết bơi.
   b. Cháu thích bơi.
   c. Cháu được bơi.

3. Verneinen Sie folgende Sätze.

Beispiel: Chú ấy có thể lái xe ô tô. → Chú ấy không thể lái xe ô tô.

1. Anh ấy muốn bay qua Ý. ______________________________.
2. Chị ấy biết nói tiếng Pháp. ______________________________.
3. Cô ấy được uống rượu. ______________________________.
4. Em thích mua cái áo len này. ______________________________.
5. Cô Hoa phải bỏ việc. ______________________________.
6. Cháu cần đi làm. ______________________________.
7. Họ nên lập gia đình. ______________________________.

4. Bilden Sie Sätze mit *bị* und *được*.

Beispiel: bà Hai (đau chân) → Bà Hai bị đau chân.

1. cụ ấy (ốm nặng) ______________________________.
2. em gái tôi (sốt cao) ______________________________.
3. cháu ấy (nhận bằng lái xe) ______________________________.
4. ông Thiều (đau đầu) ______________________________.
5. tôi (nghỉ ốm hai ngày) ______________________________.
6. mẹ (mệt) ______________________________.
7. cô Lan (đau răng) ______________________________.
8. họ (đậu xe ô tô ở đây) ______________________________.
9. chú Hoàng (chóng mặt) ______________________________.
10. nó (ngã) ______________________________.

5. Setzen Sie *cần*, *phải* oder *nên* in den folgenden Text ein.

Khi bạn bị cảm lạnh, bạn (1) ____________ làm gì? Cơ thể của bạn (2) ____________ được giữ ấm. Bạn không (3) ____________ uống hay ăn đồ ăn lạnh. Bạn có thể uống nước chè nóng hoặc ăn xúp. Nếu bạn bị sốt cao, bạn (4) ____________ đi khám ngay. Bác sĩ sẽ cho bạn đơn thuốc. Bạn (5) ____________ uống thuốc theo sự chỉ dẫn của bác sĩ. Nếu bạn muốn khỏi nhanh thì bạn (6) ____________ phải nghỉ ngơi.

12 Adjektive

A Gebrauch und Funktion

Adjektive der vietnamesischen Sprache beschreiben Lebewesen, Gegenstände, Handlungen oder Zustände, eine Eigenschaft oder bestimmte Merkmale. Ihre grammatischen Funktionen werden im Folgenden zusammengefasst:

1. Adjektive haben im Vietnamesischen verbale Eigenschaften und stehen in prädikativer Stellung ohne die Kopula *sein*:

Tôi thấp.	*Ich bin klein.*
Cái bàn này lớn.	*Dieser Tisch ist groß.*
Thời tiết xấu.	*Das Wetter ist schlecht.*

2. Zur Verdeutlichung eines prädikativen Adjektivs können unterschiedliche Adverbien angehängt werden:

Zeitlicher Bezug:

Ông nội tôi đã già.	*Mein Großvater (väterlicherseits) ist schon alt.*
Trời mới tối.	*Es ist gerade erst dunkel geworden.*
Họ đang chán nản.	*Sie sind gerade unmotiviert.*
Nó sắp giàu.	*Er/sie wird bald reich sein.*
Cô ấy sẽ hạnh phúc.	*Sie wird glücklich sein.*

Identität oder Wiederholung anzeigend, z.B. durch còn, vẫn oder vẫn còn (s. »Adverbien III«): Chiếc xe đạp này còn mới. *Dieses Fahrrad ist noch neu.*

Intensität bestimmend, z.B. durch rất, lắm, quá (s. folgenden Abschnitt): Con chó rất đẹp. *Der Hund ist sehr schön.*

Aufforderung bezeichend, z.B. durch hãy, đừng, chớ (s. »Adverbien I«):

Các con hãy chăm chỉ nhé!	*Seid (Kinder) fleißig!*
Em đừng buồn!	*Sei bitte nicht traurig!*

3. Ein näher beschreibendes Adjektiv in attributiver Funktion steht im Vietnamesischen nach dem Substantiv: con mèo trắng *die weiße Katze*

4. Viele Adjektive, die eine unbestimmte Menge beschreiben, haben eine adverbiale Funktion. Sie stehen gewöhnlich vor dem Substantiv wie z.B. đầy (*voll/viel*), đông (*voll*), đủ (*genügend/ausreichend*), nhiều (*viel*), ít (*wenig*) usw.:

Bà ấy có đầy tiền.	*Sie hat viel Geld.*
Nhà hàng đó rất đông khách.	*Dieses Restaurant ist sehr voll.*

B Steigerung der Adjektive

Eine vergleichende Formulierung wird im Vietnamesischen in verschiedene Stufen eingeordnet: die gleiche Intensität, die höhere Steigerungsstufe (Komparativ) und die Höchststufe (Superlativ). Für die Vergleichsformen werden Hilfswörter wie bằng oder như (*gleich wie / wie*) für die gleiche Intensität, hơn für die Steigerungsform und nhất für die superlativische Form gebraucht. Sie stehen gewöhnlich nach dem Adjektiv.

Die gleiche Intensität (Hilfswörter: *bằng / như*):

Anh cao bằng (như) tôi.	*Du bist so groß wie ich.*

Wie im Beispiel können bằng und như häufig synonym verwendet werden. In Redewendungen geht dies natürlich nicht:

Em đẹp như hoa.	*Du bist so schön wie eine Blume.*
Anh ấy chạy nhanh như gió.	*Er läuft so schnell wie der Wind.*
Anh Harry nói giống như người Việt.	*Harry spricht wie ein Vietnamese*
Một cộng một bằng hai.	*Eins plus eins gleich zwei.*

bằng oder như werden mit dem reziproken Wort nhau (*einander*) verbunden, um verglichene Subjekte nebeneinander zu stellen:

Anh cao 1 mét 80. Tôi cũng cao 1 mét 80. *Du bist 1,80m groß. Ich bin auch 1,80m groß.*	→	Anh và tôi cao bằng nhau / như nhau. *Du und ich sind gleich groß.* Chúng ta cao bằng nhau / như nhau. *Wir sind gleich groß.*

Das Verneinungswort không kann in einem Vergleichssatz entweder vor dem Verb oder vor dem Adjektiv stehen. Dies verändert nicht den Inhalt der Äußerung:

Tôi không chạy nhanh bằng (như) anh. Tôi chạy không nhanh bằng (như) anh.	*Ich laufe nicht so schnell wie Sie.*

Komparativ (Hilfswort: *hơn*)

Anh cao hơn tôi.	*Du bist größer als ich.*

In vielen Situationen kann das vergleichende Objekt weggelassen werden.

Hôm nay, trời ấm hơn.	*Es ist heute wärmer.*
Em thích bánh ngọt hơn.	*Ich mag lieber Kuchen.*

Superlativ (Hilfswörter: *nhất / hơn tất cả (hơn cả) / hơn hết*)

Anh ấy cao nhất.	*Er ist am größten.*
Anh ấy cao hơn tất cả. / Anh ấy cao hơn hết.	*Er ist der größte.*

C Komplement des Grades

Zur Betonung eines Grades werden im Vietnamesischen verstärkende Hilfswörter gebraucht. Meist sind dies Adverbien, von denen die häufigsten im Folgenden zusammengestellt sind. Einige davon stehen vor dem Adjektiv, z.B. hơi (*ein wenig*), khá (*ziemlich*) oder rất (*sehr/so*), die anderen werden entweder vor oder nach dem Adjektiv platziert, z.B. cực kì (*äußerst/richtig*), und quá (*zu, so/sehr, wirklich so / wirklich sehr*). Nur lắm (*sehr/so*) steht nach dem Adjektiv:

Hilfswort	Adjektive	Hilfswort	Beispiele	
cực kì	nóng		Ngày mai, thời tiết sẽ cực kì nóng.	*Morgen wird es äußerst heiß.*
	lạnh	cực kì	Mùa đông ở Nga lạnh cực kì.	*Der Winter in Russland ist richtig kalt.*
hơi	mệt		Bây giờ, chị hơi mệt.	*Jetzt bin ich ein wenig müde.*
khá	nhiều		Anh làm việc khá nhiều.	*Du arbeitest ziemlich viel.*
	hay	lắm	Bài hát đó nghe hay lắm.	*Das Lied hört sich sehr schön an.*
quá	ngon		Quả bưởi này quá ngon.	*Die Pampelmuse ist so lecker.*
	nhanh	quá	Em ấy chạy nhanh quá.	*Er/sie läuft wirklich sehr schnell.*
rất	đẹp		Cô ấy trông rất đẹp.	*Sie sieht sehr schön aus.*

Anmerkungen

- Die Verneinung mit không wird nur bei lắm gebraucht. không tritt vor das Adjektiv:

  Tôi mệt lắm.
  Ich bin sehr müde.

  Tôi không mệt lắm.
  Ich bin nicht so müde.

  Andere entgegengesetzte Formulierungen können wie folgt gebildet werden:

  Tôi cực kì mệt.
  Ich bin äußerst müde.

  Tôi không mệt.
  Ich bin nicht müde.

  Tôi không mệt lắm.
  Ich bin nicht so müde.

- Als Adjektiv bedeutet khá im engeren Sinne *ausreichend* in Bezug auf die Leistung, kann aber umgangssprachlich auch *gut* oder *nicht schlecht* bedeuten. Wird lắm adjektivisch benutzt, bekommt es die Bedeutung *viel*:

Em ấy được xếp loại khá.	*Seine/ihre Leistungen wurden als ausreichend eingestuft.*
Cô ấy làm việc rất khá.	*Sie arbeitet sehr gut.*
Tại sao cô ấy nhận lắm việc thế? (thế: Partikel zur Betonung, s. S. 74)	*Warum hat sie so viele Aufgaben angenommen?*

- quá kann auch die Überschreitung eines normalen Maßes ausdrücken:

Chị ấy làm việc rất nhiều.	*Sie arbeitet sehr viel.*
Chị ấy làm việc nhiều quá.	*Sie arbeitet zu viel.*

- In attributiver Funktion kann ein Adjektiv im positiven Fall nur durch rất und im negativen nur durch lắm ergänzt werden:

Đó là một cái bàn rất lớn.	*Das ist ein sehr großer Tisch.*
Đó là một cái bàn không lớn lắm.	*Das ist ein nicht sehr/so großer Tisch.*

Übungen

1. Bilden Sie jeweils das Komplement des Grades.

1. Ông Quế nói tiếng Pháp giỏi. (rất) — *Ông Quế nói tiếng Pháp rất giỏi.*
2. Em Trung học kém. (quá) ____________________.
3. Cô ấy viết đẹp. (cực kì) ____________________.
4. Chị Hiền nấu ngon. (lắm) ____________________.
5. Cháu ấy bơi nhanh. (khá) ____________________.
6. Bà Loan gầy. (hơi) ____________________.
7. Cái áo này cũ. (quá) ____________________.
8. Ngôi nhà đó bẩn. (cực kì) ____________________.

2. Bilden Sie Sätze mit *bằng (như)*, *hơn* und *nhất*.

Beispiel: chật: phòng tắm – phòng bếp → Phòng tắm chật *bằng* (như) phòng bếp.
Phòng tắm chật *hơn* phòng bếp.
Phòng tắm chật *nhất*.

1. rộng: nhà này – nhà kia
2. tốt: bàn gỗ – bàn nhựa
3. thấp: em Lan – em Ly
4. trẻ: Peter – Patrick

3. Formulieren Sie neue Sätze mit *hơn*, ohne den Inhalt zu verändern.

1. Phim này không hay như phim kia. (chán) — *Phim này chán hơn phim kia.*
2. Bạn tôi gầy hơn tôi. (béo) ____________________.
3. Phở gà không ngon bằng phở bò. (dở) ____________________.
4. Nó chạy không chậm như cậu. (nhanh) ____________________.
5. Cô giáo trông già hơn chồng cô ấy. (trẻ) ____________________.
6. Bạn Hà học không giỏi như bạn Trà. (kém) ____________________.
7. Gia đình họ nghèo hơn gia đình em. (giàu) ____________________.
8. Bạn không cao bằng tớ. (thấp) ____________________.
9. Cái áo này không đẹp bằng cái kia. (xấu) ____________________.

4. Verbinden Sie die passenden Fragen und Antworten miteinander.

1. Xe đạp, xe máy, xe ô tô, xe nào nhanh nhất?
2. Phở bò và phở gà, món nào ngon hơn?
3. Lan cao 1m60. Linh cũng cao 1m60. Ai cao hơn?
4. Hùng chạy 10 km trong vòng 36 phút. Hoàng chạy 10 km trong vòng 37 phút. Hiển chạy 10 km trong vòng 39 phút. Người nào chạy nhanh hơn hết?
5. Mùa đông và mùa xuân, mùa nào ấm hơn?
6. Bạn tôi và tôi, ai trẻ hơn?
7. Liễu, Loan, Linh, ai xinh hơn cả?
8. Thứ bảy và chủ nhật, ngày nào em rỗi hơn?

a. Hùng chạy nhanh hơn hết.
b. Linh xinh hơn cả.
c. Các bạn đều trẻ như nhau. (đều: hier *beide*, s. S. 69)
d. Phở bò ngon hơn.
e. Mùa xuân ấm hơn.
f. Chủ nhật em rỗi hơn.
g. Xe ô tô nhanh nhất.
h. Họ cao bằng nhau.

1.	2.	3.	4.	5.	6.	7.	8.

5. Setzen Sie *nhau, hơn, cao, nhất, giống, hay, như, rộng, bằng* oder *mới* ein.

1. Bức tượng này cổ ____________________ bức tượng kia.
2. Cô ấy cười tươi ____________________ hoa.
3. Anh Hải nói tiếng Anh ____________________ như người Anh.
4. Thịt bò đắt ____________________ thịt gà.
5. Chị ấy hát ____________________ như ca sĩ chuyên nghiệp.
6. Trong lớp, em ấy học giỏi ____________________.
7. Bia 333 và bia Hà Nội giá bằng ____________________.
8. Phòng khách không ____________________ bằng phòng ngủ.
9. Hai người ấy ____________________ như nhau.
10. Xe máy của tôi ____________________ hơn xe đạp của anh.

6. Übersetzen Sie folgende Sätze ins Deutsche.

1. Bác hãy vui lên!
2. Tôi đang mệt.
3. Trời sắp lạnh rồi.
4. Cô ấy đã rất nghèo.
5. Họ vẫn bận.
6. Em chớ buồn.
7. Mọi chuyện sẽ tốt đẹp.
8. Ở đây rất ít người đi lại.

Vokabelhilfe

lên	hier als Partikel am Satzende, um jemanden zu motivieren
mọi chuyện	*alles*
tốt đẹp	*gut*
ít người đi lại	hier: *wenige Leute entlang*

13 Adverbien I

Wie im Deutschen haben Adverbien im Vietnamesischen die Funktion eines Umstandswortes. Durch sie werden die Umstände eines Ereignisses oder einer Handlung näher beschrieben. Dabei können sie u.a. zeitliche, modale und graduierende Eigenschaften ausdrücken. Adverbien beziehen sich immer auf andere Wörter wie Substantive, Pronomen, Verben, Adjektive oder Adverbien. Ihre Funktion sowie ihre Bedeutung sind sehr vielseitig. Im Unterschied zum Deutschen stehen die Adverbien im Vietnamesischen meistens vor dem Prädikat und hinter dem Subjekt. Gelegentlich kommen sie aber auch am Satzende vor. In diesem und den zwei folgenden Kapiteln werden die meistgebrauchten adverbialen Gruppen kategorisiert und in Tabellen dargestellt.

A Adverbien der Verneinung

Die Adverbien không, chẳng und chưa haben eine negierende Funktion und können mit verschiedenen Wortarten kombiniert werden. Wenn einzelne Wörter betont werden sollen, stehen die Negationsadverbien in der Regel direkt vor diesen.

Die Verwendung von không und chẳng ist ähnlich: Sie stehen für die absolute Verneinung. Im Gegensatz dazu wird chưa verwendet, wenn eine Änderung des Sachverhalts immer noch möglich ist. Die verneinende Bedeutung ist hier nur relativ.

in Verbindung mit	*không / chẳng*	*chưa*
Substantiven	Không/Chẳng một bóngngười xuất hiện. *Hier ist keine Menschenseele.*	selten
Interrogativpronomen (in der Funktion von Indefinitpronomen)	Không ai ngủ ở đây. *Niemand schläft hier.*	Chưa ai ngủ ở đây. *Hier schläft noch keiner.*
Verben	Anh ấy không đi làm. *Er geht nicht arbeiten.*	Anh ấy chưa đi làm. *Er ist noch nicht zur Arbeit gegangen.*
Adjektiven	Tôi không mệt. *Ich bin nicht müde.*	Tôi chưa mệt. *Ich bin noch nicht müde.*
Adverbien	Cháu không hay đi Mỹ. *Ich fliege nicht häufig nach Amerika.*	Cháu chưa từng đi Mỹ. *Ich bin noch nie in Amerika gewesen.*

B Adverbien der Aufforderung

Wird ein Rat (chớ, đừng, hãy), eine Bitte (hãy), eine Aufforderung (chớ, đi, hãy), eine Warnung (chớ, đừng) oder ein Verbot (đừng) formuliert, gebraucht man die angegebenen Adverbien. Durch sie wird die Aufforderung zum Ausdruck gebracht. chớ, đừng und hãy stehen häufig nach dem Subjekt, nur đi steht am Satzende. Wenn die angesprochene Person/Personengruppe oder Tiere bekannt bzw. aus dem Kontext erschließbar sind, können sie weggelassen werden.

Adverbien	Beispiele	
chớ	Cậu chớ đến muộn!	*Komm bitte nicht zu spät!*
đi	Chúng mình đi ăn trưa đi!	*Gehen wir Mittag essen!*
đừng	Anh đừng hút thuốc ở đây!	*Rauch bitte nicht hier!*
hãy	Con hãy dậy sớm!	*Du (Kind), steh bitte früh auf!*

Anmerkungen:

- Für eine verstärkende Formulierung kombiniert man hãy und đi miteinander:

  Em hãy đi tìm một công việc cho mình đi! *Such dir einen Job, bitte!*

- Auch das Adverb đừng wird in besonderen Fällen mit nữa verbunden, um die Aufforderung zu betonen:

  Ông đừng uống rượu nữa! *Bitte trink keinen Schnaps mehr!*

Übungen

1. Übersetzen Sie ins Deutsche.

1. Tôi không đói.
2. Chưa ai về nhà à?
3. Em chẳng bao giờ đi xi nê.
4. Anh ấy chưa từng lái ô tô.
5. Không món ăn nào ngon như ở đây.
6. Con chưa mua tủ lạnh.
7. Cô ấy chẳng buồn.
8. Họ chẳng hay ăn ở nhà.
9. Anh không mua xe đạp mới.
10. Chẳng nơi nào đẹp như nơi này.
11. Nó không thường về nhà muộn.
12. Chú chẳng muốn vay tiền.
13. Cháu chưa no.
14. Ông chẳng thích xem ti vi.
15. Chị chưa bao giờ đi du lịch ở châu Âu.
16. Cô không bán nhà.

Vokabelhilfe

chẳng bao giờ	*niemals, nie*
chưa từng	*noch nie*
món ăn	*Gericht, Essen*
tủ lạnh	*Kühlschrank*
vay	*leihen*

2. Sortieren Sie die Sätze aus Übung 1 in folgende Kategorien ein.

vor Indefinit-/ Interrogativ-pronomen	vor Verben	vor Adjektiven	vor Adverbien
Không đâu thoải mái như ở nhà.	Em chưa ăn sáng.	Tôi không vui.	Cháu chẳng hay giận.

3. Bilden Sie Aufforderungsformen.

a) hãy

1. Chị chờ em một chút.
2. Cháu nghe lời bác.
3. Em ngồi xuống.

b) đi

1. Em đến nhà anh.
2. Cháu ăn.
3. Các bạn vỗ tay.

c) chớ

1. Các con uống nước lã.
2. Anh lấy tiền của em.
3. Chú kể chuyện đó.

d) đừng

1. Các cậu đánh bạn ấy.
2. Mẹ làm nhiều quá.
3. Chị ăn kiêng.

e) hãy – đi

1. Các anh chị vào nhà.
2. Em nấu cơm.
3. Con đi ngủ sớm.

f) đừng – nữa

1. Anh hút thuốc lá.
2. Các em đi học muộn.
3. Bố uống rượu.

Vokabelhilfe

nghe lời	*gehorchen*
vỗ tay	*klatschen*
nước lã	*noch nicht gekochtes Wasser*
ăn kiêng	*Diät machen*
nấu cơm	hier: *Essen machen*

4. Übersetzen Sie ins Deutsche.

1. Hãy im lặng!
2. Đừng nói to ở đây!
3. Dậy đi!
4. Chớ ăn nhiều!
5. Hãy đứng lên đi!
6. Đừng nói nữa!

5. Ordnen Sie die folgenden Wörter zu Sätzen.

1. không / ở / anh / muốn / hôm nay / nhà
2. chẳng / thích / cô ấy / ai
3. chưa / công việc đó / nhận / em
4. không / tôi / và / không / may mắn / hạnh phúc
5. chẳng / tưởng / chị / như / em / gầy

6. Setzen Sie *hãy, đi* oder *hãy ... đi* in die Lücken ein.

1. Trời đã khuya. Anh ____________ lái xe cẩn thận!
2. Nước chè xanh ngon lắm. Cháu uống ____________!
3. Đừng xem vô tuyến nữa. ____________ học bài ____________!
4. Phim bắt đầu chiếu lúc 20 giờ 15. Chúng ta đi ____________!
5. Các em ____________ đọc to bài 1!

Vokabelhilfe

lái xe	hier: *fahren* (Auto)
to	hier: *laut*

7. Formen Sie die folgenden Sätze um.

Beispiel: Cháu không nên ăn quả xanh. → Cháu đừng ăn quả xanh.

1. Cháu không nên đi một mình ban đêm. ____________________.
2. Chị không nên để nhiều tiền trong ví. ____________________.
3. Em không nên thức quá khuya. ____________________.
4. Anh không nên lái ô tô nhanh quá. ____________________.
5. Chú không nên nói dối vợ chú. ____________________.

Vokabelhilfe

ban đêm	*Nacht*

8. Was sagen Sie, wenn ...

1. Ihre Tochter früh ins Bett gehen muss.
2. Ihr Kollege morgen nicht spät kommt.
3. Ihr Sohn keinen Alkohol mehr trinkt.
4. alle (Familienmitglieder) heute Abend ins Kino gehen.
5. Ihr Mann nicht schnell fährt.

Vokabelhilfe

Ihre Tochter, Ihr Sohn	*hier:* con *(Anredeform)*
ins Bett gehen	đi ngủ
Ihr Kollege, Ihr Mann	*hier:* anh *(Anredeform)*
Alkohol	rượu
alle (Familienmitglieder)	cả nhà

14 Adverbien II

A Adverbien der Zeit

Wie bereits im Kapitel »Der Zeitaspekt der Verben« dargestellt, bezeichnen die temporalen Adverbien einen bestimmten Zeitaspekt. Ihre Position im Satz ist sehr variabel. Sie können vor dem Adjektiv (a), vor anderen Adverbien (b; verstärkende Formulierung), in einer Substantivphrase (c), vor dem Verb (d) oder im Adjektivprädikatsatz[3] (e) stehen. Selten werden sie auch am Satzende angehängt (f):

Adverb	zeitlicher Bezug	Beispiele	
đã	*bereits geschehen*	Em chờ chị đã lâu. (a)	*Ich warte schon lange auf dich.*
mới	*gerade erst geschehen*	Chị ấy vừa mới về nhà. (b)	*Sie ist gerade erst nach Hause gegangen.*
đang	*gerade dabei sein*	Cái ông đang đứng kia là người quen của cô à? (c)	*Der Mann, der gerade dort steht, ist das Ihr Bekannter?*
sắp	*bald geschehen*	Anh ấy sắp nói. (d)	*Er spricht bald.*
sẽ	*zukünftig sein*	Trời sẽ lạnh. (e)	*Es wird kalt sein.*
rồi	*bereits geschehen*	Cháu ấy ngủ rồi. (f)	*Er/sie hat schon geschlafen.*

B Adverbien der Intensität

Adverbien der Intensität beziehen sich meistens auf Adjektive (s. S. 57) oder Verben. Sie verstärken die Aussage und können unterschiedliche Satzpositionen einnehmen. Gewöhnlich stehen sie vor den zu betonenden Wörtern, wie bei (a1), (b), (c1, c2), (e1), (f). lắm wird prinzipiell am Satzende angehängt (d), was auch mit cực kì und quá möglich ist, wie bei (a2) oder (e2). Alle Adverbien der Intensität können in Substantivphrasen (c1) oder in Nominalphrasen (c2) verwendet werden.

Adverb		Beispiele	
cực kì	*sehr*	Anh ấy cực kì thích cô ấy. (a1) / Anh ấy thích cô ấy cực kì. (a2)	*Er mag sie sehr.*
hơi	*ein bisschen*	Em ấy hơi nheo mắt. (b)	*Er/sie kneift die Augen ein bisschen zu.*
khá	*ziemlich*	Người chạy khá nhanh kia là anh cháu. (c1) Anh cháu là người chạy khá nhanh kia. (c2)	*Der ziemlich schnell Laufende dort ist mein Bruder.* *Mein Bruder ist der ziemlich schnell Laufende dort.*

[3] Dies ist eine typische Verwendung im vietnamesischen Satzbau. Der Adjektivprädikatsatz besteht nur aus einem Subjekt und einem oder mehreren Adjektiven (s. S. 55 oder 104).

lắm	*sehr*	Thuốc này đắng lắm. (d)	*Dieses Medikament ist sehr bitter.*
quá	*sehr*	Bác ấy nói quá chậm. (e1) / Bác ấy nói chậm quá. (e2)	*Er/sie spricht sehr langsam.*
rất	*sehr*	Tôi rất muốn gặp ông ấy. (f)	*Ich möchte mich sehr gerne mit ihm treffen.*

Übungen

1. Bilden Sie Sätze und übersetzen Sie sie ins Deutsche.

1.	Trời* sáng.	(đã)	*Trời đã sáng.*	*Es ist schon Morgen.*
2.	Trời nắng.	(vừa mới)	______.	______.
3.	Trời mưa.	(đang)	______.	______.
4.	Trời tối.	(sắp)	______.	______.
5.	Trời nóng.	(sẽ)	______.	______.
6.	Trời lạnh.	(rồi)	______.	______.

*trời: hier: *es*

2. Bilden Sie Substantivphrasen.

Beispiel: được / xe đạp / xuất khẩu / chiếc / sẽ / này / những
→ những chiếc xe đạp sẽ được xuất khẩu này

1. bé / đang / thằng / kia / đứng ______.
2. được / phụ nữ / cứu / ấy / người / đã ______.
3. chín / quả / sắp / những / bưởi ______.
4. rồi / mấy / hỏng / đã / thuyền / cái ______.
5. đó / ngôi / vừa / cái / xong / nhà / xây ______.

3. Orden Sie die Phrasen aus Übung 2 den passenden Übersetzungen zu.

1. *einige schon kaputte Boote* ______
2. *die bald reifen Pampelmusen* ______
3. *das gerade gebaute Haus* ______
4. *die gerettete Frau dort* ______
5. *der kleine Junge, der dort drüben steht* ______

4. Vervollständigen Sie die folgenden Antworten.

1. Anh Dennis đang nói tiếng gì? — Anh ấy đang nói tiếng ______.
2. Chị đã đi du lịch ở đâu? — Chị đã ______.
3. Cô Hoài sắp đi đâu? — Cô ấy ______.
4. Ngày mai, em sẽ làm gì? — Em ______.
5. Bà vừa mới nấu món gì ạ? — Tôi ______.

5. Übersetzen Sie ins Deutsche.

1. Bà Lan đi bệnh viện rồi. ______________________________.
2. Hôm qua, chị ấy mới sang Đức. ______________________________.
3. Năm nay, cháu ấy đang học lớp một. ______________________________.
4. Anh Hòa đã nghỉ từ ba hôm trước. ______________________________.
5. Năm tới, ông ấy sẽ về hưu. ______________________________.
6. Cô ấy sắp về Việt Nam. ______________________________.

Vokabelhilfe

nghỉ	hier: *Urlaub haben*
từ ba hôm trước	*seit drei Tagen*
về hưu	*in Rente gehen*
về	hier: *fliegen*

6. Beantworten Sie die Fragen mithilfe der vorgegebenen Angaben.

1. Mùa hè ở Việt Nam thế nào? (rất nóng)
2. Tiếng Việt có khó không? (hơi khó)
3. Món phở bò ở Hà Nội thế nào? (cực kì ngon)
4. Khách sạn ở Sài Gòn thuê có đắt không? (khá đắt)
5. Mức sống ở Việt Nam thế nào? (quá thấp)
6. Người Việt Nam có cởi mở không? (rất cởi mở)
7. Phương tiện đi lại ở Việt Nam thế nào? (tiện lợi lắm)

Vokabelhilfe

mức sống	*Lebensstandard*
cởi mở	*offen, freundlich*
phương tiện đi lại	*Verkehrsmittel*
tiện lợi	hier: *praktisch*

7. Formen Sie die Sätze um und übersetzen Sie sie ins Deutsche.

1.	Cô ấy không thích anh.	(rất)	*Anh rất thích cô ấy.*	*Ich mag sie sehr.*
2.	Cô ấy chẳng yêu anh.	(cực kì)	____________.	____________.
3.	Cô ấy không nhớ anh.	(lắm)	____________.	____________.
4.	Cô ấy chẳng tin anh.	(quá)	____________.	____________.
5.	Cô ấy không giận anh.	(hơi)	____________.	____________.
6.	Cô ấy chẳng ghét anh.	(rất)	____________.	____________.

8. Sind die folgenden Wortkombinationen richtig oder falsch?

không thông minh lắm | xấu hơi | khá hấp dẫn | không lắm vui | dễ thương quá | chán rất | hơi mệt | không cực kì thoải mái | đẹp cực kì | lắm ngu | hay khá | rất đáng yêu

richtig	falsch
đẹp cực kì	xấu hơi
...	...

9. Korrigieren Sie.

1. Ngày nào anh ấy cũng ăn khỏe rất. *Ngày nào anh ấy cũng ăn rất khỏe.*
2. Cô Susanne nói tiếng Việt rất khá tốt. ______________________.
3. Hồ Hoàn Kiếm không lắm nhỏ. ______________________.
4. Anh Trung cực kì nghèo quá. ______________________.
5. Nhiều con đường ở Hà Nội hẹp khá. ______________________.
6. Nhà của chị chật hơi nhưng rất gọn gàng lắm. ______________________.
7. Cháu trông rất không mập. ______________________.
8. Ở Việt Nam người ta đi xe máy rất nhiều quá. ______________________.

Vokabelhilfe

ngày nào	hier: *täglich*
khỏe	hier: *viel* (ugs.)
Hoàn Kiếm	See in Hanoi
nhiều con đường	*viele Straßen*
mập	*dick* (südl. und mittlerer Dialekt)

10. Setzen Sie die passenden Ausdrücke in folgende Lücken ein und ordnen Sie die Reihenfolge des Dialogs.

mới mất, rất thân, khá lâu rồi, đã quen nhau, đang nói chuyện

a. Ừ. Đúng rồi.
b. Tại sao hôm nay bác Hạnh không đến?
c. Vậy hả mẹ. Bao giờ là ngày giỗ của bác ấy ạ?
d. Mẹ ơi, cái người ______________________ với bố là ai?
e. Cũng ______________________. Hơn 35 năm.
f. Hình như là tuần tới.
g. Có phải bác Hạnh là bạn học tiểu học ______________________ của bố không?
h. À. Đấy là anh Tuấn, con bác Hạnh.
i. Bố và bác Hạnh ______________________ bao lâu rồi ạ?
k. Bác Hạnh ______________________ năm ngoái. Bác ấy bị tai nạn.

1.	2.	3.	4.	5.	6.	7.	8.	9	10
d									

Vokabelhilfe

mất	hier: *sterben*
thân	*vertraut, nah, eng* (in einer engen Beziehung)
Vậy hả mẹ.	*Ist es so, Mutter?* (rhetorisch)
ngày giỗ	*Gedenktag*
mẹ ơi	Aufruf
có phải … không	„Ja-Nein-Frage“ (s. S. 120)
bạn học tiểu học	*Mitschüler* (Grundschule)
à	hier: *ah*

15 Adverbien III

A Adverbien der Dauer

Adverbien der Dauer drücken das Fortbestehen bzw. die Wiederholung einer Handlung / eines Geschehens aus (vgl. auch unten »Adverbien der Frequenz«). Sie stehen meistens vor dem Verb – (a), (c), (d), (e) – oder vor dem Adjektiv – (b), (h). Nur nữa steht meistens nach dem Verb oder am Ende des Satzes (i).

Adverbien		Beispiele	
còn / vẫn	*noch, immer noch*	Thằng nhỏ còn đang ngủ. (a) Cháu ấy vẫn mệt. (b)	*Der kleine Junge schläft noch.* *Er/sie ist noch müde.*
cứ	*immer/weiter, immer weiter*	Ông cứ đi thẳng. (c) Nó không muốn nói. Họ cứ hỏi nó tiếp. (d)	*Sie gehen immer geradeaus.* *Er/sie möchte nicht sprechen.* *Sie fragen ihn/sie immer weiter.*
lại	*wieder*	Anh ấy lại tới. (e) Cô ấy lại mệt. (h)	*Er ist wieder gekommen.* *Sie ist wieder müde.*
nữa	*noch mehr*	Con muốn ăn nữa. (i)	*Ich (Kind) möchte noch mehr essen.*

Um die inhaltliche Aussage zu verstärken, können sie auch zusammen gesetzt werden:

vẫn + còn	Chị ấy vẫn còn làm việc.	*Sie arbeitet immer noch.*
vẫn + cứ	Nó vẫn cứ làm.	*Er/sie tut es immer weiter.*
lại + nữa	Ngày mai, ông ấy sẽ lại đến nữa.	*Morgen kommt er wieder.*
còn + nữa	Em không còn yêu anh nữa.	*Ich liebe dich nicht mehr.*

B Adverbien der Frequenz

Adverbien der Frequenz drücken eine Handlung oder ein Geschehen aus, die/das sich fortlaufend wiederholt. Das jeweilige Adverb geht dem Prädikat gewöhnlich voraus. Einige Adverbien der Frequenz können jedoch auch nach dem Prädikat oder am Satzende stehen, wie z.B. luôn oder thường xuyên. Der Inhalt wird dadurch nicht verändert.

Adverbien		Beispiele	
hay / thường	*oft, häufig*	Tôi hay đi ngủ muộn.	*Ich gehe oft spät schlafen.*
luôn / luôn luôn	*immer, dauernd*	Ông ấy luôn dậy sớm.	*Er steht immer früh auf.*
thường xuyên	*regelmäßig*	Nó thường xuyên đến trường muộn.	*Er/sie geht regelmäßig spät zur Schule.*

Durch ein Adverb am Ende des Satzes erhält der Satz mehr Gewicht:

Em luôn gặp anh ấy. / Em gặp anh ấy luôn. — *Ich treffe mich immer mit ihm.*
Gia đình chị ấy thường xuyên đi du lịch. / Gia đình chị ấy đi du lịch thường xuyên. — *Ihre Familie verreist regelmäßig.*

In vielen Kontexten werden hay und thường zusammen gesetzt, um die Aussage zu verstärken:

Ở đây thường hay có nhiều muỗi. — *Hier gibt es ganz oft viele Mücken.*

C Adverbien der Identität

Adverbien der Identität drücken Sachverhalte aus, die vollkommen gleich sind. Sie stehen häufig vor dem Verb, wie in den Beispielen (a) und (c), oder vor dem Adjektiv, wie in den Beispielen (b) und (d):

Adverbien		Beispiele	
cũng	*auch, ebenfalls*	Tôi cũng làm việc ở đây. (a) Chị cũng mệt rồi. (b)	*Ich arbeite auch hier.* *Du bist auch schon müde.*
đều	*alle, gleichermaßen*	Chúng ta đều sống ở đây. (c) Tất cả các anh đều mệt. (d)	*Wir leben alle hier.* *Ihr seid alle müde.*

Zur Betonung können cũng und đều im bestimmten Kontext zusammen gebraucht werden:

Chúng tôi cũng đều đã tìm nó khắp nơi. — *Wir alle haben sie/ihn überall gesucht.*

D Zwei Modaladverbien

Das Modaladverb chỉ drückt eine Einschränkung aus. được ist eigentlich ein Modalverb (s. S. 52), kann aber auch die Funktion eines Adverbs übernehmen. Es impliziert dann eine Fähigkeit oder etwas Mögliches – (a1), (a2). Außerdem drückt es das quantitative Resultat aus, wenn es vor einer Zahlenangabe steht (b). Sowohl die Position am Satzende als auch die Stellung nach dem Prädikat ist möglich, ohne dass sich inhaltlich etwas verändert.

Adverbien	Verwendung	Beispiele	
chỉ	einschränkend	Chị ấy chỉ có một đứa con.	*Sie hat nur ein Kind.*
được	zu etwas fähig sein, etwas als möglich erachten	Tôi nói tiếng Việt được. (a1) / Tôi nói được tiếng Việt. (a2)	*Ich kann Vietnamesisch sprechen.*
	eine gewisse Anzahl betonend	Cháu mới học tiếng Việt được ba tháng. (b)	*Ich habe gerade einmal drei Monate Vietnamesisch gelernt.*

Ein Satz mit được kann durch das Modalverb có thể (*können*) ersetzt werden. Für die verstärkende Formulierung können được und có thể gleichzeitig in einem Satz stehen, ohne dass sich der Inhalt verändert:

Tôi nói tiếng Việt được. / Tôi nói được tiếng Việt. *Ich kann Vietnamesisch sprechen.*
→ Tôi có thể nói tiếng Việt.
→ Tôi có thể nói tiếng Việt được. /
Tôi có thể nói được tiếng Việt.

Zur Betonung kann das Adverb chỉ mit thôi wie folgt verbunden werden:

Chị ấy chỉ có một đứa con thôi. *Sie hat nur ein Kind.*

Übungen

1. Setzen Sie *còn, vẫn* oder *vẫn còn* an der richtigen Stelle ein.

Beispiel: Bây giờ là 12 giờ đêm rồi. Em ấy học bài.
→ Em ấy *còn* học bài. / Em ấy *vẫn* học bài. / Em ấy *vẫn còn* học bài.

1. Tháng tám năm ngoái ở Sài Gòn nóng lắm.
2. Ông ấy nói chuyện với bố tôi.
3. Anh sống ở Hà Nội à?
4. Cô ấy học tiếng Việt.
5. Trời mưa.

Vokabelhilfe

tháng tám năm ngoái *August letzten Jahres*

2. Formen Sie folgende Sätze um.

Beispiel: Chị không hát được bài này.
→ Tôi hát được bài này. / Tôi hát bài này được.

1. Anh không nói được tiếng Pháp.
Em ______________________________.
2. Chị không nấu được món phở bò.
Em ______________________________.
3. Chú không viết được tiếng Việt.
Cháu ______________________________.
4. Tôi không uống được rượu.
Cháu ______________________________.
5. Em không giải được bài toán này.
Anh ______________________________.

3. Wie verbringen Sie Ihre Tage?

Beispiel: Bạn có bao giờ tập thể dục vào buổi sáng không?
Không, tôi không bao giờ tập thể dục vào buổi sáng.
Có, tôi luôn tập thể dục vào buổi sáng.

1. Bạn có hay ăn sáng không? ______________________.
2. Bạn có thường xuyên uống nước không? ______________________.
3. Bạn có bao giờ hút thuốc lá không? ______________________.
4. Bạn có hay thức khuya không? ______________________.
5. Bạn có thường ăn rau và hoa quả không? ______________________.
6. Bạn có thường xuyên uống rượu không? ______________________.

Vokabelhilfe

vào hier: *an* (Präposition, s. S. 85)

4. Schreiben Sie folgende Sätze noch einmal.

1. anh – tôi – chúng ta (là người Việt)
Anh là người Việt. Tôi cũng là người Việt. Chúng ta đều là người Việt.
2. anh ấy – chị ấy – họ (biết bơi)
____.
3. anh – em – chúng mình (là sinh viên)
____.
4. em anh – em tôi – chúng (17 tuổi)
____.
5. cậu – tớ – chúng mình (đi Việt Nam)
____.

5. Beantworten Sie folgende Fragen und benutzen Sie dabei das Adverb *chỉ*. Verwenden Sie bei den Antworten das Personalpronomen *tôi* für die 1. Person.

Beispiel: Mỗi ngày anh học tiếng Việt bao lâu? (15 phút)
→ Mỗi ngày tôi chỉ học tiếng Việt 15 phút.

1. Tối nay cô ăn gì? (trái cây) ______________________.
2. Chị tập thể dục mấy lần một tuần? (hai lần) ______________________.
3. Mỗi bữa bà ăn mấy bát cơm? (một bát cơm) ______________________.
4. Ông đi chợ mua gì? (cá) ______________________.
5. Từ đây đến bưu điện có xa không? (50 m) ______________________.

Vokabelhilfe

bao lâu *wie lange*
một tuần hier: *pro Woche*
lần *Mal*
từ … đến *von … bis* (Präposition, s. S. 85)

6. Ordnen Sie folgende Teile zu sinnvollen Sätzen.

1. anh ấy / ở / tôi / thường / trường / gặp
2. thích / và / hay / đi xi nê / chị ấy / anh ấy
3. vào / luôn / báo / bố tôi / đọc / buổi sáng
4. rất / về nhà / thường xuyên / cô ấy / muộn
5. thích / ông ấy / bia 333 / hay / uống
6. đúng giờ / thường / bạn ấy / đến
7. nhà / ăn sáng / nó / ở / thường xuyên
8. xem vô tuyến / buổi tối / bà ấy / vào / hay

7. Welche Funktion (Verb oder Adverb) hat *được* im Folgenden jeweils?

1. Ở đây không được đá bóng. Các em có thể đá bóng sau nhà. → Verb
2. Ngày mai tôi được nghỉ.
3. Minh không được chị ấy yêu.
4. Đứa trẻ bơi nhanh được.
5. Em ấy được thầy giáo khen.
6. Tôi không giúp anh được.
7. Tôi không được giúp anh.
8. Tôi giúp anh không được, vì ngày mai tôi bận.

8. Setzen Sie *cứ, lại* und *nữa* in die Lücken ein.

1. Ông ấy đặt thêm hai chai rượu ______________.
2. Chị ấy đi bán rau ở chợ từ sáng đến chiều. Buổi tối chị ấy _______ may thêm áo.
3. Chúng ta không còn kịp ______________.Tàu mới rời ga.
4. Anh ______________ đi thẳng đường này.
5. Tuần trước tôi bị cảm. Tuần này tôi ______________ bị cảm.
6. Nó đã ăn ba bát cơm. Nó vẫn ______________ ăn tiếp.

Vokabelhilfe

thêm *zusätzlich*

9. Setzen Sie *chỉ … thôi* ein.

1. Họ thích xem bóng đá. *Họ chỉ thích xem bóng đá thôi.*
2. Cô ấy muốn lấy chồng giàu. ______________________________.
3. Trong tủ lạnh có rau. ______________________________.
4. Anh ấy yêu chị ấy. ______________________________.
5. Chúng tôi thuê khách sạn rẻ. ______________________________.
6. Em ấy muốn sống ở Việt Nam. ______________________________.

Vokabelhilfe

lấy chồng *zum Mann nehmen / heiraten*

10. Lesen Sie zuerst den Text und kontrollieren Sie anschließend die folgenden Informationen.

Thói quen của mẹ tôi

Mẹ tôi thường dậy rất sớm. Đầu tiên, mẹ tôi đi tập thể dục. Sau đó, mẹ tôi hay đi chợ mua đồ ăn sáng cho cả nhà. Sau bữa sáng, mẹ tôi phải đi làm. Mẹ tôi không thích đi làm bằng xe máy. Mẹ tôi thường đi xe đạp đến chỗ làm. Mẹ tôi có một tiếng nghỉ trưa. Vì vậy, mẹ tôi luôn ngủ trưa khoảng 15 phút. Sau khi tan việc, mẹ tôi thường xuyên mua quà cho chúng tôi như ổi, bánh gai v.v. Chúng tôi thường giúp mẹ chuẩn bị bữa tối. Sau bữa tối, mẹ hay kể chuyện hoặc nói chuyện với chúng tôi. Mẹ tôi thường đi ngủ lúc 11 rưỡi đêm.

	richtig	falsch
1. Mẹ bạn ấy thường dậy sớm.	X	
2. Sau khi tập thể dục, mẹ bạn ấy không hay đi chợ.		
3. Mẹ bạn ấy thường đi làm bằng xe máy.		
4. Mẹ bạn ấy luôn ngủ trưa.		
5. Mẹ bạn ấy thỉnh thoảng mua quà.		
6. Chúng tôi thường chuẩn bị bữa tối với mẹ.		
7. Sau bữa tối, mẹ tôi hay đọc báo.		
8. Mẹ bạn ấy thường đi ngủ sớm.		

Vokabelhilfe

đồ ăn sáng	*Frühstück*	v.v	*und so weiter*
cả nhà	hier: *alle (Familienmitglieder)*	lúc	*um* (Präposition, s. S. 84)
chỗ làm	hier: *Arbeitsplatz*	11 rưỡi đêm	*halb zwölf nachts*
tan việc	*Feierabend*	mẹ bạn ấy	*seine/ihre Mutter*

11. Ordnen Sie folgende Sätze einander zu.

1. Trời sắp sáng rồi. Mẹ tôi vẫn còn thức.	(d)	a. *In dieser Prüfung sind alle Fragen sehr schwierig.*
2. Trong kỳ thi này, câu hỏi nào cũng đều rất khó.	( )	b. *Es ist so schwül. Ich habe mich gerade erst geduscht. Jetzt muss ich wieder duschen gehen.*
3. Anh còn muốn giải thích gì nữa. Anh đã sai rồi.	( )	c. *Der Wecker klingelt. Er/sie schläft aber immer weiter.*
4. Trời oi quá. Em vừa mới tắm rồi. Bây giờ em lại phải đi tắm nữa.	( )	d. *Es wird bald hell. Meine Mutter ist noch wach.*
5. Đồng hồ báo thức reo. Nó vẫn cứ ngủ.	( )	e. *Du kannst so viel erklären, wie du willst. Du liegst trotzdem falsch.*

12. Übersetzen Sie die Sätze aus Übung 7 ins Deutsche.

16 Partikeln

Auch im Vietnamesischen haben Partikeln die Funktion, das Gefühl des Sprechenden zu verstärken. Sie werden vor allem in der gesprochenen Sprache verwendet und stehen gewöhnlich am Ende eines Satzes, weshalb sie auch als »Finalpartikeln« bezeichnet werden. Die folgenden Partikeln sind besonders gebräuchlich:

Partikel	Verwendung	Beispiele	
à	für Fragesätze ohne Fragewörter, zum Beispiel bei rhetorischen Fragen	Anh đi làm à? Anh đang ở đây à?	*Du gehst arbeiten?* *Du bist auch hier?*
ạ	zum Ausdruck der Höflichkeitsform (Angesprochener ist älter)	Cháu chào ông ạ. Khi nào bố đi ạ?	*Hallo.* *Wann gehst du (Vater)?*
chứ	zur Bestätigung, Aufforderung (Angesprochener gleicher Generation)	Anh biết ông ấy chứ? Em có đi cùng không? Có chứ. Khẽ chứ!	*Kennst du ihn? / Du kennst ihn doch, oder?* *Gehst du mit?* *Ja, natürlich.* *Sei/seid bitte leise!*
đâu	zum Ausdruck einer Behauptung (oft mit »không« verbunden)	Nó không nói dối đâu.	*Er/sie lügt nicht.*
đây	zur Betonung von etwas Offensichtlichem (a); zum verstärkten Ausdruck der eigenen Sorge (b)	Con đi đây. (a) Em có thể hỏi ai đây? (b)	*Ich gehe jetzt.* *Wen kann ich (nur) fragen?*
đấy	zur allgemeinen Betonung (a); zum verstärkten Ausdruck einer Warnung (b)	Cô ấy là con giám đốc đấy. (a) Con đi xe cẩn thận đấy! (b)	*Sie ist die Tochter des Direktors.* *Fahr (Kind) vorsichtig!*
nhé	bei einem Vorschlag, einer Einladung oder im Imperativ	Chúng ta đi xi nê nhé? Con học chăm chỉ nhé!	*Gehen wir ins Kino?* *Lern bitte fleißig!*
nhỉ	zur Bewertung oder Betonung	Hôm nay lạnh quá nhỉ.	*Heute ist es sehr kalt.*
thế	allgemeine Betonung (beide Wörter sind austauschbar)	Em ấy chạy nhanh thế. Đây là đâu thế?	*Er/sie läuft sehr schnell.* *Wo sind wir denn?*
vậy		Em đang làm gì vậy? Cháu ăn tạm cái bánh mỳ này vậy.	*Was machst du denn?* *Ich esse notgedrungen Brot.*

Übungen

1. Bilden Sie Fragen mit *à*.

1. Hôm nay, em đi học tiếng Việt. *Hôm nay, em đi học tiếng Việt à?*
2. Ngày mai, bà ấy phải vào bệnh viện. ____________________?
3. Tối nay, chị bận. ____________________?
4. Ngày kia, bố cháu sẽ về. ____________________?
5. Năm sau, cháu sẽ đi du học. ____________________?
6. Hôm qua, mẹ anh bị nhức đầu. ____________________?

2. Bilden Sie Fragen mit *chứ*.

1. biết bơi (em) *Em biết bơi chứ?*
2. vẫn sống ở Quảng Bình (ông ấy) ____________________?
3. nói được tiếng Việt (anh) ____________________?
4. có thể làm thêm giờ (chị) ____________________?
5. quen cô ấy (chú) ____________________?
6. tốt nghiệp rồi (cháu) ____________________?

3. Bilden Sie Sätze und benutzen Sie dabei die Konstruktion *không … đâu*.

1. Ở gần đây có trạm xăng không? *Ở gần đây không có trạm xăng đâu.*
2. Hôm nay, cậu nấu đi! Hôm nay, tớ …
3. Cô có biết lái xe tải không? Tôi …
4. Anh có thích ăn thịt chó không? Cháu …
5. Ai muốn rửa bát? Em …
6. Từ đây đến trường có xa không? Từ đây đến trường …

4. Ordnen Sie die Wörter zu sinnvollen Sätzen.

1. gì / phải / đây / cháu / làm / ?
2. vậy / nước lọc / uống / em / tạm
3. đi / đấy / chị / đâu / ?
4. rồi / anh / đấy / đi chợ
5. to / vừa / ai / thế / nói / ?
6. là / đây / tiền nhà / bao nhiêu / ?
7. giày / vậy / ông / nào / mua / đôi / ?
8. vậy / gì / bạn / cười / ?

Vokabelhilfe

tạm *notdürftig*

5. Setzen Sie *nhé* oder *nhỉ* in folgende Sätze ein.

1. Ở đây đẹp quá __________.
2. Chị ấy có đi làm không __________?
3. Chúng ta đi uống cà phê __________.
4. Mẹ gửi cho con tiền học __________.
5. Cô ấy đã lấy chồng chưa __________?
6. Hôm nay, cậu đến nhà tớ __________.

6. Übersetzen Sie ins Deutsche.

1. Hôm nay, em đi học tiếng Việt à?
2. Em biết bơi chứ?
3. Ở gần đây không có trạm xăng đâu.
4. Chị ấy nói tiếng Việt giỏi nhỉ.
5. Con đã học bài chưa vậy?
6. Ngày mai, chúng mình sẽ đi cùng nhau nhé.
7. Cháu đang đọc gì thế?
8. Nói nhỏ chứ!
9. Chúng ta sẽ đi đâu đây?
10. Ông muốn mua gì ạ?

Vokabelhilfe

bơi	*schwimmen*
trạm xăng	*Tankstelle*

7. Verbinden Sie die passenden Sätze miteinander.

1.	Cháu chào ông ạ.	a.	Có lẽ, xe anh ấy bị hỏng.
2.	Con đang làm gì đấy?	b.	Xin lỗi, anh đừng đến. Em đang bận.
3.	Chúng ta sẽ đi đâu nhỉ?	c.	Vâng như kế hoạch.
4.	Tại sao anh ấy đến muộn thế?	d.	Con đang học bài ạ.
5.	Em có đi không?	e.	Khẽ chứ. Mẹ đang ngủ.
6.	Tôi không biết gọi ai đây?	f.	Đi hát karaoke đi.
7.	Hôm nay, cháu đến với mẹ à?	g.	Ừ, chào cháu.
8.	Mẹ có ở nhà không ạ?	h.	Em mệt. Em không đi đâu.
9.	Anh đến chỗ em nhé.	i.	Dạ vâng.
10.	Tháng tới cô sẽ nghỉ chứ?	k.	Anh gọi chị Lan đi.

8. Wählen Sie jeweils die richtige Lösung aus.

1. Sie schlagen vor, dass alle Karaoke singen gehen:
   a. Chúng ta đi hát karaoke chứ?
   b. Chúng ta đi hát karaoke ạ.
   c. Chúng ta đi hát karaoke nhé.

2. Sie fragen jemanden, ob Hung hier arbeitet:
   a. Anh Hùng làm việc ở đây đấy.
   b. Anh Hùng làm việc ở đây à?
   c. Anh Hùng làm việc ở đây chứ?

3. Sie finden, dass das Wetter heute sehr schön ist:
   a. Hôm nay thời tiết đẹp nhỉ.
   b. Hôm nay thời tiết đẹp đấy.
   c. Hôm nay thời tiết đẹp thế.

17 Präpositionen

Die vietnamesischen Präpositionen sind nicht nur Hilfswörter für Verben, sondern auch für Substantive oder Substantivphrasen, Personalpronomen und Adjektive. Wie im Deutschen haben sie die Funktion, Wörter zueinander in Verhältnis zu setzen.

Im Folgenden werden einige der wichtigsten vietnamesischen Präpositionen vorgestellt. Dabei wird zuerst das mögliche Verhältnis zwischen Präposition und verschiedenen Wortarten tabellarisch dargestellt (»X« zeigt die Möglichkeit einer Verbindung der Präposition mit der jeweiligen Kategorie an). Im Weiteren wird jede einzelne Präposition detailliert erläutert.

Präposition		Substantive / Substantivphrasen	Personal-pronomen	Verben	Adjektive
bằng	*mit, aus, …*			X	
cho	*für*	X	X	X	X
của	*von* bzw. Genitiv, *aus*	X		X	
để	*zu, um … zu, damit*	X		X	
đến / tới	*auf, in, nach, bis, …*			X	
vào	*an, auf, in, …*			X	
về	*in, über, nach, zu, …*	X		X	X
với	*mit, und*	X	X	X	

bằng

bằng verbindet Verb und Objekt miteinander und hat zwei wichtige Bedeutungen:

- zum Ausdruck des Mittels oder der Art und Weise, wie man etwas macht:

Tôi đi đến đây bằng xe máy.	*Ich komme mit dem Moped (her).*
Người Việt Nam ăn bằng đũa.	*Der Vietnamese isst mit Essstäbchen.*
Cái bàn gỗ này được làm bằng tay.	*Dieser Tisch aus Holz wurde von Hand gemacht.*
Họ nói chuyện điện thoại bằng tiếng Anh.	*Sie unterhalten sich am Telefon auf Englisch.*

- zur Angabe des Materials oder Stoffs, aus dem etwas hergestellt wird oder entsteht:

Cái bàn này làm bằng gỗ.	*Dieser Tisch wurde aus Holz gemacht.*

cho

cho stellt einen Bezug her:

- zwischen Substantiven oder Substantivphrasen:

sách cho thiếu nhi	*Bücher für Kinder*
những chiếc bút máy cho học sinh lớp 1 này	*diese Füller für die Schüler der 1. Klassen*

- zwischen Substantiv und Personalpronomen:

Đây là quà cho em.	*Das ist ein Geschenk für dich.*

- zwischen Verb und Objekt:

Chị sẽ mua cho em một cái áo khoác mới.	*Ich werde für dich einen neuen Mantel kaufen.*

- zwischen Adjektiv und Substantiv oder Personalpronomen:

Uống nhiều nước sẽ rất tốt cho cơ thể.	*Viel Wasser trinken ist sehr gut für den Körper.*
Điều đó thật đáng tiếc cho anh.	*Das ist sehr bedauerlich für Sie.*

của

của wird zur Angabe eines Besitzverhältnisses verwendet. Die Bezugswörter sind Substantive und Verben. của stellt einen Bezug her:

- zwischen Substantiven oder Substantivphrasen:

sách của thư viện	*Bücher von der Bibliothek*
xe máy của Nhật	*ein Moped aus Japan*
mấy quyển từ điển tiếng Việt của thư viện quốc gia ở phố Tràng Thi số 31 ở Hà Nội	*einige Wörterbücher auf Vietnamesisch der Staatsbibliothek in der Trang Thi-Straße 31 in Hanoi*

- zwischen Substantiv und Personalpronomen:

sách của tôi	*mein Buch*

- zwischen Verb und Objekt:

Anh ấy đã lấy của tôi số tiền này.	*Er hat dieses Geld von mir genommen.*
Tiền này là (tiền) của tôi.	*Dieses Geld ist meins. / Dieses Geld gehört mir.*

Anmerkungen

- In einem Satz mit zwei Objekten (direkt/indirekt) stehen cho und của vor dem indirekten Objekt. In vielen Fällen kann die Position der beiden Objekte auch umgestellt werden. Das betonte Objekt steht vor dem anderen:

Tôi đã gửi cho anh một bức thư. / Tôi đã gửi một bức thư cho anh. (*direktes Objekt:* một bức thư)	*Ich habe Ihnen einen Brief geschickt.*

Chị ấy đã rút của anh 2 triệu đồng. / Chị ấy đã rút 2 triệu đồng của anh. (*direktes Objekt:* 2 triệu đồng)
Sie hat zwei Millionen Dong von dir genommen.

- Treten in der besitzanzeigenden Konstruktion weitere Substantive zwischen Substantiv und Personalpronomen, wird của eingefügt:

mẹ của bạn trai của tôi (1a)
mẹ bạn trai của tôi (1b)
mẹ của bạn trai tôi (1c)
mẹ bạn trai tôi (1d)
die Mutter meines Freundes

bạn của mẹ của bạn trai của tôi (2a)
bạn của mẹ của bạn trai tôi (2b)
bạn của mẹ bạn trai tôi (2c)
der Freund der Mutter meines Freundes

Die Konstruktionen (1a), (1b), (2a) und (2b) werden selten verwendet; häufiger sind die Konstruktionen (1c), (1d) und (2c). In einem Fall mit vielen Substantiven leitet của – wie in (1c) und (2c) – immer das erste Bezugswort ein. của kann weggelassen werden, wenn mẹ als einzelnes Substantiv vor einem zusammengesetzten Substantiv steht (1d).

Zur Verbindung mehrerer zusammengesetzter Substantive benutzt man normalerweise của:

thư viện của trường đại học Hamburg
die Bibliothek der Universität Hamburg

để

để dient der Angabe eines Zwecks und hat die besondere Funktion, Subjekt (S) und Prädikat (P) oder zwei SVO(Subjekt Verb Objekt)-Konstruktionen in einem Satz zu kombinieren:

Những quyển sách này để bán.
S P
Diese Bücher sind zum Verkauf.

Cô ấy/phải tiết kiệm/tiền để
SVO
con cô ấy/có thể học/đại học.
SVO
Sie muss viel Geld sparen, damit ihr Kind studieren kann.

Nó/tập/thể thao để (nó)/khỏe lên[4].
SVO (S)P
Er/sie treibt Sport, um fit zu werden.

[4] »nó khỏe lên« ist ein Satz mit Adjektivprädikatbildung (s. S. 104).

với

với steht im Zusammenhang mit:

- Substantiven oder Substantivphrasen:

cà phê với đường	*Kaffee mit Zucker*
cơm rang với dưa chuột muối	*gebratener Reis mit eingelegten Gurken*

- Personalpronomen:

Bạn với tớ sẽ học cùng một lớp.	*Du und ich werden zusammen in eine Klasse gehen.*

- Verb und Objekt:

Tôi khẳng định với anh. (*direktes Objekt:* anh)	*Ich bestätige es.*
Tôi khẳng định chuyện đó với anh. (*indirektes Objekt:* chuyện đó)	

với steht auch in festen Redewendungen wie z.B. như nước với lửa (*wie Feuer und Wasser*), như trứng trọi với đá (*mit dem Kopf durch die Wand*), như chó với mèo (*wie Hund und Katze*) usw. sowie in Konstruktionen mit so, z.B. so với (*verglichen mit, im Vergleich zu*):

Mùa đông năm nay lạnh hơn so với năm ngoái.	*Der Winter dieses Jahres ist kälter als (der) des letzten Jahres.*

Zur Betonung steht với in Verbindung mit cùng:

Tối nay, em sẽ đi cùng với anh.	*Heute Abend werde ich mit dir zusammen gehen.*

đến (tới), vào, về

Die Präpositionen đến (tới), vào und về haben die Funktion eines Richtungsverbs (s. S. 48) und geben die Richtung eines Sachverhalts an.

- về kann mit Substantiven, Verben und Adjektiven verbunden werden:

câu chuyện về một vị anh hùng (*Substantiv*)	*eine Geschichte über einen Helden*
Chúng tôi đang nói về bảo vệ môi trường. (*Verb*)	*Wir sprechen über Umweltschutz.*
Cô ấy rất giỏi về ngoại ngữ. (*Adjektiv*)	*Sie ist sehr gut in Fremdsprachen.*

- đến (tới) und vào stehen meistens in Verbindung mit Verben:

Tôi chỉ tin vào bản thân mình.	*Ich glaube nur an mich selbst.*
Hút thuốc sẽ ảnh hưởng đến sức khỏe.	*Rauchen beeinflusst die Gesundheit.*

đến wird gewöhnlich im Norden Vietnams benutzt, tới hingegen im Süden.

Übungen

1. Bilden Sie Wortgruppen mit den folgenden Präpositionen.

a) bằng
cái đồng hồ (vàng)
bức tranh (lụa)
cái ghế (nhựa)
con ngựa (giấy)

b) cho
chiếc nhẫn cưới (em)
đôi giày (bạn)
tiền học bổng
(sinh viên nghèo)

c) của
ảnh (gia đình)
anh (chị)
ngôi đình (làng này)
xe máy (chồng em)

d) với
bánh mỳ (bơ)
ông (tôi)
ấm trà nóng
(bánh đậu xanh)

Vokabelhilfe

bánh đậu xanh	ein bestimmter Kuchen, der aus grünen Bohnen gemacht wird

2. Bilden Sie Sätze.

Beispiel: cái lọ hoa / cô ấy / sứ → Cái lọ hoa này là của cô ấy. Nó được làm bằng sứ.

1. bức tượng cổ / bảo tàng / đồng ______________________.
2. con búp bê / Trung Quốc / nhựa ______________________.
3. cái túi sách / chị tôi / da ______________________.
4. ngôi nhà sàn / người Thái / gỗ ______________________.
5. chiếc bàn / một ca sĩ nổi tiếng / đá ______________________.

Vokabelhilfe

nhà sàn	*Pfahlhaus*
người Thái	eine Minderheit im Nordwesten Vietnams

3. Fügen Sie die eingeklammerten Präpositionen jeweils an der richtigen Stelle ein.

1. Hút thuốc lá rất hại sức khỏe. (cho)
2. Tôi muốn chia buồn anh. (với)
3. Bạn ấy đã mượn quyển sách đó thư viện. (của)
4. Anh sẽ gửi tiền tiết kiệm ngân hàng. (vào)
5. Em hãy nghĩ những điều tốt đẹp. (đến)
6. Chúng ta đang nói bản hợp đồng. (tới)
7. Tôi rất thất vọng cháu. (về)
8. Cháu đang cố gắng thi đại học. (vào)
9. Bà nên đi cháu. (với)
10. Con mua mẹ một tờ báo. (cho)

Vokabelhilfe

chia buồn	*Beileid bekunden/aussprechen*

4. Setzen Sie die folgenden Wortgruppen in die Lücken ein.

bằng tay | bằng tiếng Đức | bằng máy | bằng lá | bằng xe đạp | bằng than

1. Nhiều người thích đi làm ______________________.
2. Bếp này được đốt ______________________.
3. Người Ấn Độ thường ăn ______________________.
4. Cái nón kia làm ______________________.
5. Tôi viết sách ______________________.
6. Cái áo len của em được dệt ______________________.

5. Bilden Sie Sätze mit *để*.

Beispiel: Tôi muốn học tiếng Việt. Tôi làm việc ở Việt Nam. →
Tôi muốn học tiếng Việt *để* làm việc ở Việt Nam.

1. Cô ấy làm việc chăm chỉ. Cô ấy kiếm nhiều tiền.
2. Em đi ra ngoài. Bố mẹ nói chuyện với nhau.
3. Ông ấy không đi ô tô. Ông ấy tiết kiệm tiền.
4. Tôi đi chợ mua cá. Mẹ tôi nấu canh cá.
5. Anh ấy học rất siêng. Anh ấy thi đỗ đại học.

6. Formen Sie die folgenden Sätze nach dem Muster um.

Beispiel: Con đưa cho bố quyển sách đó. → Con đưa quyển sách đó cho bố.

1. Chú đã vay tiền của bố cháu.
2. Anh bán cho tôi cái xe đạp kia.
3. Em sẽ kể chuyện đó với chị ấy.
4. Chị chuyển cho bố mẹ bức thư này.
5. Hôm qua, tớ cầm nhầm cái bút chì của cậu.
6. Tôi muốn nói chuyện này với anh.

7. Übersetzen Sie ins Deutsche.

1. Mẹ tôi đã gửi tiền cho tôi.
2. Em ấy đến đây bằng xe buýt.
3. Tôi đi thư viện để mượn sách.
4. Cái váy này là của cháu.
5. Ông ấy đang nói về anh.
6. Chị sẽ đi chợ với em.
7. Nhiều người Đức tin vào Chúa.
8. Chúng ta nên quan tâm đến người già.

Vokabelhilfe

tin	hier: *glauben*
Chúa	hier: *Jesus*
quan tâm	*sich kümmern um*

8. Antworten Sie auf die folgenden Fragen.

1. Anh chị muốn khai vị bằng món gì ạ? (món xúp cua)
2. Mọi người đang nhắc đến ai? (anh)
3. Anh thích học về ngành gì? (lịch sử)
4. Hôm nay, ai có rất nhiều việc để làm? (các bạn)
5. Cái gì rất bổ ích cho sức khỏe? (tập thể dục)
6. Chiếc tủ này mua của ai? (hàng xóm)
7. Cháu thường viết bằng gì? (bút máy)
8. Cái gì được lan truyền tới đây? (tin tức)
9. Em luôn hy vọng vào điều gì? (sự may mắn)
10. Ai đã hứa với chị? (bố mẹ)

Vokabelhilfe

khai vị	*Vorspeise essen*
mọi người	*alle (Personen)*
nhắc	hier: *reden*
ngành	*Bereich*
bổ ích	hier: *nützlich*
lan truyền	*sich ausbreiten*
sự may mắn	*Glück*

9. Setzen Sie die folgenden Wörter in die Lücken ein: tham quan, người ta, nằm, nổi tiếng, thủ đô, của, món ăn đặc sản, bằng, Việt Nam

Hà Nội là (1) __________________ của nước Việt Nam. Hà Nội (2) __________________ giữa vùng đồng bằng Bắc Bộ với số dân khoảng 6,5 triệu người. Hà Nội có diện tích trên 3.300 km^2. Hà Nội được thành lập từ năm 1010 sau công nguyên. Tên (3) __________________ Hà Nội xưa là Thăng Long – »Rồng bay«.
Hà Nội là một điểm du lịch được yêu thích ở (4) __________________. Khách du lịch đến Hà Nội để (5) __________________ các di tích lịch sử có tiếng như Văn Miếu - Quốc Tử Giám, Chùa Một Cột, Bút Tháp, Phố cổ v.v. Hà Nội còn (6) __________________ về những (7) __________________ như phở, bánh cuốn Thanh Trì, chả cá Lã Vọng, bánh tôm Hồ Tây v.v.
Hà Nội là đầu mối giao thông quan trọng. Từ Hà Nội, (8) __________________ có thể đến các tỉnh khác (9) __________________ nhiều phương tiện giao thông công cộng khác nhau như xe buýt liên tỉnh, tàu hỏa, máy bay v.v.
Hà Nội luôn khắc sâu vào nỗi nhớ của những người đã từng một lần ghé thăm.

Vokabelhilfe

vùng đồng bằng	*Delta*
Bắc Bộ	*Norden*
số dân	*Einwohnerzahl*
người	hier: *Einwohner*
sau công nguyên	*nach Christus*
Rồng bay	*Geflogener Drache*
nỗi nhớ	hier: *Erinnerung*

18 Bestimmte Angaben mit Präpositionen

A Zeitangaben

Um auszudrücken, wann etwas geschieht, wird lúc (*um*) gebraucht. Es gibt die genaue Uhrzeit an:

lúc 10 giờ	*um 10 Uhr*

Will man die Uhrzeit nicht exakt angeben, wird entweder lúc weggelassen oder vào angewendet:

Anh sẽ đến vào khoảng 21h (21 giờ).	*Ich werde ungefähr um 21 Uhr kommen.*

B Ortsangaben

Ortsangaben stehen im Vietnamesischen in der Regel nach dem Prädikat bzw. nach dem Objekt des Satzes. Die häufigsten Präpositionen, die in diesem Zusammenhang verwendet werden, sind:

ở	*in*	Chị tôi sống ở Huế.	*Meine Schwester wohnt in Huế.*
tại	*in*	Chúng ta sẽ gặp nhau tại quán »Phở Tâm«.	*Wir treffen uns im Restaurant »Phở Tâm«.*
ngoài	*außen*	Bác ấy đang ở ngoài vườn.	*Er/sie ist draußen (im) Garten.*
trên	*auf, oben, über*	Quyển sách nằm trên bàn.	*Das Buch liegt auf dem Tisch.*
dưới	*unter*	Đôi giày để dưới ghế.	*Die Schuhe liegen unter dem Stuhl.*

tại wird verwendet, um die genaue Ortsangabe zu betonen. ở wird im allgemeineren Sinne benutzt.

Beachten Sie, dass der örtliche Ausdruck im Vietnamesischen von dem Ausgangspunkt des Sprechers abhängt. Hingegen haben deutsche Präpositionen eine feste Bedeutung:

A: Anh đang ở đâu?	*Wo bist du?*
B: Anh đang ở trên tầng 11.	*Ich bin im elften Stock.*
A: Thế chị Hồng?	*Und Frau Hong?*
B: Chị Hồng vẫn ở dưới tầng hai.	*Frau Hong ist noch im zweiten Stock.*

trên bedeutet auf Deutsch eigentlich *oben, auf, über* und dưới *unter, unten*. In dieser Situation bedeuten beide vietnamesischen Präpositionen aber *in* und spiegeln den Höhenunterschied aus der Sicht des Sprechers wider.

C Zeit- und Ortsangaben

vào	*an, in*	vào ngày 12 tháng giêng Tôi để 10 nghìn vào ví.	*am 12. Januar* *Ich lege 10 Tausend in das Portemonnaie.*
trong	*in*	trong tuần này Anh sống trong nhà này.	*in dieser Woche* *Er wohnt in diesem Haus.*
trước	*vor*	trước 6 giờ chiều Em đang đứng trước cửa.	*vor 6 Uhr nachmittags* *Er steht vor der Tür.*
sau	*nach, hinter*	sau 12 giờ trưa Nhà cháu ở sau ngôi trường đó.	*nach 12 Uhr mittags* *Mein Haus befindet sich hinter dieser Schule.*
giữa	*Mitte, in der Mitte, zwischen*	giữa năm Tháp Rùa nằm giữa Hồ Hoàn Kiếm. Em muốn ngồi giữa hai chị.	*Mitte des Jahres* *Der Schildkröten-Turm befindet sich in der Mitte des Hoan Kiem-Sees.* *Ich möchte zwischen euch sitzen.*
từ	*seit, aus*	từ một tuần nay Chuyến tàu đến từ Hà Nội.	*seit einer Woche* *Der Zug kommt aus Hanoi.*

Zur Betonung können einige dieser Präpositionen miteinander verbunden werden.

vào + lúc	Phim sẽ chiếu vào lúc 20h15´.	*Der Film wird um 20.15 Uhr vorgeführt.*
vào + trong	Tôi để mấy quyển sách vào trong ba lô.	*Ich lege einige Bücher in den Rucksack.*
ở + trong	Mẹ đang nấu ở trong bếp.	*Mutter kocht in der Küche.*
từ + đến (tới)	Từ nhà đến trường không xa lắm.	*Von Zuhause zur Schule ist es nicht so weit.*

Übungen

1. Bilden Sie Sätze.

1. sẽ / vào ngày mai / đi công tác / anh
2. lúc 8 giờ sáng / khởi hành / tàu
3. ở đây / từ hôm qua / đã / chị ấy
4. không được / sau 9 giờ tối / làm ồn (Lärm machen) / mọi người
5. phải / trước ngày 15 tháng một / nộp tiền học / tôi
6. sẽ / trong năm tới / cháu / tốt nghiệp đại học
7. xây xong / giữa năm nay / ngôi nhà này / sẽ

2. Setzen Sie die passenden Wörter in die Lücken ein.

Hai Bà Trưng | anh ấy | cá | cất | đỗ | thường | làm việc | đến | sáng | ghế xa lông | của tôi | đi thuyền

1. Nó ________________ ngủ trong lớp.
2. Xe đạp ________________ để ở ngoài sân.
3. Nhà bà ấy nằm ở phố ________________.
4. Chúng tôi đang ________________ trên Hồ Tây.
5. ________________ bơi dưới nước.
6. Mẹ tôi hay ________________ những đồ kỉ niệm vào cái rương này.
7. Em ________________ từ Hải Phòng.
8. ________________ đứng sau tôi.
9. Cô ấy ________________ tại nhà.
10. Họ đặt cái ________________ giữa phòng khách.
11. Bác ấy đến lúc 10 giờ ________________.
12. Xe ô tô của chú ________________ trước cổng cơ quan.

Vokabelhilfe

Hồ Tây	*Westsee* (Eigenname)
đồ kỉ niệm	*Erinnerungsstück, Andenken*
rương	*Schrein*
cơ quan	hier: *Firma*
ghế xa lông	*Sofa*

3. Ordnen Sie die Präpositionen aus Übung 1 und 2 in die Kategorien »Zeit-« bzw. »Ortsangaben« ein.

4. Setzen Sie *từ … đến* ein.

1. Nhà em trường học khoảng 2 km.
2. Họ đi du lịch cuối tháng 10 đầu tháng 12.
3. Đây bưu điện có xa không?
4. Cháu học 8 giờ sáng 2 giờ chiều.
5. Anh được nghỉ ngày 15 ngày 19 tháng tư.
6. Thư viện mở cửa mấy giờ mấy giờ?
7. Tuần này, giám đốc đi công tác thứ hai thứ sáu.
8. Con chỉ được xem phim 17 giờ 18 giờ.
9. Bây giờ cuối năm tôi phải làm việc.
10. Nó học bài sáng tối.

5. Welche Lösung ist richtig?

1.	Bức tranh treo __________ tường.	a. ở	b. trên	c. vào
2.	Em hãy xếp những đồ này __________ thùng.	a. ở trong	b. trong	c. vào trong
3.	Cháu nhỏ sắp bò xuống __________ đất.	a. dưới	b. giữa	c. tại
4.	Cô ấy làm việc __________ văn phòng.	a. ngoài	b. ở	c. trên
5.	Nó đang ngủ __________ phòng khách.	a. trên	b. dưới	c. ở trong

19 Konjunktionen

Wie im Deutschen haben Konjunktionen im Vietnamesischen die Funktion, Satzteile oder Satzgefüge miteinander zu verbinden. In den folgenden Tabellen werden die gängigsten vietnamesischen Konjunktionen vorgestellt.

Konjunktion		Beispiele	
hay	*oder*	Hôm nay, em hay anh sẽ rửa bát? Anh đi hay tôi đi?	*Wirst du oder ich heute das Geschirr spülen?* *Gehen Sie oder gehe ich?*
hoặc	*oder, entweder … oder*	Hôm nay hoặc ngày mai, chị phải trả tiền nhà. Chúng ta có thể đi xi nê hoặc đi hát karaoke.	*Heute oder morgen müssen Sie Miete zahlen.* *Wir können entweder ins Kino oder zum Karaoke gehen.*
nhưng	*aber*	Cái váy này đẹp nhưng đắt quá. Hôm nay trời đẹp nhưng ngày mai trời có thể mưa.	*Dieser Rock ist schön, aber sehr teuer.* *Heute ist es schön, aber morgen kann es regen.*
và	*und*	Anh và cô ấy đều là bác sĩ. Chị ấy biết tiếng Việt và tiếng Lào. Tôi sẽ đi chợ và mua đồ ăn.	*Du und sie, ihr seid beide Ärzte.* *Sie kann Vietnamesisch und Laotisch.* *Ich gehe auf den Markt und kaufe Essen.*

Anmerkung

In vielen Fällen kann man hay oder hoặc benutzen. In einem Fragesatz wird meistens hay verwendet:

Con có thể đi xe buýt hay (hoặc) xe đạp đến trường.
Du (Kind) kannst mit dem Bus oder mit dem Fahrrad zur Schule fahren.

Ngày mai, chị phải đi làm hay chị được nghỉ?
Musst du morgen arbeiten gehen oder hast du frei?

Viele Ausdrücke in einer festen Konstruktion haben die Funktion einer Konjunktion:

Konstruktion	Verwendung	Beispiele	
vừa … vừa	zwei Handlungen oder Zustände geschehen gleichzeitig	Nó vừa học vừa chơi. Em ấy vừa phải đi làm và vừa phải đi học.	*Er/sie lernt und spielt (gleichzeitig).* *Er/sie muss sowohl arbeiten als auch zur Schule gehen.*

Konstruktion	Verwendung	Beispiele	
càng … càng	zum Ausdruck einer Steigerung im Sinne von »je … desto«	Phim này càng xem càng thấy hay. Anh ấy càng giải thích, cô ấy càng cảm thấy khó hiểu.	*Je häufiger ich diesen Film sehe, desto besser finde ich ihn.* *Je mehr er erklärt, desto schwerer findet sie es zu verstehen.*
không chỉ / không những … mà còn	den zweiten Ausdruck steigernd, »nicht nur … sondern auch«	Em ấy không những xinh mà còn học giỏi nữa.	*Er/sie ist nicht nur hübsch, sondern auch noch gebildet.*

Viele Konjunktionen werden als Paar gebraucht, um zwei Sätze in Verbindung zu setzen:

Konjunktion	Verwendung	Beispiele
vì / tại (vì) / bởi (vì) … nên / cho nên	zum Ausdruck einer Ursache und Folge (kausal)	Vì trời mưa to nên tôi ở nhà. *Weil es stark regnet, (deshalb) bleibe ich zu Hause.*
nếu … thì	zum Ausdruck einer Bedingung (konditional)	Nếu trời mưa to thì tôi sẽ ở nhà. *Wenn es stark regnet, (dann) werde ich zu Hause bleiben.*
tuy / mặc dù (dầu) … nhưng	zum Ausdruck einer Einschränkung (konzessiv)	Mặc dù trời mưa to nhưng tôi vẫn đi. *Obwohl es stark regnet, gehe ich trotzdem.*

Anmerkungen

- Ist die Situation klar, kann man nên (cho nên) auch allein anwenden.
- Zur Betonung wird das Adverb vẫn in die Konstruktion tuy/mặc dù (dầu) … nhưng eingesetzt. Es steht dann im Teilsatz mit nhưng und vor dem Prädikat.

Übungen

1. Setzen Sie *hay* oder *hoặc* in die Lücken ein.

1. Anh sẽ đi công tác vào ngày mai ______________ ngày kia?
2. Tuần này ______________ tuần sau anh ấy sẽ về.
3. Cháu chỉ được nghỉ hôm nay ______________ ngày mai.
4. Em có thể lựa chọn đi ______________ ở lại.
5. Xe ô tô của Nhật tốt hơn ______________ xe ô tô của Đức tốt hơn?
6. Chiều nay ______________ sáng mai anh sẽ nhận được thư.
7. Con chỉ được mua cái quần này ______________ cái quần kia.
8. Anh muốn uống bia Hà Nội ______________ bia 333?

2. Welche Adjektive passen hier? Bilden Sie Sätze nach folgendem Muster.

Beispiel: xinh, học giỏi, ~~khó tính~~ (em ấy) → Em ấy vừa xinh vừa học giỏi.

1. nhanh nhẹn, xấu, dễ thương (cô ấy)
2. đắt, đẹp, rẻ (cái váy đó)
3. dài, chán, hay (phim này)
4. lười, chăm chỉ, ngoan (cháu gái tôi)
5. mắc, không bền, tốt (đôi giày kia)

3. Ordnen Sie folgende Wörter zu Sätzen.

1. đẹp trai / càng / càng / con trai cậu / lớn
2. nói / càng / làm ngược lại / mẹ nó / nó / càng
3. nghe / càng / tôi / càng / không hiểu
4. sai / nó / càng / làm / càng

4. Verbinden Sie die passenden Sätze miteinander, indem Sie die Konstruktion *không những … mà còn* verwenden.

Beispiel: Chị ấy *không những* là người vợ hiền *mà còn* là người mẹ chu đáo.

1. Chị ấy là người vợ hiền.	a. Anh ấy luôn giúp đỡ họ.
2. Em ấy học kém.	b. Em ấy sử dụng thành thạo máy vi tính.
3. Anh ấy thích học tiếng Việt.	c. Chị ấy là người mẹ chu đáo.
4. Anh ấy quan tâm bạn bè.	d. Anh ấy thích tìm hiểu về văn hóa Việt Nam.
5. Em ấy nói được nhiều ngoại ngữ.	e. Em ấy lười.

5. Bilden Sie neue Sätze mit der Konstruktion *vì / tại (vì) / bởi (vì) … nên (cho nên)*.

Beispiel: Em muốn học tiếng Việt. Tiếng Việt rất thú vị. →
Vì tiếng Việt rất thú vị *nên* em muốn học tiếng Việt.

1. Anh ấy đến muộn. Xe anh ấy bị hỏng.
2. Bác làm nhiều việc quá. Bác mệt.
3. Hôm nay, tôi không đi làm. Tôi bị ốm.
4. Cháu bận. Hôm nay, cháu không thể gặp cô.
5. Chú không có đủ tiền. Chú không mua ô tô.

6. Formen Sie folgende Sätze mithilfe der Konstruktion *nếu … thì* um.

Beispiel: Cậu không đi. Tớ cũng sẽ không đi. →
Nếu cậu không đi *thì* tớ cũng sẽ không đi.

1. Ngày mai, trời nắng. Chúng ta sẽ đi ra biển.
2. Em có thời gian. Em sẽ đến thăm chị.
3. Chú có tiền. Chú sẽ mua nhà.
4. Tôi là anh. Tôi sẽ nhận công việc đó.
5. Bác không đi khám. Bệnh của bác sẽ không khỏi.

7. Bilden Sie Sätze mit der Konstruktion *mặc dù (dầu) … nhưng … vẫn.*

Beispiel: Cô ấy bị ốm. Cô ấy đi làm. → *Mặc dù* cô ấy bị ốm *nhưng* cô ấy *vẫn* đi làm.

1. Thời tiết xấu. Chúng tôi đi dã ngoại.
2. Hưng bận. Hưng đến dự sinh nhật tôi.
3. Trời mưa to. Họ phải làm việc tiếp.
4. Nó sai. Nó không xin lỗi.
5. Chị ấy làm việc mỗi ngày. Gia đình không đủ ăn.

Vokabelhilfe

đến dự sinh nhật tôi	*zu meinem Geburtstag kommen*

8. Übersetzen Sie ins Deutsche.

1. Em đi hay không đi?
2. Anh hoặc tôi sẽ ở lại đây.
3. Nó thông minh nhưng lười.
4. Cháu sẽ gặp và nói chuyện với họ.
5. Anh ấy càng nói, tôi càng thấy vô lý.
6. Em ấy vừa xinh vừa học giỏi.
7. Chị ấy không những là người vợ hiền mà còn là người mẹ chu đáo.
8. Vì tiếng Việt rất thú vị nên em muốn học tiếng Việt.
9. Nếu cậu không đi thì tớ cũng sẽ không đi.
10. Mặc dù cô ấy bị ốm nhưng cô ấy vẫn đi làm

Vokabelhilfe

ở lại	*bleiben*
thấy	hier: *finden*
vô lý	*unlogisch*
hiền	*sanftmütig*
chu đáo	*sorgfältig*
thú vị	*interessant*

9. Verbinden Sie folgende Sätze mit den passenden Konjunktionen.

Beispiel: Anh ấy biết tiếng Anh. Anh ấy biết tiếng Pháp. → Anh ấy biết tiếng Anh *và* tiếng Pháp. / Anh ấy *vừa* biết tiếng Anh *vừa* biết tiếng Pháp. / Anh ấy *không chỉ (không những)* biết tiếng Anh *mà còn* biết tiếng Pháp.

1. Từ đây đến đó, chị có thể đi xích lô. Chị có thể đi tắc xi.
2. Quán ăn này ngon. Quán ăn này rất mắc.
3. Khách du lịch mang theo nhiều tiền mặt. Họ dễ bị mất cắp.
4. Chị đi Hà Nội. Em đi Hà Nội.
5. Thời tiết nóng. Thời tiết ngột ngạt.

Vokabelhilfe

mang theo	hier: *mitnehmen*
dễ	hier: *leicht*
ngột ngạt	*schwül*

20 Numeralia

A Grundzahlen

Die Grundzahlen 0–10 sind einsilbig und lauten folgendermaßen:

0	không
1	một
2	hai
3	ba
4	bốn
5	năm

6	sáu
7	bảy
8	tám
9	chín
10	mười

Zur Bildung der Zahlen 11–19 wird mười vor das Einerzahlwort gesetzt: 10(+)1, 10(+)2 usw. Die Zahl 20 wird mit 2(x)10 wiedergegeben, 31 z.B. dementsprechend mit 3(x)10(+)1 usw. Ab 20 lautet das Zehnerzahlwort allerdings mươi statt mười. Das Einerzahlwort für 5 lautet in Zusammensetzungen ab 15 lăm statt năm, ab 20 lăm/nhăm statt năm; das Wort für 1 ab 21 mốt statt một und das Wort für 4 ab 24 bốn oder tư:

ab 11	
mười + …	
năm → lăm	
11	mười một
12	mười hai
13	mười ba
14	mười bốn
15	mười lăm
16	mười sáu
17	mười bảy
18	mười tám
19	mười chín

ab 20	
… + mươi + …	
năm → lăm/nhăm / một → mốt / bốn → tư	
21	hai mươi mốt
24	hai mươi bốn/tư
25	hai mươi lăm/nhăm
32	ba mươi hai
47	bốn mươi bảy
60	sáu mươi
99	chín mươi chín

Das Wort für »hundert« lautet trăm. Die Bildung der Hunderterzahlen erfolgt ebenfalls durch Voran- bzw. Nachstellen der weiteren Komponenten: 3(x)100(+)2(x)10(+)7 = 327 = *ba trăm hai mươi bảy*. Selbiges gilt für die Grundzahlen ab 1000 (»tausend« = nghìn/ngàn). Wenn die Zehnerstelle bei Zahlen über 100 mit einer 0 und die Einerstelle mit 1–9 besetzt ist, muss vor die Einerstelle linh/lẻ eingefügt werden:

ab 100		ab 1.000	
… + trăm + …		… + nghìn/ngàn + …	
năm → lăm/nhăm / một → mốt / bốn → tư / không → linh/lẻ			
300	ba trăm	*1001*	một nghìn không trăm linh/lẻ một
335	ba trăm ba mươi nhăm	*4000*	bốn nghìn
410	bốn trăm mốt/mười	*4445*	bốn nghìn bốn trăm bốn mươi lăm
511	năm trăm mười một	*6100*	sáu nghìn mốt / một trăm
544	năm trăm bốn mươi tư/bốn	*6554*	bảy nghìn năm trăm năm mươi bốn/tư
726	bảy trăm hai mươi sáu	*6958*	sáu nghìn chín trăm năm mươi tám
807	tám trăm linh bảy		
908	chín trăm lẻ tám		

Es folgt eine Zerlegung der Zahl 1.234.567.890:

tỷ/tỉ (***Milliarde***)	**triệu** (***Million***)	**nghìn** (***Tausend***)	**trăm** (***Hundert***)	**chục / mươi** (***-zig / -ßig***)
một tỷ	hai trăm ba mươi bốn triệu	năm trăm sáu mươi bảy nghìn	tám trăm	chín chục *oder* chín mươi

Zum Gebrauch: Wie im Kapitel »Substantive« bereits dargestellt, stehen vor Substantiven, die mit Zahlwörtern verbunden werden, Klassifikatoren. Die Reihenfolge der Elemente ist dann also: Zahlwort – Klassifikator – Substantiv:

Tôi có hai cái kính.	*Ich habe zwei Brillen.*
Anh ấy đã mua 20 con bò.	*Er hat 20 Kühe gekauft.*
Hiệu sách Tràng Tiền cần hai triệu cuốn »Harry Potter«.	*Die Buchhandlung Trang Tien braucht zwei Millionen Examplare von »Harry Potter«.*

Andere Ausdrücke zur Angabe einer Menge

nửa	*Hälfte, ein halb*	steht in der Bedeutung »Hälfte« stets hinter einem Zahlwort.
rưởi / rưỡi	*anderthalb*	rưởi steht nur hinter einem runden Zahlenwert von jeweils *trăm, nghìn* usw.
một chục	*10*	hai chục (= 20) … chín chục (= 90)
một vạn	*10.000*	hai vạn (= 20.000) … chín vạn (= 90.000)

Tôi mua một nửa cân cam.	*Ich kaufe ein halbes Kilo Orangen.*
Tôi mua một nghìn rưởi quả cam.	*Ich kaufe anderthalb Tausend Orangen.*
Tôi uống một cốc rưỡi nước cam.	*Ich trinke anderthalb Gläser Orangensaft.*

B Ordnungszahlen

Die Bildung der Ordnungszahlen erfolgt durch das Voranstellen von thứ (*Rang, Reihenfolge*) vor das jeweilige Grundzahlwort. Dabei bilden die Ausdrücke für »erstens« und »viertens« eine Ausnahme. Ab »elftens« gelten dieselben Regeln wie bei den Grundzahlen:

erstens, Erst(-)	thứ nhất	sechstens, Sechst(-)	thứ sáu
zweitens, Zweit(-)	thứ hai / thứ nhì	siebentens, Siebent(-)	thứ bảy
drittens, Dritt(-)	thứ ba	achtens, Acht(-)	thứ tám
viertens, Viert(-)	thứ tư	neuntens, Neunt(-)	thứ chín
fünftens, Fünft(-)	thứ năm	zehntens, Zehnt(-)	thứ mười

Ordnungszahlwörter stehen wie ein Attribut hinter ihrem Bezugswort. Sie können ebenfalls mit einem Klassifikator verbunden werden:

Quyển sách thứ nhất là 250 trang. — *Das erste Buch hat 250 Seiten.*
Đây là cái váy thứ năm mươi của cô ấy. — *Das ist ihr fünfzigster Rock.*

C Bruchzahlen

Eine Bruchzahl wird in der Reihenfolge Grundzahlwort (Zähler) + phần + Grundzahlwort (Nenner) angegeben:

một phần hai ($^1/_2$) — *ein halb*
ba phần tư ($^3/_4$) — *drei viertel*
mười một phần trăm ($^{11}/_{100}$) — *elf hundertstel*

Übungen

1. Schreiben Sie folgende Zahlen in Worten.

15, 23, 30, 47, 58, 61, 79, 82, 94, 106, 355, 683, 992,1981, 10.210, 397.429, 8.637.514.729

2. Geben Sie folgende Zahlen in Ziffern wieder.

mười bốn, hai mươi chín, ba mươi ba, bốn mươi lăm, năm mươi, sáu mươi hai, bảy mươi mốt, tám mươi tư, chín mươi sáu, một trăm mốt, sáu trăm chín mươi hai, hai trăm linh bảy, một ngàn không trăm chín mươi bảy, năm mươi ba nghìn chín trăm năm mươi, bảy triệu năm trăm mười chín nghìn không trăm

3. Schreiben Sie folgende vietnamesische Festnetz- und Mobilnummern in Worten.

8742052 tám bảy bốn hai không năm hai
6129529 ______________________________
2355328 ______________________________
2788723 ______________________________

098.3046728 không chín tám ba không bốn sáu bảy hai tám
090.1628612 ______________________________
091.9262237 ______________________________
092.7146090 ______________________________

4. Verbinden Sie die passenden Fragen und Antworten miteinander.

1. Nhà anh số bao nhiêu?
2. Chú uống lon thứ mấy rồi?
3. Một cân táo giá bao nhiêu, em?
4. Chị sống ở tầng thứ mấy?
5. Từ đồng nghĩa của »một nửa« là gì?
6. Trong lớp cháu đứng thứ mấy?

a. Cháu sống ở tầng thứ bảy ạ.
b. Một phần hai.
c. Cháu đứng thứ nhì ạ.
d. Nhà tôi số 4 ngõ 783 phố Hoàng Hoa Thám.
e. Dạ, 25.000 đ.
f. Chú mới uống lon thứ năm.

1.	2.	3.	4.	5.	6.

Vokabelhilfe

đ (đồng) vietnamesische Währung

5. Welchen Formulierungen entsprechen die hervorgehobenen Ausdrücke?

1. Đôi tất này giá bao nhiêu? Năm nghìn mốt.	a. 5.001	b. 5010	c. 5100
2. Năm nay là năm hai nghìn không trăm lẻ một.	a. 2001	b. hai nghìn không trăm linh một	c. hai nghìn không trăm mốt
3. Cháu mới may được một trăm rưởi cái túi.	a. 105	b. 115	c. 150
4. Chị bán cho tôi ba chục quả trứng gà.	a. mười ba	b. ba mươi	c. ba mười
5. Thằng nhỏ ăn được hai bát rưỡi cơm.	a. một nửa bát và thêm hai bát	b. hai bát và thêm một nửa bát	c. hai bát và thêm một phần hai bát
6. Hai trăm vạn là bao nhiêu?	a. hai trăm nghìn	b. 200.000	c. hai trăm lần nghìn

21 Datum und Uhrzeit

Wochentag

Zur Bezeichnung der Wochentage wird das Wort ngày *Tag* mit den Ordnungszahlen verbunden. Eine Ausnahme bildet der *Sonntag*, mit dem die Wochenzählung beginnt:

(ngày) chủ nhật	Sonntag	(ngày) thứ năm	Donnerstag
(ngày) thứ hai	Montag	(ngày) thứ sáu	Freitag
(ngày) thứ ba	Dienstag	(ngày) thứ bảy	Samstag
(ngày) thứ tư	Mittwoch		

Monat

Zur Angabe des Monats (tháng) wird das Grundzahlwort nachgestellt:

tháng một	Januar	tháng bảy	Juli
tháng hai	Februar	tháng tám	August
tháng ba	März	tháng chín	September
tháng tư	April	tháng mười	Oktober
tháng năm	Mai	tháng mười một	November
tháng sáu	Juni	tháng mười hai	Dezember

Eine andere Bezeichnung für *Januar* ist auch tháng giêng. Für *Dezember* wird auch tháng chạp verwendet. tháng giêng und tháng chạp sind Begriffe des Mondkalenders.

Jahr

Zur Angabe des Jahres wird das Wort năm (*Jahr*) vor das Grundzahlwort gesetzt und in der Regel auch mitgesprochen:

năm 2011	*das Jahr 2011*
Tôi sinh năm 1977.	*Ich bin (im Jahr) 1977 geboren.*

Angabe des Datums

Die Angabe des Datums erfolgt mit den Grundzahlwörtern, die jeweils dem Ausdruck ngày (*Tag*), tháng (*Monat*) und năm (*Jahr*) folgen:

12.05.1981	ngày mười hai *Tag 12*	tháng năm *Monat 5 (Mai)*	năm 1981 *Jahr 1981*

Dabei muss bei den ersten zehn Tagen des Monats zwischen ngày und der Grundzahl mồng oder mùng stehen. Bei den restlichen Tagen steht nur ngày:

ngày mồng (mùng) một tháng hai	*1. Februar*

Nach dem Datum bzw. Wochentag wird wie folgt gefragt:

Hôm nay là ngày bao nhiêu?	*Den Wievielten haben wir heute?*
Hôm nay là (ngày) thứ mấy?	*Was für ein Tag ist heute?*

Uhrzeit

Die Angaben von Stunden, Minuten und Sekunden werden wie folgt ausgedrückt:

Stunde (*giờ*)	Grundzahlwort + giờ	một giờ chín giờ	*ein Uhr* *neun Uhr*
Minute (*phút*)	Grundzahlwort + phút	hai phút mười lăm phút	*zwei Minuten* *fünfzehn Minuten*
Sekunde (*giây*)	Grundzahlwort + giây	ba mươi giây hai mươi mốt giây	*dreißig Sekunden* *einundzwanzig Sekunden*

Zur Angabe der Uhrzeit werden die einzelnen Teile lediglich aneinandergereiht. Die Frage nach der Uhrzeit lautet Bây giờ là mấy giờ? / Mấy giờ rồi?

01:02:30	Bây giờ là một giờ hai phút ba mươi giây.

In der Regel werden die Stunden nur bis 12 gezählt und zur konkreteren Angabe der Zeit die Tagesabschnitte hinter die Uhrzeit gestellt. Diese lauten:

sáng	*morgens (bzw. vormittags)*
trưa	*mittags*
chiều	*nachmittags*
tối	*abends*
đêm	*nachts*

Bây giờ là 1 giờ 10 phút đêm.	*Jetzt ist es 1:10 Uhr (nachts).*
Bây giờ là đúng 7 giờ sáng.	*Jetzt ist es genau 7 Uhr (morgens).*
Bây giờ là 8 giờ 20 phút sáng.	*Jetzt ist es 8:20 Uhr (morgens).*
Bây giờ là 12 giờ 35 phút trưa.	*Jetzt ist es 12:35 Uhr (mittags).*
Bây giờ là 4 giờ 15 phút chiều.	*Jetzt ist es 16:15 Uhr (nachmittags).*
Bây giờ là 8 giờ 20 phút tối.	*Jetzt ist es 20:20 Uhr (abends).*

»vor« wird mit kém ausgedrückt, das sich auf die volle Stunde bezieht und zwischen Stunden- und Minutenangabe steht:

Bây giờ là 3 giờ kém 5 phút chiều.	*Jetzt ist es fünf vor drei nachmittags.*

Die Angabe »halb« erfolgt mithilfe von rưỡi, das auf die bereits laufende Stunde gerechnet wird:

Bây giờ là 7 giờ rưỡi tối.	*Jetzt ist es halb acht abends. (wörtlich: halb nach sieben)*

Um auszudrücken, wann etwas geschieht, verwendet man die Präpositionen lúc (*um*) oder từ … đến (*von … bis*):

Chị sang Việt Nam lúc mấy giờ?	*Um wie viel Uhr fährst du nach Vietnam?*
Tôi sang Việt Nam lúc 8 giờ.	*Ich fahre um 8 Uhr nach Vietnam.*
Chị gặp anh Hạnh lúc mấy giờ?	*Um wie viel Uhr triffst du Hanh?*
Tôi gặp anh Hạnh từ 10 giờ đến 12 giờ.	*Ich treffe Hanh von 10 bis 12 Uhr.*

Übungen

1. Vervollständigen Sie die nachfolgenden Sätze anhand der hier angegebenen Informationen.

Những ngày lễ được nghỉ ở Việt Nam (*Die arbeitsfreien Feiertage in Vietnam*)

1-1	Tết dương lịch (*Neujahrsfest nach dem Sonnenkalender*)
từ 30-12 đến 3-1	Tết Nguyên Đán (*traditionelles Neujahrsfest nach dem Mondkalender*)
2-9	Ngày quốc khánh Việt Nam (*vietnamesischer Nationalfeiertag*)
10-3	Ngày giỗ tổ Hùng Vương (*Gedenktag des Königs Hung*)
30-4	Ngày thống nhất đất nước (*Tag der Wiedervereinigung*)
1-5	Ngày quốc tế lao động (*Arbeitertag*)

1. Tết Dương lịch là ngày bao nhiêu? *Tết Dương lịch là ngày mồng 1 tháng 1.*
2. Tết Nguyên Đán từ ngày bao nhiêu đến ngày bao nhiêu?
   ____.
3. Ngày quốc khánh Việt Nam là ________________?
   ____.
4. Ngày ____________________________________?
   ____.
5. ____?
   ____.
6. ____?
   ____.

2. Beantworten Sie folgende Fragen anhand des vorgegebenen Tages.

1. Hôm nay là ngày bao nhiêu dương lịch?
2. Hôm nay là ngày bao nhiêu âm lịch?
3. Ngày mai là ngày bao nhiêu dương lịch?
4. Ngày kia là thứ mấy?
5. Chủ nhật là ngày bao nhiêu âm lịch?
6. Thứ tư tuần sau là ngày bao nhiêu dương lịch?
7. Tháng trước là tháng mấy dương lịch?

Tháng 1 **9** Thứ Hai
16 Tháng Chạp

Vokabelhilfe

dương lịch — *Sonnenkalender*
âm lịch — *Mondkalender*

3. Geben Sie folgende Uhrzeiten in Worten wieder.

1. 23:45 mười hai giờ kém mười lăm phút đêm
2. 04:10 ________________________.
3. 10:21 ________________________.
4. 13:38 ________________________.
5. 17:15 ________________________.
6. 20:54 ________________________.

4. Geben Sie folgende Uhrzeiten in Zahlen oder in Worten wieder

1. Bây giờ là tám giờ rưỡi sáng. ______
2. ________________________. 9:40
3. Bây giờ là mười hai giờ năm phút trưa. ______
4. Bây giờ là hai giờ kém hai mươi mốt phút chiều. ______
5. ________________________. 15:05
6. ________________________. 21:41

5. Bilden Sie Sätze nach folgendem Muster.

Beispiel: Bưu điện Thành phố Hà Nội →
Bưu điện Thành phố Hà Nội mở cửa lúc mấy giờ?
Giờ mở cửa: 8:00–19:00 → Bưu điện Thành phố Hà Nội mở cửa lúc tám giờ sáng.

1. Bảo tàng Hà Nội - Giờ mở cửa
   Sáng: 8:00–11:00 Chiều: 13:30–16:30

2. Thư viện quốc gia Việt Nam
   Giờ mở cửa: 8:00–20:00

22 Satzbau

A Allgemeine Regeln

Wie im Deutschen besteht auch der vietnamesische Satz aus Satzgliedern wie Subjekt, Prädikat, adverbialen Angaben usw.:

(1)	Chiều nay, trời sẽ mưa.		*Heute Nachmittag wird es regnen.*
	trời	S	*Himmel (es)*
	sẽ mưa	P	*wird regnen*
	chiều nay	adv. An.	*heute Nachmittag*

Die SVO- oder die SP-Konstruktion charakterisieren die vietnamesische Satzstruktur. Diese wird auch durch die Stellung der Satzglieder im Satz bestimmt: Das Subjekt steht an erster Position, das Verb an zweiter und das Objekt an dritter. Die Funktionswörter und die adverbialen Angaben können je nach Kontext an unterschiedlichen Stellen im Satz stehen, z.B. chiều nay bei (1), lúc 12 giờ trưa bei (2a) oder (2b). Bei (1) und (2b) werden die adverbialen Angaben am Anfang des Satzes hinter das Subjekt gesetzt, um den zeitlichen Bezug zu betonen.

(2a)	Tôi mới gặp anh Hùng lúc 12 giờ trưa.			*Ich habe mich gerade erst um 12 Uhr mittags mit Herrn Hung getroffen.*
	tôi	S		*ich*
	mới	Adv.	P	*gerade erst*
	gặp	V	P	*treffen*
	anh Hùng	O	P	Anredeform *Hung*
	lúc 12 giờ trưa	adv. An.	P	*um zwölf Uhr Mittag/mittags*

(2b)	Lúc 12 giờ trưa, tôi mới gặp anh Hùng.		
	lúc 12 giờ trưa	adv. An.	*um zwölf Uhr Mittag/mittags*
	tôi	S	*ich*
	mới	Adv.	*gerade erst*
	gặp	V	*treffen*
	anh Hùng	O	Anredeform *Hung*

Die Umstellung der Satzstruktur zu einer »PS-Konstruktion« ist in Ausnahmefällen möglich und wird häufig in der Alltagsprache angewendet, um Äußerungen zu verstärken (3b). Bei solchen Formulierungen spielen Aussprache und Betonung eine wichtige Rolle.

<table>
<tr><td rowspan="7">(3a)</td><td colspan="5">Em vừa thấy hai người lạ mặt đi vào đây.</td><td>Ich habe gerade zwei Fremde gesehen, die hereingegangen sind.</td></tr>
<tr><td>em</td><td colspan="4">S1</td><td>ich</td></tr>
<tr><td>vừa</td><td colspan="3">Adv.</td><td rowspan="5">P1</td><td>gerade</td></tr>
<tr><td>thấy</td><td colspan="3">V1</td><td>sehen</td></tr>
<tr><td>hai người lạ mặt</td><td colspan="2">S2</td><td rowspan="3">O1</td><td>zwei | Kl. für Menschen | Fremde</td></tr>
<tr><td>đi</td><td>V2</td><td rowspan="2">P2</td><td>gehen</td></tr>
<tr><td>vào đây</td><td>O2</td><td>herein | hier</td></tr>
</table>

<table>
<tr><td rowspan="5">(3b)</td><td colspan="2">Em vừa thấy đi vào đây hai người lạ mặt.</td><td>Ich habe gerade zwei Fremde gesehen, die hereingegangen sind.</td></tr>
<tr><td>em</td><td>S1</td><td>ich</td></tr>
<tr><td>vừa thấy</td><td>P1</td><td>gerade sehen</td></tr>
<tr><td>đi vào đây</td><td>P2</td><td>gehen | herein | hier</td></tr>
<tr><td>hai người lạ mặt</td><td>S2</td><td>zwei | Kl. für Menschen | Fremde</td></tr>
</table>

In einem vietnamesischen Satz können viele Verben nebeneinander treten:

<table>
<tr><td rowspan="5">(4)</td><td colspan="3">Chúng ta bắt đầu học tiếng Việt.</td><td>Wir beginnen Vietnamesisch zu lernen.</td></tr>
<tr><td>chúng ta</td><td colspan="2">S</td><td>wir</td></tr>
<tr><td>bắt đầu</td><td>V1</td><td rowspan="3">P</td><td>beginnen</td></tr>
<tr><td>học</td><td>V2</td><td>lernen</td></tr>
<tr><td>tiếng Việt.</td><td>O</td><td>Vietnamesisch</td></tr>
</table>

Im Vietnamesischen gibt es zwei Satzformen: câu đơn (*einfacher Satz*) und câu ghép (*zusammengesetzter Satz*).

Der einfache Satz

Der einfache Satz (câu đơn) besteht aus einer Hauptkonstruktion SVO/SP wie in (1), (2a) und (4). Hier können mehrere SVO/SP-Nebenkonstruktionen entstehen wie S2P2 in (3a) oder (5a). Sie können auch in verschiedenen Phrasen wie z.B. Substantivphrasen (5a: những ngôi nhà đang xây) oder Verbalphrasen (3a: hai người lạ mặt đi vào đây) auftauchen.

In vielen Fällen sind Glieder der Nebenkonstruktion eng mit der Hauptkonstruktion verbunden, d.h. wenn sie von der Hauptkonstruktion getrennt werden, verliert der Satz seinen Sinn z.B. V2 und O2 in (3a). Manchmal können Glieder der Nebenkonstruktion weggelassen werden, z.B. Adv.2 und V3 in (5a). Diese werden als ergänzende Teile für die Hauptkonstruktionsglieder (S1 bei 5a) angesehen. Auch ohne sie behält der Satz seinen Sinn (5b).

<table>
<tr><td rowspan="8">(5a)</td><td colspan="4">Những ngôi nhà đang xây này đã bị đình chỉ.</td><td>Diese gerade im Bau befindlichen Häuser verloren ihre Baugenehmigung.</td></tr>
<tr><td>những ngôi nhà</td><td colspan="2">S2</td><td rowspan="3">S1</td><td>unbe. Me. | Kl. | Haus</td></tr>
<tr><td>đang</td><td>Adv.2</td><td rowspan="2">P2</td><td>zeitliches Adv. für die Gegenwart (gerade)</td></tr>
<tr><td>xây</td><td>V3</td><td>bauen</td></tr>
<tr><td>này</td><td colspan="3">DePro.</td><td>dies(-)</td></tr>
<tr><td>đã</td><td>Adv.1</td><td rowspan="3" colspan="2">P1</td><td>zeitliches Adv. für die Vergangenheit (schon)</td></tr>
<tr><td>bị</td><td>V1</td><td>Passivwort (im negativen Sinne)</td></tr>
<tr><td>đình chỉ</td><td>V2</td><td>Baugenehmigung verlieren</td></tr>
</table>

(5b)	Những ngôi nhà này đã bị đình chỉ.		
	những ngôi nhà này	S1	unbe. Me. | Kl. | *Haus* | *dies(-)*
	đã bị đình chỉ	P1	…

Eine Satzform, die ebenfalls zur Form des *câu đơn* zählt, ist der câu đơn đặc biệt (*besonderer Satz*). Er hat jedoch keine vollständige SVO/SP-Konstruktion. Stattdessen fehlt entweder ein Teil der Konstruktion (6) oder der Satz besteht nur aus einem Wort (7). Trotzdem hat der Satz in einem bestimmten Kontext eine Bedeutung. Typisch dafür ist z.B. der Ausrufesatz.

(6) Giỏi thật! (*Hier fehlt das Subjekt.*) *Wirklich ausgezeichnet!*

(7) Mưa! (*Hier ist mưa weder Substantiv noch Verb.*) *Es regnet!*

Der zusammengesetzte Satz

Ein zusammengesetzter Satz (câu ghép) besteht aus mindestens zwei Hauptkonstruktionen (8). Wenn sie wieder voneinander getrennt werden, betrachtet man sie als zwei einfache Sätze (9). Die einzelnen Konstruktionen im *câu ghép* werden gelegentlich durch ein Komma (8), durch Konjunktionen wie thì (10) oder durch ein Konjunktionspaar wie hễ … là (11) verbunden.

(8)	Trời quang, mưa tạnh.		*Wenn es hell wird, hört der Regen auf.*
	trời	S1	*Himmel (es)*
	quang	P1	*hell*
	mưa	S2	*Regen*
	tạnh	P2	*aufhören*

(9)	Trời quang. Mưa tạnh.		*Es ist hell. Der Regen hört auf.*
	trời	S	*Himmel (es)*
	quang	P	*hell*
	mưa	S	*Regen*
	tạnh	P	*aufhören*

(10) Trời quang thì mưa tạnh. *Wenn es hell wird, <u>dann</u> hört der Regen auf.*

(11) Hễ trời quang là mưa tạnh. *<u>Wenn</u> es hell wird, <u>dann</u> hört der Regen auf.*

B Sätze mit verschiedenen Prädikatsbildungen

Die Merkmale des vietnamesischen Satzbaus werden im Folgenden anhand von drei verschiedenen Prädikatsbildungen dargestellt.

Verbalprädikat

Sätze mit Verbalprädikat sind im Vietnamesischen die am häufigsten vorkommende Form des Satzes. Wie der Name schon sagt, spielt das Verb dabei eine wichtige Rolle. Die Prädikatsbildung erfolgt durch das Verb, entweder ohne Objekte (12) oder in Verbindung mit Objekten wie sách, mẹ, một quyển sách (13, 14). Es gibt zwei Arten von Objekten: direkte (O bei 13 und O1 bei 14) und indirekte (O2 bei 14):

(12)	Chim bay.		*Der Vogel fliegt.*
	chim	S	*Vogel*
	bay	P	*fliegen*

(13)	Trang đọc sách.			*Trang liest ein Buch.*
	Trang	S		Eigenname *Trang*
	đọc	V	P	*lesen*
	sách	O		*Buch*

(14)	Tôi tặng mẹ một quyển sách.			*Ich schenke meiner Mutter ein Buch.*
	tôi	S		*ich*
	tặng	V	P	*schenken*
	mẹ	O1		*Mutter*
	một quyển sách	O2		*ein* | Kl. | *Buch*

Sonderfall

Ein Satz mit dem Verb có im Sinne von *es gibt* hat kein Subjekt, sondern nur ein Prädikat und die darauf folgende adverbiale Angabe (15):

(15)	Có một quyển sách trên bàn.			*Es gibt ein Buch auf dem Tisch.*
	có	V	P	*es gibt*
	một quyển sách	O		*eins* | Kl. | *Buch*
	trên bàn	adv. An.		Präposition *(auf)* | *Tisch*

Wenn die adverbiale Angabe trên bàn vor dem Prädikat steht, ist trên bàn Subjekt:

Trên bàn có một quyển sách. *Auf dem Tisch gibt es ein Buch.*

Nominalprädikat

Ein Satz mit Nominalprädikat wird durch die Konstruktion Subjekt + là + Prädikat gebildet (16, 17, 18), wobei là hier die Funktion einer »Kopula« übernimmt. Als Kopula wird eine Verbform bezeichnet, die eine Verbindung zwischen Subjekt und Prädikativ herstellt. Das Prädikat ist in diesem Fall ein Nomen:

(16)	Đây là anh Eckardt.		*Hier ist Eckardt.*
	đây	S	DePro.
	là		Kopula *(sein)*
	anh Eckardt	P	Anredeform | Eigenname *Eckardt*

(17)	Achim là người Đức.		*Achim ist Deutscher.*
	Achim	S	Eigenname *Achim*
	là		Kopula *(sein)*
	người Đức	P	*Deutscher*

(18)	Achim là người quản lý.		*Achim ist ein Geschäftsführer.*
	Achim	S	Eigenname *Achim*
	là		Kopula *(sein)*
	người quản lý	P	*Geschäftsführer*

Sonderfall: Obwohl der folgende Satz ohne die Kopula là steht, gehört er trotzdem zu den Sätzen mit Nominalprädikat:

(19) Anh Achim 40 tuổi. *Achim ist vierzig Jahre alt.*

Stattdessen wird là im Folgenden als Hilfswort gesehen und der Satz zu den Sätzen mit Verbalprädikat gezählt:

(20)	Tôi tên là Achim.			*Ich heiße Achim.*
	tôi	S		*ich*
	tên	V	P	*heißen*
	là			Hilfswort
	Achim	O		Eigenname *Achim*

Adjektivprädikat

Ein Satz mit Adjektivprädikat setzt sich nur aus einem Subjekt und Adjektiv(en) zusammen, was im Deutschen nicht möglich ist.

(21)	Bài đọc này khó.			*Dieser Lesetext ist schwierig.*
	bài đọc này	S		*Lesetext* | DePro. (*dies-*)
	khó	Adj.	P	*schwierig*

Verneinungsformen

Sätze mit einem Prädikat werden gewöhnlich durch das Verneinungswort không (*nicht*) (15, 22, 24) oder durch die Kombination không phải (*nicht zutreffend*) (19, 23) negiert. không und không phải stehen dabei vor dem Prädikat:

(22)	Verbalprädikat	Chim bay.	Chim không bay.
(15)		Trên bàn có một quyển sách.	Trên bàn không có sách.
(23)	Nominalprädikat	Achim là người Đức.	Achim không phải là người Đức.
(19)		Anh Achim 40 tuổi.	Anh Achim không phải 40 tuổi.
(24)	Adjektivprädikat	Bài đọc này khó.	Bài đọc này không khó.

Ein Satz mit là als Hilfswort wird folgendermaßen verneint:

(20) Tôi tên là Achim. → Tôi không phải tên là Achim.

Anmerkung

Anders als im Deutschen, kann das Verb bei vielen Sätzen, bei denen das Prädikat eine Präpositionalphrase ist, weggelassen werden. Solche Sätze werden häufig in der Alltagssprache verwendet (25, 26):

(25)	Cái bàn này (làm) bằng gỗ.			*Dieser Tisch wurde aus Holz gemacht.*
	cái bàn này	S		Kl. | *Tisch* | DePro. *(dies-)*
	(làm)	V	P	*machen*
	bằng gỗ	Präp.Pr.		*aus Holz*

(26)	Tiền này (là) của tôi.			*Dieses Geld ist meins.*
	tiền này	S		*Geld* | DePro. *(dies-)*
	(là)	V	P	Kopula *(sein)*
	của tôi	Präp.Pr.		*von* | *ich*

Solche Sätze werden mit không phải verneint:

Cái bàn này không phải (làm) bằng gỗ.
Tiền này không phải (là) của tôi.

Übungen

1. *Câu đơn* oder *câu ghép*?

1. Cháu Trang là học sinh.
2. Cháu Trang đang học lớp sáu.
3. Cháu Trang rất ngoan.
4. Cháu ấy có một anh trai.
5. Hai anh em luôn yêu thương nhau.
6. Hễ cháu Trang có thời gian là cháu ấy giúp bố mẹ làm việc nhà.
7. Ngày mai là sinh nhật của cháu Trang.
8. Cả nhà muốn tạo một sự bất ngờ thú vị cho cháu ấy.
9. Bố mẹ cháu Trang sẽ mời tất cả các bạn trong lớp đến dự sinh nhật cháu ấy.
10. Hôm đó trời nắng đẹp, mọi người đều vui vẻ và hạnh phúc.

	1.	2.	3.	4.	5.	6.	7.	8.	9.	10.
câu đơn	X									
câu ghép										

2. Zerlegen Sie die Sätze aus Übung 1 in die einzelnen Satzglieder.

1. [Cháu Trang] = (S) là [học sinh] = (P)
2. [Cháu Trang] = (S) đang [[học] = (V) [lớp sáu] =(O)] =(P)
3. …

3. Ordnen Sie die Sätze aus Übung 1 den passenden Übersetzungen zu.

a. Morgen ist (Nichte) Trangs Geburtstag.
b. An diesem Tag ist es sonnig und schön. Alle sind fröhlich und glücklich.
c. (Nichte) Trang ist gerade in der sechsten Klasse.
d. Alle Familienmitglieder möchten ihr eine interessante Überraschung bereiten.
e. Sie hat einen großen Bruder.
f. (Nichte) Trangs Eltern werden alle Freunde aus ihrer Klasse zu ihrem Geburtstag einladen.
g. Die beiden, Bruder und Schwester, haben sich lieb.
h. (Nichte) Trang ist sehr gehorsam.
i. Wenn (Nichte) Trang Zeit hat, hilft sie ihren Eltern, den Haushalt zu machen.
k. (Nichte) Trang ist Schülerin.

Vokabelhilfe

cháu	hier: *Nichte*	sự bất ngờ	*Überraschung*
việc nhà	*Haushalt*	dự	*teilnehmen*
tạo	hier: *bereiten*		

a.	b.	c.	d.	e.	f.	g.	h.	i.	k.
7									

4. Weisen Sie die Sätze den folgenden Kategorien der Prädikatsbildung zu.

Adjektivprädikat, Nominalprädikat, Verbalprädikat, Sonstige

1. Xe đạp hỏng.
2. Con trai tôi mới 2 tuổi.
3. Bà ấy nghe đài.
4. Cái ô này của chị.
5. Cây đổ.
6. Nhà anh ấy xa lắm.
7. Trời mưa to.
8. Ở đây có một cái ghế và một cái bàn.
9. Chị ấy hát rất hay.
10. Từ đây đến nhà ga khoảng 10 km.
11. Em mệt.
12. Trong tủ lạnh có hai quả táo.
13. Anh Vũ là nhà báo.
14. Trước sân trồng một cây bưởi.
15. Cái này gọi là cái mũ.
16. Chiếc nhẫn bằng vàng.

5. Bilden Sie Sätze mit den folgenden Wörtern.

anh ấy | ngày mai | tôi | đi học | bằng | là | xe đạp | mua | tối | người Mỹ | chị Mary | trời | quần áo | là | thứ tư

6. Übersetzen Sie die Sätze aus Übung 4 ins Deutsche.

7. Verneinen Sie die Sätze aus Übung 4 mit *không* oder *không phải*.

Beispiel: 1. Xe đạp không hỏng.

8. Bilden Sie Sätze nach folgendem Muster.

Beispiel: ông Thắng, giáo sư, 44 tuổi →
Đó là ông Thắng. Ông Thắng là giáo sư. Ông ấy 44 tuổi.

1. ông Ben, người Đức, 50 tuổi ______________________.
2. em Thúy, sinh viên, 22 tuổi ______________________.
3. cô Ami, người Nhật, 39 tuổi ______________________.
4. anh Hải, luật sư, 28 tuổi ______________________.
5. bà Zhao, người Trung Quốc, 42 tuổi ______________________.

9. Welche Wörter aus folgenden Sätzen können weggelassen werden, ohne den Inhalt zu verändern. Bilden Sie neue Sätze.

1. Cái ghế này làm bằng gỗ. *Cái ghế này bằng gỗ.*
2. Chiếc bút máy kia là của em. ______________________.
3. Con bé trông như người bệnh. ______________________.
4. Ngôi nhà này là để ở. ______________________.
5. Việc này là tại nó gây ra. ______________________.

Vokabelhilfe

con bé	*das Mädchen*
bệnh	*krank* (südl. Dialekt)
tại	hier: *wegen*
gây ra	*machen*

10. Ordnen Sie die Wörter zu sinnvollen Sätzen.

1. đắt / kia / không / lắm / cái váy
2. thư / cho / anh ấy / người yêu / viết
3. đẹp / ở / và / mùa thu / rất / Hà Nội / lãng mạn
4. chiếc / một / mới / em / xe đạp / mua / mới
5. hơi / đó / rộng / mắc / căn hộ / nhưng

11. Richtig oder falsch?

	richtig	falsch
1. Anh cần không tiền.		X
2. Đấy mới gọi là tình yêu.		
3. Năm nay, bác ấy đã là 75 tuổi.		
4. Nhà họ không rộng 50 mét vuông.		
5. Nó không phải là thằng Sơn.		
6. Đôi giày này là rẻ.		
7. Ông ấy không có xe đạp.		
8. Em là tên Tân.		

12. Korrigieren Sie die nicht korrekten Sätze aus Übung 11.

13. Ordnen Sie folgende Satzteile einander zu.

1. Em trai chị ấy …
2. Sáng mai, họ …
3. Món ăn ở Hà Nội …
4. Hưng mua …
5. Nửa cân táo …
6. Hôm qua, mẹ xem …
7. Gia đình Hồng …
8. Ngày kia, anh ấy sẽ sang …

a. … giá 35.000 đ.
b. … Mỹ.
c. … phim.
d. … sẽ đi dã ngoại.
e. … tên là Nam.
f. … có 5 người.
g. … đôi giày đó.
h. … rất ngon.

1	2	3	4	5	6	7	8

14. Finden Sie zu folgenden Fragen die passenden Antworten aus Übung 13.

1. Hưng mua đôi giày nào?
2. Nửa cân táo giá bao nhiêu?
3. Bao giờ anh ấy sẽ sang Mỹ?
4. Sáng mai họ sẽ đi đâu?
5. Hôm qua mẹ xem gì?
6. Ai tên là Nam?
7. Gia đình Hồng có mấy người?
8. Món ăn ở Hà Nội thế nào?

23 Nebensätze und indirekte Rede

Vietnamesische Aussagesätze werden häufig mit verschiedenen Funktionswörtern wie z.B. Präpositionen oder Konjunktionen verbunden, um als subordinierende (= untergeordnete) Nebensätze einen bestimmten Zweck zum Ausdruck zu bringen. Dabei kann es sich sowohl um einfache Sätze (câu đơn) als auch um zusammengesetzte Sätze (câu ghép) handeln. Im Folgenden werden die typischen vietnamesischen Nebensätze vorgestellt.

A Konditionalsätze

Konditionalsätze drücken eine Bedingung aus. Der subordinierte konditionale Teilsatz, der die Bedingung beinhaltet, steht mit den Konjunktionen nếu oder hễ, der Hauptsatz, der ein Ergebnis oder ein Resultat zum Ausdruck bringt, mit den Konjunktionen thì oder là. Sowohl nếu/hễ als auch thì/là stehen jeweils am Anfang des Teilsatzes. Der Unterschied zwischen den beiden Konjunktionspaaren nếu ... thì und hễ ... là besteht darin, dass hễ ... là Sachverhalte ausdrückt, die sich wiederholen:

Nếu chị mệt thì chị nên nghỉ một lát.	*Wenn du müde bist, (dann) sollst du eine kleine Pause machen.*
Hễ ai nhắc đến nó là mọi người lại khóc.	*Wenn jemand über ihn/sie spricht, (dann) weinen wieder alle.*

Wenn man die Bedingung oder das Ergebnis als Hauptinformation betonen möchte, kann entweder nur nếu für die Bedingung oder thì für das Ergebnis gebraucht werden:

Nếu cháu rỗi, cháu sẽ đến thăm bác ấy.	*Wenn ich Zeit habe, werde ich ihn/sie besuchen.*
Anh ấy mời tôi thì tôi mới đến.	*Wenn er mich einlädt, dann komme ich.*

Der Teilsatz mit nếu kann auch hinter den Hauptsatz gestellt werden:

Nếu cháu rỗi, cháu sẽ đến thăm bác ấy. → Cháu sẽ đến thăm bác ấy nếu cháu rỗi.

B Finalsätze

Finalsätze geben einen Zweck oder das Ziel einer Handlung an (s. S. 79) und werden mit der Präposition để (*zu, um ... zu, damit*) eingeleitet. Dabei steht der Finalsatz meist hinter dem Hauptsatz. để hat die Funktion, die einzelnen Teile eines Satzes miteinander in Verbindung zu setzen (a) oder Teilsätze zusammenzufügen (b):

Cái này để ăn. (a)	*Dies wird zum Essen gebraucht.*
Mẹ cháu phải đi làm nhiều nơi để cháu có thể học đại học. (b)	*Meine/deine Mutter muss an vielen verschiedenen Orten arbeiten, damit ich/du studieren kann/kannst.*

C Kausalsätze

Mit Kausalsätzen wird eine Begründung, eine Ursache oder ein Grund ausgedrückt. Sie werden mit den Konjunktionen vì, bởi vì oder tại vì eingeleitet, während der Hauptsatz, der dem Kausalsatz in der Regel folgt, mit nên (cho nên) steht:

Vì tối nay em bận nên (cho nên) em sẽ không đến. (a)	*Weil ich heute Abend beschäftigt bin, (deshalb) werde ich nicht kommen.*
Bởi vì cháu không mặc ấm nên (cho nên) cháu bị cảm lạnh. (b)	*Weil du/ich nicht warm angezogen bist/bin, hast du dich / habe ich mich erkältet.*
Tại vì thời tiết xấu nên (cho nên) chúng tôi phải ở nhà. (c)	*Weil das Wetter schlecht ist, müssen wir zu Hause bleiben.*

In vielen Fällen wird in Kausalsätzen nur ein Teil des Konjunktionspaares vì (bởi vì / tại vì) … nên (cho nên) gebraucht:

Bà ấy bị ngất nên (cho nên) người ta đã đưa bà ấy vào bệnh viện. (d)	*Weil sie bewusstlos war, deshalb hat man sie ins Krankenhaus gebracht.*
Người ta đã đưa bà ấy vào bệnh viện vì bà ấy bị ngất. (e)	*Man hat sie ins Krankenhaus gebracht, weil sie bewusstlos war.*

Der kausale Teilsatz mit vì (bởi vì / tại vì) kann vor oder hinter dem Hauptsatz stehen, z.B. bei (a), (b), (c) oder (e). Wenn er allerdings am Satzanfang steht, *muss* der Hauptsatz mit nên (cho nên) angebunden werden, wie bei (a), (b) und (c).

D Konzessivsätze

Mit den Konjunktionspaaren tuy … nhưng oder mặc dù (mặc dầu) … nhưng werden Konzessivsätze eingeleitet, die einen (unzureichenden) Gegengrund oder eine Einschränkung angeben. Sie setzen sich aus zwei Teilsätzen zusammen. Der konzessive Nebensatz drückt die Bedingung aus und steht mit den Konjunktionen tuy oder mặc dù. Der mit der Konjunktion nhưng eingeleitete Hauptsatz steht in der Regel nach dem Konzessivsatz und zeigt eine Folge auf. In vielen Fällen wird hier zusätzlich das Adverb vẫn (*noch, immer noch*) eingesetzt, um den Ausdruck zu betonen. vẫn steht gewöhnlich hinter dem Subjekt:

Tuy họ nghèo nhưng họ vẫn luôn giữ tự trọng.	*Obwohl sie arm sind, haben sie trotzdem immer ihren Stolz bewahrt.*
Mặc dù (mặc dầu) anh Tobias sống ở Việt Nam nhiều năm nhưng anh ấy vẫn không nói được tiếng Việt.	*Obwohl Tobias viele Jahre in Vietnam lebt, kann er trotzdem kaum Vietnamesisch sprechen.*

Der Konzessivsatz mit tuy / mặc dù (mặc dầu) kann auch an das Satzende gestellt werden, ohne dass sich der Sinn ändert. Die Konjunktion nhưng im Hauptsatz fällt dann weg:

Họ vẫn luôn giữ tự trọng tuy họ nghèo.	*Sie haben immer weiter Briefe geschickt, obwohl sie arm sind.*
Anh Tobias vẫn không nói được tiếng Việt mặc dù (mặc dầu) sống ở Việt Nam nhiều năm.	*Tobias kann kaum Vietnamesisch sprechen, obwohl er viele Jahre in Vietnam lebt.*

E Temporalsätze

Temporalsätze geben zeitliche Informationen zum Geschehen und werden u.a. mit khi oder lúc (*als*), trong khi (*während*), trước khi (*bevor*), sau khi (*nachdem*) und từ khi (*seit, seitdem*) eingeleitet. Die temporalen Angaben zeigen an, ob die Handlungen des Temporal- und des dazugehörigen Hauptsatzes gleichzeitig (khi, lúc, trong khi), vorzeitig (trước khi) oder nachzeitig (sau khi, từ khi) geschehen:

Mẹ thường hát ru em ngủ khi (lúc) em còn nhỏ.	*Meine Mutter hat mich normalerweise in den Schlaf gesungen, als ich noch klein war.*
Nó đi chơi trong khi bố mẹ đi làm.	*Er/sie geht aus, während seine/ihre Eltern arbeiten gehen.*
Con phải đánh răng trước khi con đi ngủ.	*Du (Kind) sollst deine Zähne putzen, bevor du ins Bett gehst.*
Cô ấy đi ngủ ngay sau khi cô ấy ăn trưa xong.	*Sie ist sofort schlafen gegangen, nachdem sie gegessen hatte.*
Vân Anh và tôi vẫn chưa gặp nhau từ khi tôi định cư ở Hamburg.	*Van Anh und ich haben uns noch nicht getroffen, seit ich in Hamburg lebe.*

Temporalsätze können vor oder hinter dem Hauptsatz stehen. Stehen sie an erster Stelle, werden beide Teilsätze entweder durch ein Komma voneinander getrennt oder durch die Konjunktion thì miteinander verbunden. Mit thì verbundene Temporalsätze werden häufig in der Alltagssprache benutzt.

Khi (lúc) em còn nhỏ, mẹ thường hát ru em ngủ.	Khi (lúc) em còn nhỏ thì mẹ thường hát ru em ngủ.
Trong khi bố mẹ đi làm, nó đi chơi.	Trong khi bố mẹ đi làm thì nó đi chơi.
Trước khi con đi ngủ, con phải đánh răng.	Trước khi con đi ngủ thì con phải đánh răng.
Sau khi cô ấy ăn trưa xong, cô ấy đi ngủ ngay.	Sau khi cô ấy ăn trưa xong thì cô ấy đi ngủ ngay.
Từ khi tôi định cư ở Hamburg, Vân Anh và tôi vẫn chưa gặp nhau.	Từ khi tôi định cư ở Hamburg thì Vân Anh và tôi vẫn chưa gặp nhau.

F Vergleichssätze

Um verschiedene Dinge oder Personen miteinander zu vergleichen, werden für gewöhnlich Wörter wie bằng, như, hơn, nhất (s. S. 56) benutzt. Diese Wörter markieren zwei Vergleichsmöglichkeiten.

Gleichheit

wird durch bằng oder như (*wie / gleich … wie / ebenso … wie*) zum Ausdruck gebracht:

Chị cao bằng (như) em.	*Du bist so groß wie ich.*
Bạn ấy chạy nhanh như (bằng) cháu.	*Er/sie (Freund) läuft so schnell wie ich.*

Ungleichheit

wird durch hơn oder nhất zum Ausdruck gebracht. Hier unterscheiden sich zwei Steigerungsformen: hơn für die höhere Steigerungsstufe (Komparativ) und nhất für die Höchststufe (Superlativ):

Nam học giỏi toán hơn Bắc.	*Nam ist in Mathematik besser als Bắc.*
Trong lớp Nam học giỏi toán nhất.	*In der Klasse ist Nam in Mathematik am besten.*

Zur Verstärkung wird das Wort so với *(verglichen mit, im Vergleich zu)* im Vergleichssatz mit hơn vor der zu vergleichenden Sache oder Person eingefügt: *Nam học giỏi toán hơn Bắc. → Nam học giỏi toán hơn so với Bắc.*

bằng, như und hơn stehen vor den vergleichenden Objekten.

Allgemeine Anmerkung

Ist das Subjekt in beiden Teilsätzen eines Konditional- (a), Final- (b), Kausal- (c), Konzessiv- (d) oder Temporalsatzes (e) identisch, kann eines davon weggelassen werden:

(a)	Nếu em chán thì em gọi điện thoại cho anh. Nếu chán thì em gọi điện thoại cho anh.	*Wenn dir langweilig ist, dann rufst du mich an.*
(b)	Bà ấy tiết kiệm tiền để bà ấy mua nhà. Bà ấy tiết kiệm tiền để mua nhà.	*Sie spart Geld, um sich ein Haus zu kaufen.*
(c)	Vì anh ấy ốm nên anh ấy không đi làm. Vì ốm nên anh ấy không đi làm.	*Weil er krank ist, (deshalb) geht er nicht arbeiten.*
(d)	Tuy họ giàu nhưng họ sống rất tiết kiệm. Tuy giàu nhưng họ sống rất tiết kiệm.	*Obwohl sie reich sind, leben sie (trotzdem) sehr sparsam.*
(e)	Trước khi con ăn cơm, con phải rửa tay. Trước khi ăn cơm, con phải rửa tay.	*Bevor du (Kind) isst, wäschst du deine Hände.*

G Passivsätze

In Kapitel 9 (s. S. 45) wurde die Passivbildung mithilfe der beiden Verben được (positiv) und bị (negativ) bereits erläutert. In diesem Abschnitt wird noch der Passivsatz mit der Konjunktion do vorgestellt. Während der Passivsatz mit được oder bị die positive oder negative Bedeutung der Aussage hervorhebt, betont der Passivsatz mit do den Handlungsverursacher stärker. Dabei wird das Hilfswort do vor den Verursacher gesetzt. Vergleichen Sie:

Aktivsatz	Passivsatz
Thầy giáo khen em. *Der Lehrer hat mich gelobt.*	Em được thầy giáo khen. *Ich wurde vom Lehrer gelobt.*
Cảnh sát phạt anh ấy. *Die Polizei hat ihn bestraft.*	Anh ấy bị cảnh sát phạt. *Er wurde von der Polizei bestraft.*
Tôi viết bức thư này. *Ich habe diesen Brief geschrieben.*	Bức thư này do tôi viết. *Von mir wurde der Brief geschrieben.*

H Relativsätze

Im Gegensatz zum Deutschen werden vietnamesische Relativsätze nicht durch ein einleitendes Relativpronomen (*der, die, das*) oder Relativadverb (*worüber, womit, woran* usw.) eingeleitet, sondern durch die Konjunktion mà, die hinter dem Bezugswort steht:

Cái ví mà mẹ cho em đã bị mất cắp.	*Die Tasche, die Mutter mir geschenkt hat, wurde gestohlen.*
Cô giáo dạy tiếng Việt của chúng tôi là người mà tối qua anh đã nói chuyện.	*Unsere Vietnamesischlehrerin ist die Person, mit der du dich gestern Abend unterhalten hast.*

Werden die Bezugswörter hervorgehoben, können Relativsätze auch ohne mà stehen.

Cái ví mà mẹ cho em đã bị mất cắp.	→	Cái ví mẹ cho em đã bị mất cắp.
Cô giáo dạy tiếng Việt của chúng tôi là người mà tối qua anh đã nói chuyện.	→	Cô giáo dạy tiếng Việt của chúng tôi là người tối qua anh đã nói chuyện.

I Direkte und indirekte Rede

Im Deutschen wird die indirekte Rede durch die Veränderung der Verbform und durch die entsprechende Form der Pronomen formuliert. Im Vietnamesischen hingegen erfolgt bei der indirekten Rede eine Personenverschiebung. So wird z.B. die 1. oder 2. Person durch die 3. Person ersetzt. Zudem markieren satzeinleitende Verben wie nói (*sprechen/reden*), kể (*erzählen*), khẳng định (*bestätigen*), đề nghị (*vorschlagen, verlangen*) usw. die indirekte Rede. Der Gebrauch der Pronomen in verschieden Sprechsituationen der indirekten Rede wird an folgenden Beispielen deutlich:

Singular	
Direkte Rede	**Indirekte Rede**
Tôi nói với anh Trung: »Hôm nay, em muốn về nhà sớm«. (a) *Ich sage zu Trung: »Heute möchte ich früher nach Hause gehen.«*	Tôi nói với anh Trung hôm nay tôi muốn về nhà sớm. *Ich sage zu Herrn Trung, ich wolle heute früher nach Hause gehen.*
Personenverschiebung: em (*ich*) → tôi (*ich*) | 1. Person → 1. Person	
Tôi nói với anh Trung: »Anh nên đi khám«. (b) *Ich sage zu Trung: »Du sollst zum Arzt gehen.«*	Tôi nói với anh Trung anh ấy nên đi khám. *Ich sage zu Trung, er solle zum Arzt gehen.*
Personenverschiebung: anh (*du*) → anh ấy (*er*) | 2. Person → 3. Person	
Anh Trung nói với tôi: »Mai em sẽ đi công tác ở Hà Nội với anh«. (c) *Trung sagt zu mir: »Morgen wirst du eine Dienstreise mit mir machen.«*	Anh Trung nói với tôi mai tôi sẽ đi công tác ở Hà Nội với anh ấy. *Trung sagt zu mir, ich würde morgen eine Dienstreise mit ihm machen.*
Personenverschiebung: em (*du*), anh (*ich*) → tôi (*ich*), anh ấy (*er*) | 2. Person → 1. Person, 1. Person → 3. Person	

Anh Trung nói với vợ: »Tối nay, anh sẽ về muộn«. (d) *Trung sagt zu seiner Frau: »Heute Abend werde ich spät nach Hause kommen.«*	Anh Trung nói với vợ tối nay anh ấy sẽ về muộn. *Trung sagt zu seiner Frau, er würde heute Abend spät nach Hause kommen.*
Personenverschiebung: anh (*ich*) → anh ấy (*er*) | 1. Person → 3. Person	

Plural	
Direkte Rede	**Indirekte Rede**
Tôi đề nghị với ban lãnh đạo: »Chúng tôi muốn tăng lương«. (e) *Ich verlange von den Vorsitzenden: »Wir wollen unser Gehalt erhöhen lassen.«*	Tôi đề nghị với ban lãnh đạo chúng tôi muốn tăng lương. *Ich verlange von den Vorsitzenden, dass wir unser Gehalt erhöhen lassen wollten.*
Personenverschiebung: chúng tôi (*wir*) → chúng tôi (*wir*) | 1. Person → 1. Person	
Tôi nói với Lan và Hồng: »Chúng ta nên đi học đúng giờ«. (f) *Ich sage zu Lan und Hong: »Wir sollen pünktlich zum Unterricht gehen.«*	Tôi nói với Lan và Hồng tôi và các bạn ấy nên đi học đúng giờ". *Ich sage zu Lan und Hong, sie und ich sollten pünktlich zum Unterricht gehen.*
Personenverschiebung: chúng ta (*wir*), Lan và Hồng → tôi (*ich*), các bạn ấy (*sie*) | 1. Person → 1. Person, 2. Person → 3. Person	
Tôi nói: »Các anh chờ em một chút«. (g) *Ich sage: »Bitte wartet einen Augenblick auf mich.«*	Tôi nói các anh ấy chờ tôi một chút. *Ich bat sie, sie sollten einen Augenblick auf mich warten.*
Personenverschiebung: các anh (*ihr*), em (*ich*) → các anh ấy (sie), tôi (*ich*) | 2. Person → 3. Person, 1. Person → 1. Person	
Họ nói với chúng tôi: »Ngày mai các anh có thể nghỉ«. (h) *Sie sagen zu uns: »Morgen können Sie Pause machen.«*	Họ nói với chúng tôi ngày mai chúng tôi có thể nghỉ. *Sie sagen zu uns, wir könnten morgen Pause machen.*
Personenverschiebung: các anh (*Sie*) → chúng tôi (*wir*) | 2. Person → 1. Person	
Các công nhân bàn với nhau: »Chúng ta sẽ đề nghị giám đốc tăng lương cho chúng ta«. (i) *Die Arbeiter besprechen sich: »Wir werden dem Direktor vorschlagen, dass er unser Gehalt erhöht.«*	Các công nhân bàn với nhau họ sẽ đề nghị giám đốc đạo tăng lương cho họ. *Die Arbeiter besprechen sich, sie würden dem Direktor vorschlagen, deren Gehalt zu erhöhen.*
Personenverschiebung: chúng ta (*wir*) → họ (*sie*) | 1. Person → 3. Person	
Ban lãnh đạo tuyên bố: »Tháng sau, chúng tôi sẽ tăng lương cho cho tất cả công nhân«. (k) *Die Vorsitzenden verkünden: »Im nächsten Monat werden wir das Gehalt für alle Arbeiter erhöhen.«*	Ban lãnh đạo tuyên bố tháng sau họ sẽ tăng lương cho cho tất cả công nhân. *Die Vorsitzenden verkünden, im nächsten Monat würden sie das Gehalt für alle Arbeiter erhöhen.*
Personenverschiebung: chúng tôi (*wir*) → họ (*sie*) | 1. Person → 3. Person	

Zusammenfassung

Wie der Sprecher sich nennt oder die anderen Personen anspricht[5], ist sehr wichtig für die Personenverschiebung:

- Wenn der Sprecher seine eigene Äußerung wiedergibt, wird die 1. Person (Sg./Pl.) in der indirekten Rede wieder aufgenommen wie z.B. bei (a), (e). Es ist aber auch möglich, eine andere Form der 1. Person (Sg./Pl.) zu wählen wie z.B. bei (f).
- Wenn der Sprecher seine eigene Äußerung über einen anderen Sprecher wiedergibt, wird die 1. Person (Sg./Pl.) in der indirekten Rede wieder verwendet, z.B. bei (f), (g). Die 2. Person (Sg./Pl.) in direkter Rede wird durch die 3. Person (Sg./Pl.) in der indirekten Rede ersetzt, z.B. bei (b), (f), (g).
- Wenn der Sprecher eine Äußerung eines anderen Sprechers über ihn selbst wiedergibt und er die 1. oder 2. Person (Sg./Pl.) in der direkten Rede ist, wird er durch die 1. Person (Sg./Pl.) in der indirekten Rede ersetzt, z.B. bei (c), (h). Ist der Angesprochene die 1. Person (Sg./Pl.) in der direkten Rede, wird er durch die 3. Person (Sg./Pl.) in der indirekten Rede ersetzt (c).
- Wenn der Sprecher eine Äußerung eines anderen Sprechers wiedergibt, wird die 1. oder 2. Person (Sg./Pl.) in der direkten Rede durch die 3. Person (Sg./Pl.) in der indirekten Rede ersetzt, z.B. bei (d), (i), (k).

Anmerkungen

- Wie unbestimmte Personen, z.B. đứa trẻ (*ein Kind*), in der indirekten Rede genannt werden, hängt jeweils vom Kontext ab, z.B.:

  Anh Trung hỏi đứa trẻ: »Mẹ cháu đâu?«.
  Trung fragt ein Kind: »Wo ist deine Mutter?«

  Anh Trung hỏi đứa trẻ mẹ cháu ấy đâu.
  Trung fragt ein Kind, wo seine Mutter ist.

- Für Tiere oder Gegenstände verwendet man in indirekter Rede nó (Sg.) und chúng nó oder chúng (Pl.):

  Thằng nhỏ nói với con chó: »Mày ngồi ngoan ở đây.«
  Der kleine Junge sagt zu dem Hund: »Du sollst brav hier sitzen bleiben.«

  Thằng nhỏ nói với con chó rằng nó ngồi ngoan ở đây.
  Der kleine Junge sagte zu dem Hund, er solle brav hier sitzen bleiben.

Wie im Deutschen kann die indirekte Rede im Vietnamesischen auch durch Bindewörter wie là/rằng (*dass*) eingeleitet werden. Sie können auch durch ein Komma ersetzt werden:

Indirekte Rede	
Anh Trung nói với vợ là tối nay anh ấy sẽ về muộn. / Anh Trung nói với vợ rằng tối nay anh ấy sẽ không về. / Anh Trung nói với vợ, tối nay anh ấy sẽ về muộn.	*Trung sagt zu seiner Frau, dass er heute Abend spät nach Hause kommen werde.*

[5] Verschiedene Anredeformen (s. »Personalpronomen«, S. 16–28)

Übungen

1. Zu welchem der folgenden Satztypen gehören diese Sätze?

Satztypen: Direkte Rede, Finalsatz, Indirekte Rede, Kausalsatz, Konditionalsatz, Konzessivsatz, Passivsatz, Relativsatz, Temporalsatz, Vergleichssatz

1. Cô mập hơn cháu.
2. Quyển sách mà tớ mượn của cậu rất hay.
3. Cái áo len này do bà em đan.
4. Con đã đóng cửa sổ trước khi con đi.
5. Nếu tôi dậy sớm, tôi sẽ không đi làm muộn.
6. Vì trời mưa to nên đường bị ngập.
7. Hai anh em cao bằng nhau.
8. Tuy thời tiết xấu nhưng họ vẫn đến.
9. Mẹ dặn dò chúng tôi: »Các con phải nghe lời ông bà.«
10. Nó ngồi xem vô tuyến trong khi mẹ nó phải nấu cơm.
11. Hễ trời lạnh là bà ấy nhức đầu.
12. Bác Hoan kể là bác ấy sắp đi Pháp.
13. Chú ấy đến trễ tại vì xăm xe đạp của chú ấy nổ.
14. Lần này, em ấy chạy nhanh nhất.
15. Lúc anh chị ấy 15 tuổi thì anh chị ấy đã yêu nhau.
16. Cô ấy đi với người đàn ông mà cô ấy không quen.
17. Anh Tiến được giám đốc tăng lương.
18. Ông Hoàng nói: »Mai, tôi sẽ về.«
19. Cậu đi thì tớ đi.
20. Tôi phải đi ngay để tôi còn kịp chuyến tàu lúc 18 giờ.
21. Bởi vì cháu ốm cho nên cháu phải nghỉ học.
22. Sau khi bố mẹ mất thì em Minh sống với bà nội.
23. Chị Hương bị sếp phê bình.
24. Nếu hôm nay anh bận thì mai chúng ta gặp nhau.
25. Loan hát hay như ca sĩ chuyên nghiệp.
26. Anh ấy nói rằng anh ấy đã gọi điện thoại cho em.
27. Họ luôn là đôi bạn thân từ khi họ còn học tiểu học.
28. Mặc dù nhà bạn Hưng xa nhưng bạn ấy luôn đi học đúng giờ.

Vokabelhilfe

dặn dò	*einen Rat geben, sagen*
trễ	*spät* (südl. Dialekt)
anh chị ấy	*sie* (Pl.)
mai	*(am) nächsten Tag, morgen*
ngay	*sofort*
mất	hier: *sterben (ugs.)*
bạn thân	*guter Freund / gute Freundin*

2. Übersetzen Sie die Sätze aus Übung 1 ins Deutsche.

3. Setzen Sie die passenden Teilsätze in folgende Lücken ein.

bạn sẽ không đỗ | cháu sẽ đi Hà Nội bằng máy bay | bố gọi điện thoại cho con | anh cứ đi | em sẽ bị ướt | con nên mặc ấm | cô ấy sẽ giận

1. Nếu em không mang ô thì ______________________.
2. Nếu anh muốn đi thì ______________________.
3. Nếu con không muốn bị cảm lạnh thì ______________________.
4. Nếu cháu được chọn thì ______________________.
5. Nếu bố đến nơi thì ______________________.
6. Nếu bạn không học thì ______________________.
7. Nếu tôi tới muộn thì ______________________.

Vokabelhilfe

cảm lạnh	*erkältet*
đến nơi	*ankommen*

4. Finden Sie die passenden Antworten und vervollständigen Sie sie.

1.	Anh đến đây làm gì?	(6)	Chị về Việt Nam để thăm bố mẹ.
2.	Nó mua hoa để làm gì?	( )	… để hiểu bố mẹ vợ nói chuyện.
3.	Tại sao mẹ cháu phải đi làm vất vả?	( )	… để xin lỗi em.
4.	Những quyển sách này để làm gì?	( )	… để đón con.
5.	Sao bà phải đến khám lần nữa?	( )	… để tặng cho thư viện.
6.	Chị về Việt Nam làm gì?	( )	… để tặng bạn gái.
7.	Mark học tiếng Việt để làm gì?	( )	… để kiểm tra tim.
8.	Vì sao hôm nay chị ấy xin về sớm?	( )	… để cháu có thể đi học.

Vokabelhilfe

vất vả	*mühsam*
lần nữa	*noch einmal*
kiểm tra	*kontrollieren, untersuchen*

5. Geben Sie die folgenden Sätze in indirekter Rede wieder.

1. Anh ấy kể với tôi: »Vợ tôi đã sinh con trai«.
2. Cô Linh khẳng định: »Cháu đã gửi giấy thông báo cho anh Sơn rồi«.
3. Mẹ em ấy hỏi em ấy: »Bao giờ con thi?«.
4. Thầy giáo động viên chúng tôi: »Các em hãy thi tốt!«.
5. Bố nói với mẹ: »Mai anh sẽ không ăn tối ở nhà«.
6. Ông bảo vệ đề nghị với mấy đứa trẻ: »Các cháu đi ra chỗ khác chơi«.

Vokabelhilfe

khẳng định	hier: *bestätigen*
báo	*informieren, mitteilen*
giấy thông báo	*Ankündigung*
động viên	*motivieren*
ông bảo vệ	*(Herr) Pförtner*

6. Beantworten Sie folgende Fragen mit *vì ... nên*.

Beispiel: Tại sao hôm nay chị Thúy không đi làm? (con chị ấy ốm) →
Vì con chị ấy ốm *nên* hôm nay chị Thúy không đi làm.

1. Vì sao em ấy khóc? (mẹ em ấy vừa mới mất)
2. Sao nó bị mẹ nó mắng? (nó thi trượt)
3. Vì sao Thủy buồn? (người yêu bỏ)
4. Tại sao con nói dối mẹ? (con sợ mẹ mắng)
5. Sao anh Dũng không đến? (anh ấy bận)

7. Ordnen Sie folgende Wörter zu sinnvollen Sätzen.

1. mặc dù / nhưng / Hà Nội / ở nước ngoài / tôi / tôi / nhớ về / luôn / sống
2. tuy / nhưng / chị ấy / chị ấy / ở Đức / tiếng Đức / sống / nói / vẫn / đã lâu / giỏi / chưa
3. mặc dầu / nhưng / rất / chơi bóng đá / xem bóng đá / không / em ấy / em ấy / thích
4. tuy / nhưng / bị tàn tật / tham gia / bác ấy / bác ấy / vẫn / các hoạt động thể thao
5. mặc dù / nhưng / một công ty lớn / 26 tuổi / mới / đã / Hùng / Hùng / quản lý

Vokabelhilfe

nhớ	hier: *vermissen*	các hoạt động thể thao	*die Sportaktivitäten*
bị tàn tật	*behindert sein*	quản lý	*leiten*
tham gia	*teilnehmen*		

8. Füllen Sie die Lücken mithilfe der folgenden Wörter: cứu, đến, giới thiệu, đầu tư, gặp, nói chuyện

1. Người phụ nữ mà tối qua anh ________________ là cháu gái tôi.
2. Đây là anh Thắng người mà bố muốn ________________ với con.
3. Công ty mà chú đang ________________ sẽ bị phá sản.
4. Cháu bé mà bác ________________ hôm qua đang nằm trong bệnh viện Chợ Rẫy.
5. Anh đã ________________ người mà anh muốn gặp chưa?
6. Thư viện mà lần trước chúng ta ________________ có rất nhiều sách quý.

9. Formen Sie folgende Passivsätze in Aktivsätze um.

Beispiel: Bài báo này do cô ấy viết. → Cô ấy viết bài báo này.

1. Ông ấy được nhà nước tặng huân chương.
2. Anh ấy bị họ vu oan.
3. Chuyến đi khảo sát lần này do nhà trường tài trợ.
4. Em được bạn Tâm tặng một cái bút máy rất đẹp.
5. Nó bị công an bắt.
6. Công ty này do anh Hùng quản lý.

Vokabelhilfe

huân chương	*Medaille*	công an	hier: *Kriminalpolizei*
vu oan	*beschuldigen*	bắt	hier: *verhaften*
chuyến đi khảo sát	hier: *Exkursion*		

10. *khi, lúc, trong khi, trước khi, sau khi, từ khi*: Was ist richtig?

1. ________________ Hạnh học đại học, Hạnh còn đi làm thêm để kiếm tiền.
2. Con phải đánh răng ________________ con đi ngủ.
3. Em thường nghe nhạc ________________ em buồn.
4. ________________ cháu học luật xong thì cháu sẽ làm cho một văn phòng luật của nhà nước.
5. Minh đã biết sử dụng máy vi tính ________________ em ấy mới 8 tuổi.
6. ________________ em về Việt Nam, em sẽ phải tiết kiệm tiền.
7. Nghỉ hè ai cũng được đi du lịch với bố mẹ ________________ bạn Tùng phải giúp bố mẹ trông em.
8. Cháu nên làm ngay ________________ cháu đưa ra quyết định.
9. ________________ em ấy bị gãy chân thì em ấy không thể chơi bóng đá.
10. ______________ bác nằm bệnh viện thì con trai bác đã chăm sóc bác rất chu đáo.

Vokabelhilfe

đi làm thêm	*einen Nebenjob ausüben*
văn phòng luật của nhà nước	*Büro des Staatsanwalts*
máy vi tính	*Computer*
nghỉ hè	*Sommerferien*
đưa ra quyết định	*eine Entscheidung treffen*

11. Bilden Sie Sätze mit *bằng, như, hơn* oder *nhất*.

Beispiel: Cái bàn này dài một mét sáu (1m6). Cái bàn kia cũng dài 1m6. → Cái bàn này dài *bằng* cái bàn kia.

cậu / yếu / tớ → Cậu yếu hơn tớ.

ở đây – Lan – gầy → Ở đây Lan gầy nhất.

1. Giá của đôi giày nâu kia là một triệu đồng. Giá của đôi dép trắng này cũng một triệu đồng.
2. Nhà cháu rộng 84 mét vuông ($84m^2$). Nhà chú cũng rộng $84m^2$.
3. Anh nặng 69 cân. Em cũng nặng 69 cân.
4. Em đi làm bằng xe buýt. Chị ấy cũng đi làm bằng xe buýt.
5. Hôm qua, trời mưa to. Hôm nay, trời cũng mưa to.
6. Tôi có một em trai và một em gái. Cô cũng có một em trai và một em gái.
7. bạn ấy / siêng / cháu
8. tiếng Đức / khó / tiếng Anh
9. xe máy Nhật / đắt / xe máy Trung Quốc
10. trong lớp này – Hân – xinh
11. ở nhà chị – cháu Hồng – chăm
12. năm nay – thịt gà – rẻ
13. ở Việt Nam – Thành phố Hồ Chí Minh – lớn

Vokabelhilfe

giá	hier: *Preis*
ở nhà chị	hier: *in deiner Familie*

12. Schreiben Sie neue Sätze und verwenden Sie dabei *tuy … nhưng, vì … nên* oder *nếu … thì*.

1. Xe đạp của tôi bị hỏng giữa đường. Tôi không đi làm đúng giờ.
2. Chị ấy vẫn đến bệnh viện để thăm tôi. Chị ấy rất bận.
3. Cô ấy đồng ý. Chúng tôi sẽ đi Pháp vào tuần sau.
4. Em sẽ đi du lịch khắp nơi. Em là triệu phú.
5. Mẹ tôi uống quá nhiều cà phê. Mẹ tôi bị mất ngủ.
6. Em ấy vẫn chưa đi ngủ. Em ấy chưa làm bài xong.
7. Chúng ta có thể gặp nhau thường xuyên. Nhà em ở gần nhà anh.
8. Petra mới học tiếng Việt được ba năm. Petra nói tiếng Việt rất trôi chảy.
9. Họ vẫn muốn sống ở đây. Tiền nhà ở vùng này rất mắc.
10. Con cứ nói với mẹ. Con cần tiền.

Vokabelhilfe

giữa đường	hier: *auf dem Weg*
làm bài	*eine Aufgabe machen*
vùng	hier: *Gegend*

13. Ordnen Sie folgende Teilsätze mithilfe der vorgegebenen Satztypen und formulieren Sie neue Sätze unter Verwendung der eingeklammerten Wörter.

1.	*Indirekte Rede* (rằng)	Mẹ tôi dặn dò tôi.
2.	*Konzessivsatz* (mặc dù … nhưng …)	Chị ấy làm việc vất vả.
3.	*Konditionalsatz* (nếu … thì …)	Tối nay, em có thời gian.
4.	*Temporalsatz* (trong khi)	Ông ấy vẫn đi nhậu*.
5.	*Passivsatz* (do)	Ngôi nhà này giá 100 triệu.
6.	*Kausalsatz* (vì … nên …)	Ông ấy lái ô tô nhanh quá.
7.	*Relativsatz* (mà)	Mẹ tôi mua cho tôi một chiếc đồng hồ.
8.	*Finalsatz* (để)	Em bán ngôi nhà này.
9.	*Vergleichssatz* (như)	Chị ấy làm mười tiếng.

a. Em sẽ đến.
b. Tôi làm mười tiếng.
c. Chị ấy mua ngôi nhà này.
d. Nó mới bị hỏng.
e. Tôi nên đi xe máy cẩn thận.
f. Ông ấy không có tiền.
g. Em trả nợ.
h. Chị ấy vẫn vui.
i. Ông ấy bị tai nạn.

1.	e
2.	
3.	
4.	
5.	
6.	
7.	
8.	
9.	

*đi nhậu *trinken gehen*

24 Fragesätze ohne Fragewörter

Fragesätze ohne Fragewörter werden meistens mit »ja« oder »nein« beantwortet, weshalb solche Fragen auch als »Ja-Nein-Fragen« bezeichnet werden. Statt mit Fragewörtern wird diese Gruppe von Fragen mithilfe verschiedener Funktionswörter gebildet, z.B. đã, có, chưa, không usw. Die Wortstellung eines Aussagesatzes bleibt dabei unverändert, lediglich die Funktionswörter werden ergänzt. Im Folgenden werden einige häufig gebrauchte Fragetypen ohne Fragewörter vorgestellt.

A Entscheidungsfragen

Zur Beantwortung von Entscheidungsfragen mit »ja« oder »nein« gibt es unterschiedliche Möglichkeiten:

- »ja«: dạ, đúng, được, có, phải, rồi, ừ, vâng usw. dạ und vâng sind Höflichkeitsformen, die bei älteren Angesprochenen verwendet werden. Hingegen wird ừ für Gleichaltrige oder für jüngere Generationen benutzt.
- Bei »nein« braucht man Negationswörter wie không (*nicht*) oder chưa (*noch nicht*). Zum Verneinen stehen không oder chưa entweder allein oder vor anderen Wörtern wie z.B. không có, không đúng, không được usw.

Im Vietnamesischen wird die Frage in der Antwort manchmal wiederholt, um die Informationen noch einmal zu bestätigen. Um höfliche Formulierungen zu bilden, kann dạ vor anderen »Ja-Nein-Antworten« stehen, z.B. dạ được, dạ có, dạ phải, dạ rồi, dạ không có, dạ không đúng usw.

Fragen mit *(có) … không*

Die Wortstellung des Aussagesatzes wird durch (có) … không als Fragerahmen ergänzt:

- mit Adjektivprädikat:

Aussagesatz	Anh khỏe.	*Mir geht´s gut.*
Fragesatz	Anh (có) khỏe không?	*Geht es Ihnen gut?*
bejahende Antwort	Cảm ơn / Cám ơn. Tôi khỏe.	*Danke. Mir geht´s gut.*
Verneinung	Tôi không khỏe (lắm).	*Mir geht´s nicht (so) gut.*

- mit Verbalprädikat (ein Verb):

Aussagesatz	Hôm nay, chị ấy đi làm.	*Heute geht sie arbeiten.*
Fragesatz	Hôm nay, chị ấy (có) đi làm không?	*Geht sie heute arbeiten?*
kurze Antwort	(Dạ) có. / (Dạ) không (có).	*Ja. / Nein*
bejahende Antwort	(Dạ) có. Hôm nay, chị ấy có đi làm.	*Ja, heute geht sie arbeiten.*
Verneinung	(Dạ) không (có). Hôm nay, chị ấy không đi làm.	*Nein, heute geht sie nicht arbeiten.*

- mit Verbalprädikat (ab zwei Verben):

Chị muốn làm việc ở đấy.	*Ich möchte dort arbeiten.*
Chị (có) muốn làm việc ở đấy không?	*Möchtest du dort arbeiten?*
(Dạ) có. Chị muốn làm việc ở đấy.	*Ja, ich möchte (dort arbeiten).*
(Dạ) không (muốn). Chị không muốn làm việc ở đấy.	*Nein, ich möchte nicht (dort arbeiten).*

- mit Verbalprädikat (Sonderfall, s. S. 102–103):

Trong hộp này có bút chì.	*In dieser Box gibt es einen Bleistift.*
Trong hộp này có bút chì không? / Có bút chì trong hộp này không?	*Gibt es in dieser Box einen Bleistift?*
(Dạ) có. Trong hộp này có bút chì.	*Ja, es gibt einen.*
(Dạ) không có. Trong hộp này không có bút chì.	*Nein, es gibt keinen.*

Anmerkung: In Fragen mit doppeltem có in der Bedeutung »haben« und in der Konstruktion »có … không« wird ein có weggelassen.

Fragen mit *(đã/sắp) … chưa*

Diese Form der Frage wird gebraucht, um die zeitlichen Komponenten »schon« oder »bald« auszudrücken:

- mit Adjektivprädikat:

Em đã mệt. / Em sắp mệt.	*Ich bin schon/bald müde.*
Em (đã) mệt chưa? / Em sắp mệt chưa?	*Bist du schon/bald müde?*
(Dạ) rồi / Vâng. Em đã mệt. / Em mệt rồi. / Em đã mệt rồi.	*Ja, ich bin schon/bald müde.*
(Dạ) sắp / Vâng. Em sắp mệt.	*Nein, ich bin noch nicht müde.*
(Dạ) chưa. Em chưa mệt.	

- mit Verbalprädikat:

Con đã học bài.	*Ich (Kind) habe schon gelernt.*
Con (đã) học bài chưa?	*Hast du (Kind) schon gelernt?*
(Dạ) rồi / Vâng. Con đã học bài.	*Ja, ich habe schon gelernt.*
(Dạ) chưa. Con chưa học bài.	*Nein, ich habe noch nicht gelernt.*
Hằng sắp cưới.	*Hang wird bald heiraten.*
Hằng sắp cưới chưa?	*Wird Hang bald heiraten?*
(Dạ) sắp / Vâng. Hằng sắp cưới.	*Ja, Hang wird bald heiraten.*
(Dạ) chưa. Hằng chưa cưới.	*Nein, Hang wird noch nicht heiraten.*

Fragen mit …, (có) phải không

Das Funktionswort phải muss zu dem Fragerahmen (có) … không hinzugefügt werden, wenn das Prädikat durch eine Verbindung mit einem Substantiv gebildet wird. Dies betrifft vor allem Sätze mit là (*sein*). Zudem kann man mit dieser Frageform auch die Bestätigung einer Aussage fordern.

- mit Nominalprädikat:

Em là sinh viên.	*Ich bin Student/-in.*
Em là sinh viên, (có) phải không? / Có phải em là sinh viên không? / Em có phải là sinh viên không?	*Du bist Student/-in, nicht wahr? / Bist du Student/-in?*
(Dạ) phải / Vâng. Em là sinh viên.	*Ja, ich bin Student/-in.*
(Dạ) không (phải). Em không phải là sinh viên.	*Nein, ich bin kein/e Student/-in.*

- mit Verbalprädikat:

Anh đang học tiếng Việt.	*Ich lerne gerade Vietnamesisch.*
Anh đang học tiếng Việt, (có) phải không? / Có phải anh đang học tiếng Việt không?	*Du lernst gerade Vietnamesisch, nicht wahr? / Lernst du gerade Vietnamesisch?*
(Dạ) phải / Vâng. Anh đang học tiếng Việt.	*Ja, ich lerne gerade Vietnamesisch.*
(Dạ) không (phải). Anh không học tiếng Việt.	*Nein, ich lerne kein Vietnamesisch.*

Fragen mit …, (có) đúng không

Fragen mit (có) phải không und (có) đúng không implizieren stets *richtig, stimmt, oder, nicht wahr*. Aus diesem Grund können diese beiden Frageformen gegeneinander ausgetauscht werden.

Em là sinh viên, (có) phải không? / Em là sinh viên, (có) đúng không?	*Du bist Student/-in, richtig?*

Fragen mit …, (có) được không

Diese Form der Fragen wird benutzt, um nach einer Erlaubnis zu fragen:

Cháu mượn quyển sách này.	*Ich leihe dieses Buch aus.*
Cháu mượn quyển sách này, (có) được không?	*Darf ich dieses Buch ausleihen?*
(Dạ) được. Cháu được mượn quyển sách này.	*Ja, du darfst dieses Buch ausleihen.*
(Dạ) không được. Cháu không được mượn quyển sách này.	*Nein, du darfst dieses Buch nicht ausleihen.*

Sie wird auch benutzt, um nach einer Fähigkeit oder Möglichkeit zu fragen:

Cháu nói được[6] tiếng Việt. / Cháu nói tiếng Việt được.	*Ich kann Vietnamesisch sprechen.*
Cháu nói tiếng Việt, (có) được không? / Cháu có nói tiếng Việt được không?	*Kannst du Vietnamesisch sprechen?*
(Dạ) được. Cháu nói được tiếng Việt. / Cháu nói tiếng Việt được.	*Ja, ich kann Vietnamesisch sprechen.*
(Dạ) không. Cháu không nói được tiếng Việt. / Cháu không nói tiếng Việt được.	*Nein, ich kann kein Vietnamesisch sprechen.*

B Alternativfragen

Wenn zwischen zwei oder mehr Alternativen zu wählen ist, sind diese in der Regel mit der Konjunktion hay verbunden:

Chị Lan sinh con trai hay con gái?	*Hat Lan einen Jungen oder ein Mädchen bekommen?*
Tôi hay anh sẽ đi?	*Gehen Sie oder gehe ich?*
Chị muốn đi hay ở lại đây?	*Willst du gehen oder hier bleiben?*

C Fragen mit Finalpartikeln

Im Kapitel »Partikeln« (s. S. 74) wurden bereits die meistgebrauchten vietnamesischen Finalpartikeln sowie ihre Verwendungsmöglichkeiten dargestellt. Durch das Anhängen von Finalpartikeln an einen Aussagesatz kann auch eine Frage gebildet werden, die Verwunderung, Überraschung, Überzeugung, Zweifel oder Bedauern zum Ausdruck bringt:

Hôm nay, chúng ta đi xem phim à? (*neutrale und rhetorische Fragen*)	*Gehen wir heute ins Kino?*
Hôm nay, chúng ta đi xem phim ạ? (*Höflichkeitsform gegenüber Älteren*)	*Gehen wir heute ins Kino?*
Hôm nay, chúng ta đi xem phim chứ? (*Bestätigung erwartend*)	*Wir gehen heute in Kino, richtig?*
Hôm nay, chúng ta đi xem phim nhé? (*Vorschlag*)	*Wollen wir heute ins Kino gehen?*
Chúng ta mới đi xem phim nhỉ? (*wertend*)	*Sind wir nicht gerade ins Kino gegangen?*

[6] s. S. 69–70

Übungen

1. Zu welchem Typ gehören folgende Fragesätze: Entscheidungsfragen, Fragen mit Finalpartikeln oder Alternativfragen?

1. Con học bài chưa? ____________
2. Em có thích đi xem phim không? ____________
3. Cháu tự sửa xe đạp, được không? ____________
4. Hoàng mới về à? ____________
5. Ở nhà có bia không? ____________
6. Bạn là Hồng hay là Hường? ____________
7. Chú đang làm ở công ty Phú Xuân, phải không? ____________
8. Em sắp đi làm chưa? ____________
9. Cháu sẽ về thăm bố mẹ chứ? ____________
10. Cậu ăn bưởi không? ____________
11. Có phải nhà chị Thủy ở đây không? ____________
12. Tôi hay anh ấy sẽ nhận công việc này? ____________
13. Ngày mai, cháu đi rồi nhỉ? ____________
14. Em ấy đã lập gia đình chưa? ____________
15. Có phải anh sắp đi Việt Nam không? ____________
16. Bác mới tới ạ? ____________
17. Anh Tùng đã lấy vợ rồi, đúng không? ____________
18. Hôm nay, chúng ta cùng nấu cơm nhé? ____________

2. Ordnen Sie folgende Übersetzungen den Fragesätzen aus Übung 1 zu.

( ) Kannst du das Fahrrad selbst reparieren?
( ) Bist du gerade angekommen?
( ) Gehst du schon morgen?
( ) Du arbeitest gerade bei Phu Xuan, oder?
( ) Ist hier das Haus von Thuy?
( ) Haben wir noch Bier zu Hause?
( ) Wirst du deine Eltern besuchen?
( ) Hast du (Kind) gelernt?
( ) Möchtest du Pampelmuse essen?
( ) Gehst du bald zur Arbeit?
( ) Ist Hoang gerade nach Hause gekommen?
( ) Werden Sie oder ich diese Aufgabe erledigen?
( ) Möchtest du einen Film schauen gehen?
( ) Du gehst bald nach Vietnam, oder?
( ) Bist du Hong oder Huong?
( ) Kochen wir heute gemeinsam?
( ) Hat er/sie schon eine Familie gegründet?
( ) Tung hat gerade geheiratet, oder?

3. Bilden Sie Fragen.

Beispiel: Ngày mai, anh ấy đi công tác. →
Ngày mai anh ấy (có) đi công tác không?
Ngày mai anh ấy đi công tác, (có) phải không?
Ngày mai anh ấy đi công tác, (có) đúng không?

1. Nhà bạn ấy không có ô tô.
2. Anh Hoài đã nghỉ phép rồi.
3. Em ấy sắp mua xe đạp mới.
4. Chị ấy muốn làm cho một công ty nước ngoài.
5. Nó không thích chuyển nhà.
6. Bà ấy ở nhà rồi.

Vokabelhilfe

nghỉ phép	*Urlaub haben*
chuyển nhà	*umziehen*

4. Bilden Sie Fragen mit …, *(có) được không*.

1. Con xem ti vi. *Con xem ti vi, (có) được không?*
2. Ngày mai, anh đi cùng em. ______________________.
3. Hôm nay, cháu đến bệnh viện thăm cô ấy. ______________________.
4. Tối nay, anh đến nhà em. ______________________.
5. Chủ nhật này chúng ta đi ăn tiệm. ______________________.
6. Mùa hè năm nay chúng tôi về Việt Nam. ______________________.

Vokabelhilfe

đi ăn tiệm	*ins Restaurant gehen*

5. Verbinden Sie die passenden Fragen und Antworten miteinander.

1. Cháu tên là Hùng, đúng không?
2. Cô ấy đã có con chưa?
3. Năm tới anh có về Việt Nam không?
4. Mai tôi có thể gặp anh, được không?
5. Cháu sắp học xong chưa?
6. Con yêu cô ấy rồi, phải không?
7. Có phải cô Linh là giáo viên chủ nhiệm không?
8. Chú có thời gian không?

a. Năm tới, cháu sẽ tốt nghiệp.
b. Dạ phải.
c. Vâng. Con rất yêu cô ấy.
d. Cô ấy có một đứa con trai.
e. Dạo này chú bận lắm.
f. Dạ không. Cháu tên là Hải.
g. Tôi chưa biết.
h. Vâng. Mời bác đến văn phòng.

Vokabelhilfe

giáo viên chủ nhiệm	*Klassenlehrer/-in*
dạo này	*derzeit*
biết	hier: *wissen*

6. Setzen Sie die passenden Wörter in folgende Entscheidungsfragen ein.

1. Em ______________ tiền không?
2. Anh ấy ______________ đến chưa?
3. Chị mua táo ______________?
4. Bố về rồi, ______________?
5. Chị ấy ______________ là bác sĩ không?
6. Hôm nay con thi, ______________?

7. Ordnen Sie folgende Wörter zu Fragesätzen.

1. đám cưới / anh / em / đến / chứ / của / dự / sẽ / ?
2. chúng mình / nhé / mai / cùng nhau / ? / đi học
3. vắng / nhỉ / thư viện / ? / hôm nay
4. ? / chúng ta / là / của / à / chị ấy / mới / sếp
5. bây giờ / muốn / bác / ạ / đi / ?
6. tiếng Anh / biết / em / ? / tiếng Pháp / hay / nói

Vokabelhilfe

vắng hier: *wenige Leute*

8. Bilden Sie Alternativfragen.

Beispiel: Cậu ấy ở nhà. Cậu ấy đi công tác. → Cậu ấy ở nhà *hay* đi công tác?

1. Mẹ mua ti vi. Mẹ không mua ti vi.
2. Hương đi du học ở Mỹ. Hằng đi du học ở Mỹ.
3. Anh chọn sự nghiệp. Anh* chọn em.
4. Cháu về Việt Nam ngày mồng 5-5. Cháu về Việt Nam ngày 12-5.
5. Cô ấy đi Huế bằng tàu. Cô ấy đi Huế bằng xe buýt liên tỉnh.

Vokabelhilfe

* anh hier: *du* (2. Person)

9. Wonach wird in den folgenden Entscheidungsfragen mit *…, (có) được không* gefragt – Erlaubnis, Möglichkeit oder Fähigkeit?

1. Hôm nay con đi sinh nhật bạn, (có) được không?
2. Chị mang phong bì này đến văn phòng của tôi, (có) được không?
3. Tôi hút thuốc trong phòng khách, (có) được không?
4. Em nói tiếng Việt, (có) được không?
5. Chúng cháu có thể đứng ở đây, được không?
6. Tớ mượn bút chì của cậu một lát, (có) được không?
7. Anh bơi, (có) được không?
8. Bác làm việc này giúp cháu, (có) được không?

10. Übersetzen Sie die Sätze aus Übung 9 ins Deutsche.

25 Fragesätze mit Fragewörtern

In diesem Kapitel wird die Funktion der Interrogativpronomen (s. S. 31) in Fragen aufgegriffen. Ein Interrogativpronomen steht im Fragesatz immer an der Stelle des erfragten Wortes im Aussagesatz.

Fragen mit *ai* »wer«

Aussagesatz	Fragesatz
Hồng đi với tớ. *Hong geht mit mir.*	Ai đi với bạn? (als Subjekt) *Wer geht mit dir?*
Đây là Hồng. *Das ist Hong.*	Đây là ai? (als Prädikat) *Wer ist das?*
Tớ đi với Hồng. *Ich gehe mit Hong.*	Bạn đi với ai? (als Objekt) *Mit wem gehst du?*

Fragen mit *gì* »was«

Aussagesatz	Fragesatz
Đây là quả bóng. *Das ist ein Ball.*	Đây là cái gì? / Cái gì đây? (als Prädikat) *Was ist das?*
Anh đang bơi. *Ich schwimme gerade.*	Anh đang làm gì? (als Objekt) *Was machst du gerade?*

Fragen mit *nào* »welcher, welche, welches«

Fragen mit nào stehen meistens in Verbindung mit einem Substantiv und/oder einem Klassifikator. Sie können unterschiedlich kombiniert werden, z.B. in Fragen nach Menschen, Tieren, Sachen, Orten usw.:

Aussagesatz	Fragesatz
Người mặc áo sơ mi đỏ là anh Hùng. *Die das rote Hemd tragende Person ist Hung.*	Người nào là anh Hùng? (als Subjekt) *Welcher ist Hung?*
Anh thích Hường. *Ich mag Huong.*	Anh thích người nào? (als Objekt) *Welchen (= Wen) magst du?*

Fragen mit *đâu* »wo, wohin«

Mit đâu wird nach einem Ort gefragt.

Aussagesatz	Fragesatz
Đây là phố Hai Bà Trưng. *Das ist die Hai Ba Trung Straße.*	Đây là đâu? (als Prädikat) *Wo sind wir hier?*
Hôm qua, tôi ở bệnh viện. *Gestern war ich im Krankenhaus.*	Hôm qua, chị đã ở đâu? (als Objekt) *Wo sind Sie gestern gewesen?*
Bây giờ, em đi về nhà. *Jetzt gehe ich nach Hause.*	Bây giờ, em đi đâu? (als Objekt) *Wohin gehst du jetzt?*

Die Pluralbildung mit những erfolgt, wenn betont werden soll, dass es sich um eine Mehrzahl der erfragten Größe handelt:

ai	những ai	Những ai sẽ đến?	*Wer wird (alles) kommen?*
gì	những gì	Cháu sẽ mua những gì?	*Was wirst du (alles) kaufen?*
đâu	những đâu	Bác sẽ đi tham quan những đâu?	*Was wirst du (alles) besichtigen?*
nào	những ... nào	Em sẽ đi với những người nào?	*Mit wem wirst du (alles) hingehen?*

Fragen mit *mấy* und *bao nhiêu* »wie viel«

Nach einer Anzahl bzw. Mengenangabe wird mit bao nhiêu oder mấy gefragt. Dabei wird mấy bei einer kleineren Anzahl bis ca. 10 und meist nur in Verbindung mit einem Klassifikator oder einem Substantiv mit Klassifikator-Eigenschaft gebraucht, bao nhiêu dient zur Erfragung einer größeren bzw. beliebigen Anzahl.

- in Verbindung mit Verben

Cái này giá bao nhiêu (tiền)? / Bao nhiêu tiền cái này?	*Wie viel kostet das?*
Anh chị có mấy cháu?	*Wie viele Kinder haben Sie (Pl.)?*

- in Verbindung mit Substantiven

Số này là số bao nhiêu? / Số này là số mấy?	*Welche Zahl ist das?*
Nhà chị có bao nhiêu/mấy phòng? /	*Wie viele Zimmer hat Ihr Haus?*

Fragen nach der Zeit

Die Stellung der Fragewörter bao giờ, lúc nào, khi nào (*wann*) und mấy giờ (*wie viel Uhr*) verändert den zeitlichen Bezug der Frage. Wenn eine Frage mit Bezug auf die Vergangenheit gestellt wird, steht das Fragewort am Ende des Satzes. Es steht hingegen am Anfang des Fragesatzes, wenn es um die Zukunft geht.

Vergangenheit	**Zukunft**
Cháu (đã) đi Việt Nam bao giờ? *Wann bist du in Vietnam gewesen?*	Bao giờ cháu (sẽ) đi Việt Nam? *Wann fliegst du nach Vietnam?*
Ông (đã) đến thăm cháu khi nào? *Wann hast du mich besucht?*	Khi nào ông (sẽ) đến thăm cháu? *Wann besuchst du mich?*
Chị (đã) ăn trưa lúc nào? *Wann hast du zu Mittag gegessen?*	Lúc nào chị (sẽ) ăn trưa? *Wann isst du zu Mittag?*
Chú (đã) đến đó lúc mấy giờ? *Um wie viel Uhr bist du dorthin gekommen?*	Mấy giờ chú (sẽ) đến đó? *Um wie viel Uhr wirst du dorthin kommen?* Chú sẽ đến đó lúc mấy giờ? *Um wie viel Uhr kommst du dorthin?*

Anmerkungen

- Wenn das Fragewort mấy giờ am Ende des Satzes steht, wird es mit der Präposition lúc verbunden. Diese Kombination kann sowohl für vergangene als auch für zukünftige Sachverhalte verwendet werden. Üblicher für Zukünftiges ist jedoch die Stellung des Fragewortes am Anfang des Satzes.
- Mit mấy giờ kann auch nach dem gegenwärtigen Geschehen gefragt werden. In diesem Fall steht mấy giờ am Ende des Fragesatzes, ohne dass lúc vorangestellt wird:

Bây giờ là mấy giờ?	*Wie spät ist es?*

- Fragt man nach der Dauer einer Handlung bzw. eines Zustandes, wird das Fragewort bao lâu (*wie lange*) immer ans Satzende gestellt. Die oben genannte Regel zur Differenzierung von Vergangenheit und Zukunft ist hier also nicht gültig:

Chị đã ở Việt Nam bao lâu?	*Wie lange hast du in Vietnam gelebt?*
Chị sẽ ở Việt Nam bao lâu?	*Wie lange wirst du in Vietnam leben?*

- Zur Formulierung von *wie lange schon* wird bao lâu in Verbindung mit dem Adverb rồi (*schon*) verwendet und steht vor diesem:

Anh học tiếng Việt bao lâu rồi?	*Wie lange hast du schon Vietnamesisch gelernt?*

Fragen nach Eigenschaften

Nach Eigenschaften fragt man mit như thế nào oder thế nào:

Cô ấy trông rất xinh. *Sie sieht sehr hübsch aus.*	Cô ấy trông như thế nào (thế nào)? *Wie sieht sie aus?*

Fragen nach Ursachen

Tại sao em buồn?	*Warum bist du traurig?*
Vì sao cháu bị gãy chân?	*Warum ist dein Bein gebrochen?*
Sao anh không đến?	*Warum bist du nicht gekommen?*

Übungen

1. Bilden Sie Fragen mit *bao giờ*.

1. Cô ấy đã đi du lịch Việt Nam năm ngoái.
2. Tuần sau chị ấy sẽ về thăm bố mẹ.
3. Ngày mai con mới thi.
4. Tháng trước anh ấy đã trả nợ xong.
5. Mai cháu ấy bắt đầu làm việc ở đây.
6. Họ đã học tiếng Việt từ tháng 1 năm 2010.

2. Antworten Sie auf der Grundlage des Textes auf die nachfolgenden Fragen.

> Công ty xây dựng Hòa Bình
>
> **Nguyễn Thị Bích Nga**
> Giám đốc điều hành dự án
>
> Địa chỉ liên hệ:
> 235 Võ Thị Sáu, Phường 7, Quận 3, Tp. HCM
> Điện thoại: (84.8) 3932 5030
> Fax: (84.8) 3932 5221
> Email: info@hoabinhcorporation.com

1. Đây là ai? ______________________________.
2. Tên họ của bà ấy là gì? ______________________________.
3. Tên riêng của bà ấy là gì? ______________________________.
4. Bà ấy làm nghề gì? ______________________________.
5. Bà ấy làm việc cho công ty nào? ______________________________.
6. Nơi làm việc của bà ấy ở đâu? ______________________________.

Vokabelhilfe

công ty xây dựng	*Bauunternehmen*
giám đốc điều hành dự án	hier: *Projektleiter/-in*
địa chỉ liên hệ	*Kontaktadresse*
phường	*Bezirk*
quận	*Revier*
tên họ	*Familienname*
tên riêng	*Eigenname / Vorname*
nghề	*Beruf*

3. Verbinden Sie die passenden Fragen und Antworten miteinander.

1. Bao giờ gia đình họ sẽ đi Sài Gòn?
2. Họ đi Đà Lạt bằng gì?
3. Phong cảnh ở Đà Lạt thế nào?
4. Họ đã ăn gì?
5. Họ đi Vũng Tàu bằng ô tô hay tàu?
6. Vũng Tàu cách Sài Gòn có xa không?
7. Họ phải ngồi ô tô đến Tiền Giang mất bao lâu?
8. Cháu Hương thấy chuyến đi thế nào?

a. Họ đã ăn Hủ Tiếu.
b. Chỉ có thể đi bằng ô tô thôi.
c. Hơi lâu. Mất nửa ngày.
d. Họ đi Đà Lạt bằng ô tô.
e. Rất thú vị.
f. Phong cảnh ở đó thật thơ mộng.
g. Ngày 14/8.
h. Khoảng 100 km

4. Lesen Sie zuerst die Tagebucheinträge von Huong und kreisen Sie anschließend die richtigen Lösungen unten ein.

Lần đầu tiên, cháu Hương đi du lịch miền Nam một tuần. Cháu ấy đi cùng với bố mẹ và em gái. Dưới đây là nhật ký về chuyến đi của cháu Hương.

Chủ nhật	14/8	Trời đẹp. Cả nhà đang ngồi trên máy bay. Mình vừa vui vừa hồi hộp.
Thứ hai	15/8	Chúng tôi ở Sài Gòn một ngày. Thành phố Sài Gòn lớn hơn Hà Nội nhiều lắm. Món bánh xèo ở chợ Bến Thành rất ngon. Mình hơi mệt vì phải đi bộ cả ngày.
Thứ ba	16/8	Sáng nay, gia đình mình đi chơi ở Đà Lạt. Đà Lạt cách Sài Gòn khoảng 300 km. Chúng tôi phải đi xe khách đến Đà Lạt. Không khí ở Đà Lạt mát mẻ, dễ chịu. Phong cảnh ở đây thật thơ mộng.
Thứ tư	17/8	Buổi sáng và buổi tối ở Đà Lạt hơi lạnh. Chúng tôi về đến Sài Gòn lúc 10 giờ đêm. Cả nhà vừa đói vừa mệt. Chúng tôi đi ăn hủ tiếu. Đây là món đặc sản ở vùng này.
Thứ năm	18/8	Hôm nay, cả nhà sẽ đi Vũng Tàu. Vì Vũng Tàu cách Sài Gòn khoảng 100 km nên đi ô tô chỉ mất 2 tiếng. Ở đây chúng tôi được tắm biển.
Thứ sáu	19/8	Tiền Giang. Chúng tôi phải ngồi ô tô nửa ngày để đến Tiền Giang. Nơi đây có con sông lớn nhất chảy qua. Con sông này có nhiều tên gọi. Tên quen thuộc nhất là sông Mê Kông hay sông Cửu Long. Mẹ mình mua rất nhiều hoa quả.
Thứ bảy	20/8	5 giờ chiều chúng tôi sẽ bay về Hà Nội. Mệt quá. Chuyến đi tuy ngắn nhưng đầy thú vị.

1.	Cháu Hương đã đi du lịch miền Nam mấy lần?	a. nhiều lần	b. lần đầu	c. hai lần
2.	Cháu ấy đã đi cùng với ai?	a. một mình	b. em gái	c. cả gia đình
3.	Cháu Hương đã đi những đâu?	a. Cần Thơ	b. Vũng Tàu	c. Hậu Giang
4.	Trong suốt chuyến đi, cháu ấy đã viết gì?	a. nhật ký	b. thư	c. sách
5.	Ngày đi của cháu Hương là ngày nào?	a. thứ bảy	b. chủ nhật	c. thứ hai

Vokabelhilfe

lần đầu tiên	*zum ersten Mal*
miền Nam	hier: *im Süden Vietnams*
dưới đây	*folgend*
chuyến đi	hier: *Reisefahrt*
mình	hier: *ich*
thật, đầy	hier: *sehr*
về đến	*bis nach, bis hierher*
tắm biển	*im Meer baden*
quen thuộc	*am häufigsten verwendet*
trong suốt	hier: *im Laufe*

5. Beantworten Sie die Fragen anhand des Tagebuchs von Huong (Übung 2).

1. Gia đình của cháu Hương đi Sài Gòn bằng gì?
2. Cháu Hương cảm thấy như thế nào?
3. Họ đã ở Sài Gòn bao lâu?
4. Ở chợ Bến Thành cháu Hương đã ăn gì?
5. Khi cháu Hương ở Sài Gòn, tại sao cháu ấy mệt?
6. Họ đi Đà Lạt vào ngày bao nhiêu?
7. Đà Lạt cách Sài Gòn bao xa?
8. Khí hậu ở Đà Lạt thế nào?
9. Họ về đến Sài Gòn lúc mấy giờ?
10. Món đặc sản của Sài Gòn là món gì?
11. Họ đi Vũng Tàu vào thứ mấy?
12. Họ làm gì ở Vũng Tàu?
13. Cháu Hương và gia đình đã đi Tiền Giang khi nào?
14. Họ đi ô tô đến Tiền Giang mất bao lâu?
15. Con sông chảy qua Tiền Giang tên là gì?
16. Mẹ cháu Hương đã mua gì ở Tiền Giang?
17. Họ bay về Hà Nội lúc nào?
18. Chuyến đi ngắn ngày của cháu Hương thế nào?

Vokabelhilfe

cảm thấy	*sich fühlen*
bao xa?	*wie weit?*
ngắn ngày	hier: *kürzlich, unlängst*

6. Bilden Sie Fragen, die sich auf die hervorgehobenen Ausdrücke beziehen.

1. Anh Hải là nhân viên cho một công ty du lịch.
2. Chị Petra đã học tiếng Việt ba năm.
3. Hôm nay, chị Petra sẽ gặp anh Hải.
4. Anh Hải đã có hai con.
5. Con trai của anh Hải mới được một tuổi.
6. Chị Petra sẽ ăn tối với vợ chồng anh Hải lúc 7 giờ rưỡi tối.
7. Họ hẹn nhau ở nhà hàng A Phủ.
8. Họ đã đặt nhiều món hải sản nổi tiếng ở đấy.
9. Vợ chồng anh Hải phải xin phép về sớm vì họ có con nhỏ.
10. Bữa tối rất ngon.

Vokabelhilfe

vợ chồng anh Hải	*das Ehepaar Hai*
xin phép	*um Erlaubnis bitten*

7. *gì* oder *nào* – welches Fragewort passt? Schreiben Sie die Fragen noch einmal.

1. Em đang đọc sách (gì / nào)?
2. Ngày cưới của cháu là ngày (gì / nào)?
3. Anh đến đây bằng (gì / nào)?
4. Ông muốn bay chuyến (gì / nào)?
5. Đi xe (gì / nào) rẻ hơn. Xe ôm hay xe buýt?

8. Bilden Sie mithilfe von *những* den Plural der folgenden indefiniten Pronomen.

Beispiel: Ở Việt Nam anh đã đi đâu? → Ở Việt Nam anh đã đi *những* đâu?

1. Anh làm gì ở đó?
2. Ngày nào em bận?
3. Ai đang ở đây?
4. Hôm qua, con đi với ai?
5. Cháu đi du lịch ở đâu?
6. Em mua gì ở chợ?
7. Chị tập môn thể thao nào?

9. Übersetzen Sie die Sätze aus Übung 8 ins Deutsche.

10. Bilden Sie Fragesätze mit Fragewörtern.

1. Ông Hải	2. Cô Yoko	3. Anh Bryan	4. Em Maria
45 tuổi	người Nhật	Anh	con gái giám đốc
giáo viên	đi du lịch	ăn món Việt Nam	học tiếng Việt
sống với mẹ	không có con	chơi bóng rổ	hát như ca sĩ chuyên nghiệp

Vokabelhilfe

… người nước nào? *aus welchem Land*

26 Imperativsätze

Im Vietnamesischen werden Imperativsätze durch bestimmte Verben oder Funktionswörter gebildet, die einen imperativen Sinn enthalten. Im Gegensatz dazu erfolgt die deutsche Imperativbildung durch Veränderung der Verbform. Die Imperativform in der vietnamesischen Sprache steht nicht zwingend mit einem Ausrufezeichen. Sie drückt im Vietnamesischen nicht nur einen Befehl aus, sondern wird z.B. auch als Bitte, Einladung, Wunsch, Aufforderung, Warnung, Verbot, Rat oder Vorschlag usw. verwendet. Daher kann der Imperativ sowohl für die 2. Person als auch für die 1. Person gebraucht werden.

Der Unterschied zwischen einem Imperativsatz und einem Deklarativ-/Aussagesatz liegt darin, dass Aussagesätze keine Aufforderung enthalten:

Deklarativ-/Aussagesatz	Imperativsatz
Con đói quá! *Ich (Kind) bin sehr hungrig.*	Con hãy ăn đi! *Bitte iss!*
con → 1. Person	con → 2. Person

A Imperativformen mit Verben

Viele vietnamesiche Verben tragen eine auffordernde Bedeutung in sich. Die Bedeutungsnuancen und Wortstellung der Verben finden Sie in den folgenden Tabellen zusammengestellt.

Befehl, Aufforderung

cho / cho phép	*lassen, erlauben*	Anh cho nó vào! *Lassen Sie ihn/sie rein!* Bố cho phép con được giải thích. *Ich (Vater) erlaube dir (Kind), es zu erklären.*
để	*lassen*	Anh để tôi yên! *Lassen Sie mich in Ruhe!*
đề nghị	*Aufforderung, höfliche Anweisung*	Thầy đề nghị các em không nói chuyện riêng trong lớp. [thầy (*Lehrer*): hier als 1. Person (*ich*)] *Bitte führt keine eigenen Gespräche in der Klasse!*
ra lệnh	*befehlen*	Ta (nhà vua) ra lệnh cho ngươi (lính) đi tìm ngay. [ta: hier: *ich*; ngươi: hier: *du*] *Ich (König) befehle dir (Soldat), es sofort zu suchen.*
yêu cầu	*bitten, auffordern*	Tôi yêu cầu các bạn đi học đúng giờ. *Ich bitte Sie alle, gehen Sie pünktlich zum Unterricht!*
phải	*Aufforderung*	Anh phải đến sớm. anh: hier: *Sie/du* (2. Person) *Du musst früher kommen!*

Bitte

cho / cho phép	*um Erlaubnis bitten*	Bác cho cháu hỏi! *Bitte erlauben Sie mir eine Frage!*
làm ơn	*um Hilfe bitten*	Chị làm ơn cầm cho tôi một lát. *Können Sie dies bitte für einen Moment halten?*
mời	*anbieten, höflich einladen*	Cháu mời bác ngồi. *Bitte setzen Sie sich! / Setz dich bitte hin!*
nhờ	*um Hilfe bitten*	Em nhờ chị trông cửa hàng cho em một tiếng. *Bitte pass eine Stunde auf meinen Laden auf!*
xin	*höflich bitten*	Tôi xin anh cho chúng tôi một vài ý kiến. *Ich bitte Sie um ein paar Vorschläge.* Xin anh tự giới thiệu! *Bitte stellen Sie sich vor!*
xin phép	*um Erlaubnis bitten*	Cháu xin phép gặp bác một chút. *Ich bitte Sie/dich um ein kurzes Treffen.*

Rat, Empfehlung

cần	*brauchen, sollen (in Not bitten)*	Tôi cần anh ở đây lúc 7 giờ sáng. *Ich brauche Sie/dich hier um 7 Uhr (morgens).*
khuyên	*raten, einen Rat geben*	Chị khuyên em nên rời khỏi đây. *Ich rate dir, den Ort hier zu verlassen.*
nên	*sollen*	Bố em sắp về rồi. Anh nên đi ngay! *Mein Vater wird bald zu Hause sein. Du sollst sofort gehen!*

Verbot, Warnung

cấm	*verbieten*	Ở đây cấm hút thuốc. *Hier ist Rauchen verboten.*
không được (phép)	*nicht dürfen*	Các anh không được / không được phép vào đây. *Sie (Pl.) dürfen hier nicht reinkommen.*

Wunsch, Wille

cầu	*wünschen, begehren*	Em cầu cho mọi người đều hạnh phúc. *Ich wünsche euch allen Glück.*
chúc	*(beglück)wünschen*	Cháu chúc ông bà luôn khỏe mạnh. *Ich wünsche euch stete Gesundheit.*
mong	*hoffen, wünschen*	Anh mong em sống hạnh phúc với chồng. *Ich wünsche dir, dass du glücklich mit deinem Mann lebst.*
muốn	*wollen*	Tôi muốn anh làm việc đó cho tôi. *Ich möchte, dass Sie diese Sache für mich erledigen.*

Anmerkungen

- cần, phải, nên, mong und muốn sind eigentlich Modalverben (s. S. 52), können – wie in den Beispielen – jedoch auch die zusätzliche Funktion einer Aufforderung haben.
- Wenn die Sprechsituation eindeutig ist, kann das Subjekt weggelassen werden:

  Anh cho nó vào! → Cho nó vào!
- Imperativsätze ohne Subjekt werden nicht für ältere Angesprochene verwendet. Mit mời, xin sind Ausnahmen möglich.

B Imperativformen mit Adverbien

Aufforderungen können auch durch die Adverbien hãy und đi sowie đừng und chớ (verneint) wiedergegeben werden (s. S. 61). hãy, đừng und chớ stehen immer vor dem Prädikat, đi steht am Satzende:

Con hãy đi ngủ sớm!	*Bitte gehe früher schlafen!* (z.B. Mutter zu Kind)
Con hãy ngủ đi!	*Bitte gehe schlafen!* (z.B. Mutter zu Kind)
Chị đừng nói thế!	*Sprich bitte nicht so!*
Em chớ dậy muộn!	*Stehe bitte nicht (so) spät auf!*
Chúng ta nghỉ đi!	*Wir machen jetzt Pause!*

In vielen Fällen können die Imperativformen mit Adverbien ohne Subjekt stehen. Solche Imperativsätze werden für angesprochene Personen in gleicher oder jüngerer Generation angewendet: Con hãy đi ngủ sớm! → Hãy đi ngủ sớm!

C Imperativformen mit der Partikel *nhé*

Ngoan nhé!	*Sei brav/lieb!* (z.B. Eltern zu Kind)

nhé kann zusammen mit Adverbien stehen, um die Äußerung zu verstärken:

Con hãy đi ngủ sớm!	→	Con hãy đi ngủ sớm nhé!
Con hãy ngủ đi!	→	Con hãy ngủ đi nhé!
Chị đừng nói thế!	→	Chị đừng nói thế nhé!
Em chớ dậy muộn!	→	Em chớ dậy muộn nhé!

D Sonderfälle

Die folgenden Ausdrücke gehören ebenfalls zu den Imperativformen. Sie geben einen Befehl oder eine Aufforderung wieder, ohne andere Hilfswörter zu benötigen.

Cút!	*Hau ab!*
Trật tự!	*Ruhe!*
Cố lên!	*Gib dir mehr Mühe! / Gebt euch mehr Mühe!*
Mở cửa ra!	*Öffne/öffnet die Tür!*
Mày im ngay!	*Sei still!*

Übungen

1. Worum geht es in den folgenden Sätzen?

1. Em chúc anh chị gặp nhiều may mắn! → Wunsch
2. Con xin mẹ tha cho con lần này.
3. Tôi ra lệnh tất cả các binh nhì quay về vị trí cũ.
4. Cấm uống rượu trên xe buýt!
5. Cô phải đánh máy ngay bản này cho tôi.
6. Thầy cho phép em ngồi.
7. Em khuyên anh nên nói thật.
8. Chị nhờ em chuyển bức thư này đến bố mẹ chị.
9. Cầu mọi người được bình an.
10. Mời bác vào!
11. Tôi yêu cầu anh xuất trình bằng lái xe.
12. Để nó tự làm!
13. Chỗ này không có phận sự không được phép vào.
14. Anh không nên chậm trễ.
15. Cho cháu nói!
16. Chúng tôi đề nghị các anh mở kho hàng để chúng tôi kiểm tra.
17. Cô mong ngày mai các em sẽ thi tốt.
18. Làm ơn nói nhỏ một chút!
19. Tôi muốn cháu Hưng thi vào đại học kinh tế.
20. Con xin phép bố mẹ tối mai con được đi dự sinh nhật bạn.

Vokabelhilfe

tha	*vergeben, verzeihen*
binh nhì	*Gefreiter*
quay về vị trí cũ	*zurück an die vorherige Position*
đánh máy	*abtippen*
bản	hier: *Zettel, Formular*
nói thật	*die Wahrheit sagen*
chuyển	hier: *übergeben (Brief)*
bình an	hier: *alles Gute*
xuất trình	*vorzeigen*
bằng lái xe	*Führerschein*
phận sự	hier: *Genehmigung*
chậm trễ	hier: *langsam*
kho hàng	*Lager*
nhỏ	hier: *leise*
đại học kinh tế	*Hochschule für Wirtschaftswissenschaften*

2. Übersetzen Sie die Sätze aus Übung 1 ins Deutsche.

3. Wie drückt man es aus, wenn ...

1. *jemand an die Tür klopft.*
2. *es im Gericht zu laut ist.*
3. *hier nicht geparkt werden darf.*
4. *man jemanden zum Tee einlädt.*
5. *man jemandem ein frohes Neues Jahr wünscht.*
6. *man um Hilfe bittet.*
7. *man nicht mit Schuhen eintreten darf.*
8. *Rauchen verboten ist.*

a. Làm ơn giúp tôi!
b. Mời bác dùng trà!
c. Chúc mừng năm mới!
d. Phải để giày dép ở ngoài!
e. Xin mời vào!
f. Không được hút thuốc!
g. Cấm đậu xe!
h. Yêu cầu trật tự!

Vokabelhilfe

dùng	hier: *bitte bedienen Sie sich*
giày dép	hier: *Schuhe*
trật tự	*Ruhe*

4. Setzen Sie *hãy, đi, đừng* oder *chớ* in die Lücken ein.

1. Anh ______________ quên cuộc hẹn ngày mai.
2. Bố em sắp về rồi. Anh đi ngay ______________!
3. Con thích ăn phở gà. Mẹ ______________ đặt cho con!
4. Nó hay nói dối lắm. Bạn ______________ tin.
5. Mẹ đang ngủ. Các con ______________ đi nhẹ nhàng!
6. Hôm qua, bác Ba bị ngất. Chúng mình đi thăm bác ấy ______________!
7. Con ______________ ăn sô cô la nữa. Béo lắm!
8. Chúng ta ______________ cố gắng!
9. Muộn rồi. Chị về nhà trước ______________!
10. Ở đây vừa bán đắt vừa phục vụ không tốt. Chị ______________ vào.

Vokabelhilfe

đặt	hier: *bestellen*
tin	hier: *vertrauen*
nhẹ nhàng	hier: *leise*
về trước	hier: *früher Feierabend machen / früher nach Hause gehen*

5. Bilden Sie Imperativsätze mit *nhé*.

1.	Bạn rủ các bạn đi hát karaoke.	*Chúng ta đi hát karaoke nhé!*
2.	Bạn dặn dò con bạn phải nghe lời cô giáo.	Con ______________________!
3.	Bạn đặt thêm một đĩa nộm nữa.	Cho em thêm ________________!
4.	Bạn đề nghị các học sinh làm quen với nhau.	Các em ____________________!
5.	Bạn khuyên em bạn đừng buồn nữa.	Em _______________________!
6.	Bạn chúc các con đi chơi vui vẻ.	__________________________!

6. Kreuzen Sie nur die Imperativsätze an.

1. Con đừng về quá khuya. (X)
2. Tôi mời các bạn trong lớp đến dự sinh nhật. ( )
3. Bạn ấy xin mình một tờ giấy trắng. ( )
4. Các cháu nhỏ chúc các cụ già mạnh khỏe. ( )
5. Ở đây đẹp nhỉ! ( )
6. Bác nên nộp đơn ngay. ( )
7. Đến đúng giờ đấy! ( )
8. Em khuyên anh hãy tha thứ cho chị ấy lần này. ( )
9. Mùa xuân đến rồi! ( )
10. Hãy cho nó 10 nghìn! ( )
11. Chị mong em đừng nói chuyện với ai về chuyện đó. ( )
12. Cháu đang cần tiền. ( )

7. Setzen Sie die folgenden Wörter in die Lücken ein: đề nghị, mời, chúc, xin, cấm, làm ơn, để, cần

1. ______________________ anh chờ một chút nhé!
2. Em ______________________ đi đến đó ngay.
3. Chúng tôi ______________________ anh xuống xe.
4. Ông ______________________ cho cháu hỏi, phố Tràng Tiền ở đâu ạ?
5. ______________________ bác lại nhà cháu.
6. Bố ______________________ con tự quyết định việc này.
7. Chúng cháu ______________________ ông bà sống lâu trăm tuổi.
8. Ở đây ______________________ vứt rác.

Vokabelhilfe

xuống	hier: *aussteigen*
sống lâu trăm tuổi	Redewendung: *lang leben*

8. Verbinden Sie die passenden Satzteile miteinander.

1.	Em nhờ chị ở đây …	a.	em nên về nhà.
2.	Chị hãy nghỉ …	b.	về đến chốn.
3.	Tôi yêu cầu anh chị …	c.	thuốc nữa.
4.	Anh khuyên …	d.	quan hệ giữa anh và cô ấy.
5.	Bố mẹ mong con đi đến nơi …	e.	đánh bạn ấy.
6.	Con đừng hút …	f.	với em một lát.
7.	Các cậu không được …	g.	sớm đi!
8.	Em chớ hiểu lầm …	h.	dọn dẹp đồ đạc lập tức.

Vokabelhilfe

nghỉ	hier: *Pause machen*
đi đến nơi về đến chốn	Redewendung: *gute Fahrt*

Lösungsschlüssel

1 Substantive S. 12–15

1. 1. chiếc/cái 2. con 3. quả 4. bức/cái 5. tấm/cái 6. quyển/cuốn 7. cây 8. tờ 9. ngôi/cái

2. niềm vui *Freude* | cô ca sĩ *(Fräulein) Sängerin* | nỗi nhớ nhung *Sehnsucht* | cuộc phỏng vấn *Interview* | sự thành công *Erfolg* | ông giáo sư *(Herr) Professor*

3. 1. Đây là nhà của chị Lan. Ngôi nhà này nhỏ nhưng rất đẹp. Trong nhà của chị ấy có một cái bàn, một cái ghế, hai bức tranh và một tấm bản đồ Việt Nam. Chị Lan có một con chó, hai con mèo và một con chim rất đẹp.
Hier ist das Haus von Lan. Das Haus ist klein, aber sehr schön. In ihrem Haus sind ein Tisch, ein Stuhl, zwei Gemälde und eine Landkarte. Lan hat einen Hund, eine Katze und einen sehr hübschen Vogel.

2. Tôi có một cái cặp sách. Cái cặp này rất nặng. Trong cặp có một cuốn từ điển, ba quyển sách, một quyển vở và một chiếc bút máy.
Ich habe eine Schultasche. Diese Tasche ist sehr schwer. In der Tasche sind ein Wörterbuch, drei Bücher, ein Heft und ein Füller.

4. 1. Đây là chiếc vòng cổ. Chiếc này bằng vàng. 2. Đây là con hổ. Con này dữ. 3. Đây là quả chôm chôm. Quả này ngon. 4. Đây là cây chuối. Cây này cao. 5. Đây là bức ảnh. Bức này cũ. 6. Đây là tờ quảng cáo. Tờ này bị rách. 7. Đây là tấm gỗ. Tấm này lớn. 8. Đây là ngôi đền. Ngôi này đang tu sửa.

5. 1. Tôi mua ba quyển sách này. 2. Anh ấy ăn hai quả táo. 3. Tôi đọc báo. Tờ báo này rất hay. 4. Chị ấy mua một bức tranh và một tấm bản đồ. 5. Tôi có hai cái (chiếc) áo len và ba cái (chiếc) quần bò.

6. 1 b. con 2 c. quyển 3 b. cây 4 a. ngôi 5 a. tấm

7. 1. tách 2. cốc 3. hộp 4. bao 5. bánh 6. đôi 7. bát 8. chai

8. 1. Anh ấy viết một bức thư. 2. Tôi mua ba con vịt. 3. Một bức tượng bị đổ. 4. Chị ấy cho tôi hai cái (chiếc) cặp tóc. 5. Tôi có ba quả cam. 6. Hai cái (chiếc) ghế ở trong lớp. 7. Đây là một quyển (cuốn) sách hay. 8. Con mèo này dễ thương.

9. lít *Liter* | cân *Kilogramm* | tấn *Tonne* | lạng *100 Gramm* | mét *Meter* | kilômét *Kilometer*
1. cân 2. mét 3. tấn 4. lạng 5. lít 6. kilômét

10. 1c 2d 3i 4k 5a 6f 7h 9g 8e 10b

11. 1. b, c 2. b, c 3. c 4. b 5. b, c 6. b 7. c 8. c

12. 1. ngôi trường tiểu học đang xây này 2. tờ báo »Phụ nữ« mới đăng này 3. hai két bia »Hà Nội« bị hỏng này 4. tất cả những con búp bê nhựa Trung Quốc được bán rất rẻ ở Việt Nam này

2 Personalpronomen I S. 20–22

1. 1. c 2. i 3. g 4. k 5. a 6. f / m 7. e 8. m / f 9. b 10. h 11. d 12. l

2. các thím, các cụ, các ông, các bà, các bác, các chú, các cô, các cậu, các dì, các thím, các chú / các dượng, các mợ, các anh, các chị, các em, các cha, các mẹ, các con

các bác ấy, các cụ ấy, các ông ấy, các bà ấy, các bác ấy, các chú ấy, các cô ấy, các cậu ấy, các dì ấy, các thím ấy, các chú ấy / các dượng ấy, các mợ ấy, các anh ấy, các chị ấy, các em ấy

những đứa con ấy, những người cha ấy, những ông cha ấy, những bà mẹ ấy, những người mẹ ấy, những người con ấy, những thằng con ấy

chúng con, chúng em, chúng cháu

3. 1. chị 2. ông 3. em 4. cháu 5. cha 6. cháu 7. chị 8. mẹ 9. bà 10. anh

4. 1. chồng 2. vợ 3. con trai 4. con trai 5. em trai 6. anh trai 7. chị gái 8. chị gái 9. em gái 10. em gái

5. 1. b 2. b 3. c 4. a 5. b 6. b

6. 1. d 2. e 3. g 4. f 5. h 6. b 7. a 8. c

7. 1. anh 2. Anh 3. Anh ấy 4. Bác 5. bác ấy 6. chú ấy 7. Chú 8. Thím ấy 9. dì 10. Dì 11. Dì ấy 12. cậu 13. cậu ấy 14. thím 15. Mợ ấy

8. 1. Chú Ba là em trai của ba tôi. 2. Thím Bảy là vợ của chú Ba. 3. Chú Ba và thím Bảy có một đứa con trai. 4. Con trai của họ là em họ của tôi. 5. Năm nay em ấy 4 tuổi.

9. Chị Hương sống ở Hà Nội. Bà ấy làm việc ở ngân hàng. Gia đình của bà ấy rất đông người. Tất cả là bảy người. Chị Hương là anh cả. Hai chị trai và hai em gái vẫn còn nhỏ. Chị Hương đã lập gia đình. Vợ của bà ấy là anh Chung. Anh Chung là bác sĩ. Các anh chị có một đứa con trai ba tuổi.

Korrektur: Chị Hương sống ở Hà Nội. Chị ấy làm việc ở ngân hàng. Gia đình của chị ấy rất đông người. Tất cả là bảy người. Chị Hương là chị cả. Hai em trai và hai em gái vẫn còn nhỏ. Chị Hương đã lập gia đình. Chồng của chị ấy là anh Chung. Anh Chung là bác sĩ. Họ có một đứa con trai ba tuổi.

10. Huong lebt in Hanoi. Sie arbeitet in einer Bank. Ihre Familie ist sehr groß (wörtl. zahlreich). Es sind insgesamt sieben Personen. Huong ist die älteste. Je zwei der jüngeren Brüder und Schwestern sind noch klein. Huong hat bereits eine Familie gegründet. Ihr Ehemann ist Chung. Chung ist Arzt. Sie haben einen dreijährigen Sohn.

3 Personalpronomen II S. 26–28

1. a. ông ↔ tôi / cháu, cô ↔ cháu, nó ↔ tao, chị ↔ em | b. cháu ↔ cụ, tôi ↔ bạn, bà ↔ cháu, anh ↔ tôi | c. tớ ↔ cậu, chú ↔ cháu, bà ↔ tôi / cháu, nó ↔ mày | d. bác ↔ cháu, mình ↔ bạn, ông ↔ cháu, bạn ↔ tớ

2. 1. Person Singular: tôi, cụ, ông, bà, bác, chú, cô, anh, chị, em, cháu, tớ, mình, tao | 1. Person Plural: chúng tôi, các cụ, các ông, các bà, các bác, các chú, các cô, các anh, các chị, các em, các cháu, chúng tớ, chúng mình (mình), chúng tao | 2. Person Singular: cụ, ông, bà, bác, chú, cô, anh, chị, em, cháu, bạn, cậu, mày | 2. Person Plural: các cụ, các ông, các bà, các bác, các chú, các cô, các anh, các em, các cháu, các bạn, các cậu, chúng mày | 3. Person Singular: cụ ấy, ông ấy, bà ấy, bác ấy, chú ấy, cô ấy, anh ấy, chị ấy, em ấy, cháu ấy, bạn ấy, cậu ấy, nó | 3. Person Plural: các cụ ấy, các ông ấy, các bà ấy, các bác ấy, các chú ấy, các cô ấy, các anh ấy, các chị ấy, các em ấy, các cháu ấy, các bạn ấy, các cậu ấy, chúng nó, họ | Pluralform (exklusiv): chúng tôi, chúng mình (mình), chúng tớ, chúng tao | Pluralform (inklusiv): chúng ta (ta), chúng mình (mình)

3. 1. Chào cháu. / Chào em. / Chào anh. 2. Chào cháu. / Chào chị. / Chào cô. 3. Chào anh. / Cháu chào ông. / Cháu chào cụ. 4. Chào em. / Chào cô. / Cháu chào bác. 5. Chào em. / Chào anh. / Cháu chào chú. 6. Chào cháu. / Chào cháu. / Chào em. 7. Chào cháu. / Chào cháu. / Chào em. 8. Chào chú. / Cháu chào cụ. / Cháu chào cụ.

4. 1. Ông Peter là người Anh. Ông ấy đi du lịch ở Việt Nam. Tôi là hướng dẫn viên du lịch của ông Peter. Chúng tôi sẽ tham quan nhiều thắng cảnh đẹp và nổi tiếng. 2. Tôi đã quen anh Hùng ở Hà Nội. Anh ấy là người Việt Nam. Anh Hùng biết tiếng Pháp. Anh ấy muốn học tiếng Anh. Còn tôi muốn học tiếng Việt. 3. Cô Linh là bạn tôi. Cô ấy sống ở Sài Gòn. Cô Linh có một chị gái và một em trai. Chị gái của cô Linh tên là Hạnh. Chị ấy là nhà báo. Em trai của cô Linh tên là Nam. Em ấy là sinh viên.

5. 1. anh 2. bác 3. cậu 4. chị

6. 1. F 2. R 3. R 4. F 5. F 6. R

7. 1. Cô ấy là sinh viên. 4. Cụ ấy yếu lắm. 5. Ông ấy rất tốt bụng.

8. 1. c, a 2. b, d

4 Demonstrativpronomen — S. 30

1. 1. Đó là cái giá sách. Cái giá sách đó không mới. Cái đó cũ. 2. Kia là quyển truyện. Quyển truyện kia không dày. Quyển kia mỏng. 3. Đây là cái vô tuyến. Cái vô tuyến này không đắt. Cái này rẻ. 4. Đấy là cô ca sĩ. Cô ca sĩ ấy không xấu. Cô ấy đẹp.

2. 1. này 2. kia / ấy 3. đó / ấy 4. Đấy / Đó / Kia 5. Đây 6. đó / ấy 7. kia / ấy 8. ấy

3. 1. g 2. f 3. h 4. a 5. c 6. b 7. d 8. e

5 Interrogativpronomen — S. 32–33

1. 1. Ai đi Huế bằng máy bay? 2. Chị ấy đi chợ mua gì? 3. Nhà hát nào nằm ở phố Tràng Tiền? / Nhà hát Thành Phố nằm ở phố nào? 4. Tối nay họ đi đâu? 5. Bao giờ anh ấy bay về Đức? 6. Cháu ấy thế nào? 7. Sao cô ấy bị thương? 8. Cái này giá bao nhiêu? 9. Cô ấy có mấy con?

2. 1. Bao giờ chúng ta đi dạo? 2. Cái kính râm này giá bao nhiêu? 3. Ông ở đâu? 4. Tại sao / vì sao / sao cháu khóc? 5. Ngày mai chúng ta đi đâu? 6. Chị ấy trông thế nào? 7. Hôm nay chị ấy gặp ai? 8. Ông có bao nhiêu tiền?

3. 1. g 2. f 3. a 4. h 5. b 6. c 7. e 8. d

4. 1. Anh làm nghề gì? 2. Xin lỗi, chị ở chỗ nào? 3. Bao giờ anh ấy có sinh nhật? 4. Sao cậu không đi du lịch? 5. Tối nay, người nào ngủ ở đây? 6. Ai đi làm không đúng giờ? 7. Cô cảm thấy thế nào? 8. Trong nhà có mấy cái ghế? 9. Cháu đi đâu chiều nay? 10. Em ấy có bao nhiêu quần áo?

5. 1. bao giờ 2. gì / thế nào 3. ai 4. mấy / bao nhiêu 5. đâu 6. sao / vì sao / tại sao 7. gì 8. bao nhiêu 9. nào

6. 1. Ai tên là Tường Vy. 2. Hôm nay, họ sẽ đi đâu? 3. Mùa thu ở Hà Nội thế nào? 4. Em Hường mua cái áo nào? 5. Một cân cam giá bao nhiêu? 6. Tối hôm qua, mẹ nấu gì? 7. Nhà Hải có mấy (bao nhiêu) phòng? 8. Bao giờ anh ấy sẽ đi Ý?

6 Indefinitpronomen *S. 37–38*

1. 1. đâu 2. nào 3. ai 4. bao giờ 5. gì

2. 1. Tháng nào em cũng đi tắm hơi. 2. Bao giờ cháu cũng đi học đúng giờ. 3. Ở đó cái gì cũng đẹp. 4. Trong lớp này ai cũng biết tiếng Anh. 5. Đâu họ cũng nhận con.

3. 1. Mẹ đã nói những gì với con, con phải ghi nhớ. 2. Em đi những đâu và làm những gì anh ấy đều biết. 3. Chúng tôi sẽ đặt những món nào ngon nhất ở đây. 4. Những ai đã đến đây sẽ không quên nơi này. 5. Họ sẽ tăng lương cho những người nào làm thêm giờ.

4. 1. Không ai muốn nói chuyện với cô ấy. 2. Không việc nào chị ấy làm tốt. 3. Không đâu họ mời con đến. 4. Không gì ăn được. 5. Không bao giờ anh ấy về nhà muộn.

5. 1. d 2. f 3. i 4. h 5. b 6. k 7. g 8. e 9. a 10. c

6. 1. In der Stadt fährt man normalerweise mit dem Moped. 2. Auf dem Land ist man sehr gastfreundlich. 3. Bei diesem Wetter sollte man einen Regenschirm mitnehmen. 4. Man kocht normalerweise Fischsuppe mit Tomate. 5. In Vietnam mag man gerne Mittagsschlaf machen.

7. 1. Có con gì đang chạy trên mái nhà. 2. Em đã đặt gì chưa? 3. Có ai gõ cửa. 4. Bao giờ anh cũng bận. 5. Chẳng đâu nó muốn đi.

7 Reflexivpronomen *S. 40*

1. 1. Anh ấy tự sửa xe đạp của anh ấy. 2. Chúng tôi tự sơn nhà. 3. Họ tự nấu phở bò. 4. Cháu tự vẽ tranh này. 5. Ông ấy tự xây nhà.

2. 1. Er/sie räumt sein/ihr Zimmer selbst auf. 2. Sie hat ihre Kleidung selbst gekauft. / Sie hat mir die Kleidung gekauft. 3. Er hat selbst entschieden. 4. Sie hat ihre Kleidung selbst genäht. 5. Sie hat mich getröstet. 6. Er hat alles selbst gemacht. 7. Er/sie ist selbst einkaufen gegangen. 8. Er/sie hat sich nur um sich selbst gekümmert. / Er/sie hat sich nur um mich gekümmert. 9. Er fährt selbst Auto. 10. Er/sie kocht selbst.

3. 1. tự 2. mình/nhau 3. mình 4. nhau 5. tự 6. mình

4. 1. Anh ấy tự lấy vợ. 2. Chị ấy động viên mình thi đỗ. 3. Họ gặp nhau ở Việt Nam. 4. Tôi tự hỏi mình. 5. Ai tự quyết định chuyện đó?

8 Der Zeitaspekt der Verben *S. 43–44*

1. sẽ đến (*zukünftig*) (năm sau) | sẽ làm việc (*zukünftig*) | đang học (*gerade dabei*) (hiện tại, bây giờ) | đã học (*vergangen, vollendet*) (tuần trước) | mới bắt đầu học (*gerade erst, kürzlich*) (tuần này) | đã học (*vergangen, vollendet*) (cách đây ba năm) | sắp về (*bald geschehend*) | sẽ sống (*zukünftig*)

2. 1. Năm sau, Patrick sẽ đến Việt Nam. 2. Anh ấy sẽ làm việc ở Hà Nội. 3. Hiện tại, Patrick đang học tiếng Việt. 4. Tuần trước, anh ấy đã học phát âm. 5. Tuần này, anh ấy mới bắt đầu học bài một. 6. Bạn anh ấy là Jörg. 7. Bạn anh ấy đã học tiếng Việt cách đây ba năm. 8. Bây giờ, Jörg nói tiếng Việt rất giỏi. 9. Anh ấy sắp về Việt Nam. 10. Anh ấy sẽ sống ở Sài Gòn.

3. 1. đã 2. sẽ. 3. đang 4. đã. 5. sẽ

4. 1. Ông Quang đã gặp chị Hà. / Chị Hà đã gặp ông Quang. 2. Mẹ mới về nhà. 3. Ông ấy sắp lập gia đình. 4. Anh Hải đi Pháp rồi. 5. Con đang đọc báo. 6. Cô Hương sẽ là ca sĩ nổi tiếng.

5. 1. c 2. b 3. a

9 Passivbildung mit *được* und *bị* — *S. 46–47*

1. 1. Cô ấy được tặng một bông hoa hồng đỏ. 2. Đôi giày của tôi bị bôi bẩn. 3. Hôm nay, em được nhập học. 4. Anh ấy bị từ chối. 5. Ngày mai, chị được nhận tiền lương.

2. 1. bị 2. được 3. bị 4. được 5. được 6. bị 7. bị 8. được

3. 1. Em tôi được bố cho một cái xe đạp mới. 2. Em ấy được cô giáo khen. 3. Chị tôi được anh ấy mời đi xi nê. 4. Tôi bị mẹ mắng. 5. Ông ấy được (người ta) tặng ba triệu đồng. 6. Cô ấy được họ giúp đỡ rất nhiều. 7. Các nhân viên bị ông giám đốc phê bình. 8. Nó bị người đàn ông đó đánh.

4. 1. Cái đài này bị phá hỏng rồi. 4. Cháu được sếp tăng lương. 5. Tôi bị mất cắp.

5. 1. d 2. f 3. a 4. b 5. c 6. e

6. 1. Hôm nay, tôi được thầy giáo cho (hier: *geben*) điểm 10. 2. Hôm qua, anh tôi bị đuổi việc. 3. Mỗi ngày em gái tôi được mẹ tôi đưa đi học. 4. Tháng sau bố tôi được lên chức. 5. Tối hôm qua bà tôi bị lấy cắp ví.

10 Richtungsverben — *S. 50–51*

1. 2. Cô ấy đi thư viện. 3. Mẹ vào bếp. 4. Chú ấy về quê. 5. Anh ấy xuống tầng 1. 6. Bà ấy đến bệnh viện. 7. Chị lại đằng kia. 8. Tôi qua đường. 9. Em ấy ra ban công.

2. 1. ngoài 2. trên 3. trong 4. dưới 5. trong 6. dưới 7. ngoài 8. trên

3. 1. e 2. k 3. h 4. i 5. g 6. l 7. c 8. a 9. b 10. f 11. d

4. 1. đi đến nhà bạn – *zum Freund gehen* 2. về Việt Nam – *nach Vietnam zurückkehren* 3. vào trong phòng ngủ – *ins Schlafzimmer gehen* 4. đi sang sông – *einen Fluss überqueren* 6. ra ngoài đường – *auf die Straße gehen* 7. lên tắc xi – *ins Taxi steigen* 8. bay lên trên mặt đất – *in den Himmel fliegen* 9. leo vào nhà– *ins Haus klettern* 10. bước xuống cầu thang– *die Treppe runter gehen.*

5. 1. Bà cụ ấy vừa đi ra phố rồi. 2. Thằng nhỏ đang leo lên tường. 3. Cháu bé mới chạy vào phòng khách. 4. Đứa nhỏ sắp rơi xuống đất.

11 Modalverben — *S. 53–54*

1. 1. biết 2. phải 3. có thể 4. được 5. muốn 6. nên 7. bị 8. cần 9. mong 10. thích //
1. f 2. g 3. e 4. c 5. d 6. h 7. b 8. a 9. k 10. i

2. 1. c 2. b 3. a

3. 1. Anh ấy không muốn bay qua Ý. 2. Chị ấy không biết nói tiếng Pháp. 3. Cô ấy không được uống rượu. 4. Em không thích mua cái áo len này. 5. Cô Hoa không phải bỏ việc. 6. Cháu không cần đi làm. 7. Họ không nên lập gia đình.

4. 1. Cụ ấy bị ốm nặng. 2. Em gái tôi bị sốt cao. 3. Cháu ấy được nhận bằng lái xe. 4. Ông Thiều bị đau đầu. 5. Tôi được nghỉ ốm hai ngày. 6. Mẹ bị mệt. 7. Cô Lan bị đau răng. 8. Họ được đậu xe ở đây. 9. Chú Hoàng bị chóng mặt. 10. Nó bị ngã.

5. 1. nên 2. cần / phải 3. nên 4. phải / nên 5. phải 6. cần

12 Adjektive *S. 58–59*

1. 2. Em Trung học quá kém. / Em Trung học kém quá. 3. Cô ấy viết cực kì đẹp. / Cô ấy viết đẹp cực kì. 4. Chị Hiền nấu ngon lắm. 5. Cháu ấy bơi khá nhanh. 6. Bà Loan hơi gầy. 7. Cái áo này quá cũ. / Cái áo này cũ quá. 8. Ngôi nhà đó cực kì bẩn. / Ngôi nhà đó bẩn cực kì.

2. Vorschlag: 1. Nhà này rộng bằng (như) nhà kia. Nhà này rộng hơn nhà kia. Nhà này rộng nhất. 2. Bàn gỗ tốt bằng (như) bàn nhựa. Bàn gỗ tốt hơn bàn nhựa. Bàn gỗ tốt nhất. 3. Em Lan thấp bằng (như) em Ly. Em Lan thấp hơn em Ly. Em Lan thấp nhất. 4. Peter trẻ bằng (như) Patrick. Peter trẻ hơn Patrick. Peter trẻ nhất.

3. 2. Tôi béo hơn bạn tôi. 3. Phở gà dở hơn phở bò. 4. Nó chạy nhanh hơn cậu. 5. Chồng cô giáo trẻ hơn cô ấy. 6. Bạn Hà học kém hơn bạn Trà. 7. Gia đình em giàu hơn gia đình họ. 8. Bạn thấp hơn tớ. 9. Cái áo này xấu hơn cái kia.

4. 1. g 2. d 3. h 4. a 5. e 6. c 7. b 8. f

5. 1. bằng / hơn 2. như 3. giống 4. hơn / bằng 5. hay 6. nhất 7. nhau 8. rộng 9. cao 10. mới

6. 1. Freu dich! 2. Ich bin müde. 3. Es wird bald kalt. 4. Sie ist schon sehr arm. 5. Sie sind noch beschäftigt. 6. Sei nicht traurig. 7. Alles wird gut. 8. Hier gehen wenige Leute entlang.

13 Adverbien I *S. 61–63*

1. 1. Ich bin nicht hungrig. 2. Ist noch niemand zu Hause? 3. Ich gehe nie ins Kino. 4. Er ist noch nie Auto gefahren. 5. Nirgends schmeckt das Essen so gut wie hier. 6. Ich (Kind) habe noch keinen Kühlschrank gekauft. 7. Sie ist nicht traurig. 8. Sie essen nicht häufig zu Hause. 9. Ich kaufe kein neues Fahrrad. 10. Nirgends ist es so schön wie hier. 11. Er/sie kommt normalerweise nicht spät nach Hause. 12. Ich möchte mir gar kein Geld leihen. 13. Ich bin noch nicht satt. 14. Ich sehe nicht gerne fern. 15. Ich habe noch nie in Europa Urlaub gemacht. 16. Ich verkaufe mein Haus nicht.

2. vor Indefinit-/Interrogativpronomen: Chưa ai về nhà à? | Em chẳng bao giờ đi xi nê. | Không món ăn nào ngon như ở đây. | Chẳng nơi nào đẹp như nơi này. | Chị chưa bao giờ đi du lịch ở châu Âu. || vor Verben: Con chưa mua tủ lạnh. | Anh không mua xe đạp mới. | Chú chẳng muốn vay tiền. | Ông chẳng thích xem ti vi. | Cô không bán nhà. || vor Adjektiven: Tôi không đói. | Cô ấy chẳng buồn. | Cháu chưa no. || vor Adverbien: Anh ấy chưa từng lái ô tô. | Họ chẳng hay ăn ở nhà. | Nó không thường về nhà muộn.

3. a) hãy: 1. Chị hãy chờ em một chút! | 2. Cháu hãy nghe lời bác! | 3. Em hãy ngồi xuống! b) đi: 1. Em đến nhà anh đi! | 2. Cháu ăn đi! | 3. Các bạn vỗ tay đi! c) chớ: 1. Các con chớ uống nước lã! | 2. Anh chớ lấy tiền của em! | 3. Chú chớ kể chuyện đó! d) đừng: 1. Các cậu đừng đánh bạn ấy! | 2. Mẹ đừng làm nhiều quá! | 3. Chị đừng ăn kiêng! e) hãy – đi: 1. Các anh chị hãy vào nhà đi! | 2. Em hãy nấu cơm đi! | 3. Con hãy đi ngủ sớm đi! f) đừng – nữa: 1. Anh đừng hút thuốc lá nữa! | 2. Các em đừng đi học muộn nữa! | 3. Bố đừng uống rượu nữa!

4. 1. Sei/seid bitte still! 2. Sprich/sprecht hier bitte nicht so laut! 3. Aufstehen! 4. Iss/esst nicht so viel! 5. Steh/steht auf! 6. Sag/sagt nichts mehr!

5. 1. Hôm nay, anh không muốn ở nhà. 2. Chẳng ai thích cô ấy. / Cô ấy chẳng thích ai. 3. Em chưa nhận công việc đó. 4. Tôi không may mắn và không hạnh phúc. / Tôi không hạnh phúc và không may mắn. 5. Chị chẳng gầy như em tưởng. / Em chẳng gầy như chị tưởng.

6. 1. hãy 2. đi 3. hãy … đi 4. đi 5. hãy

7. 1. Cháu đừng đi một mình ban đêm. 2. Chị đừng để nhiều tiền trong ví. 3. Em đừng thức quá khuya. 4. Anh đừng lái ô tô nhanh quá. 5. Chú đừng nói dối vợ chú.

8. 1. (Con) hãy đi ngủ sớm (đi)! 2. Ngày mai anh chớ (đừng) đến muộn! 3. (Con) đừng uống rượu nữa! 4. Tối nay cả nhà đi xi nê đi! 5. Anh đừng lái xe nhanh.

14 Adverbien II — *S. 65–67*

1. 2. Trời vừa mới nắng. *Die Sonne kommt gerade raus.* 3. Trời đang mưa. *Es regnet gerade.* 4. Trời sắp tối. *Es wird bald dunkel.* 5. Trời sẽ nóng. *Es wird heiß.* 6. Trời lạnh rồi. *Es ist schon kalt geworden.*

2. 1. thằng bé đang đứng kia 2. người phụ nữ đã được cứu ấy 3. những quả bưởi sắp chín 4. mấy cái thuyền đã hỏng rồi 5. cái ngôi nhà vừa xây xong đó

3. 1. mấy cái thuyền đã hỏng rồi 2. những quả bưởi sắp chín 3. cái ngôi nhà vừa xây xong đó 4. người phụ nữ đã được cứu ấy 5. thằng bé đang đứng kia

4. Vorschlag: 1. Anh ấy đang nói tiếng Việt. 2. Chị đã đi du lịch ở Đức. 3. Cô ấy sắp đi chợ. 4. Em sẽ về nhà. 5. Tôi vừa mới nấu phở bò.

5. 1. Frau Lan ist schon ins Krankenhaus gegangen. 2. Gestern ist sie in Deutschland angekommen. 3. Dieses Jahr geht er/sie in die erste Klasse. 4. Herr Hoa hat seit drei Tagen Urlaub. 5. Nächstes Jahr geht er in Rente. 6. Sie fliegt bald nach Vietnam.

6. 1. Mùa hè ở Việt Nam rất nóng. 2. Tiếng Việt hơi khó. 3. Món phở bò ở Hà Nội cực kì ngon. 4. Khách sạn ở Sài Gòn thuê khá đắt. 5. Mức sống ở Việt Nam quá thấp. 6. Người Việt Nam rất cởi mở. 7. Phương tiện đi lại ở Việt Nam tiện lợi lắm.

7. 2. Anh cực kì yêu cô ấy. / Anh yêu cô ấy cực kì. *Ich liebe sie sehr.* 3. Anh nhớ cô ấy lắm. *Ich vermisse sie sehr.* 4. Anh quá tin cô ấy. / Anh tin cô ấy quá. *Ich vertraue ihr zu sehr.* 5. Anh hơi giận cô ấy. *Ich bin ein wenig böse auf sie.* 6. Anh rất ghét cô ấy. *Ich hasse sie sehr.*

8. richtig: không thông minh lắm, khá hấp dẫn, dễ thương quá, hơi mệt, rất đáng yêu. falsch: không lắm vui, chán rất, không cực kì thoải mái, lắm ngu, hay khá

9. 2. Cô Susanne nói tiếng Việt rất tốt. / Cô Susanne nói tiếng Việt khá tốt. 3. Hồ Hoàn Kiếm không nhỏ lắm. 4. Anh Trung cực kì nghèo. / Anh Trung nghèo quá. 5. Nhiều con đường ở Hà Nội khá hẹp. 6. Nhà của chị hơi chật nhưng rất gọn gàng. / Nhà của chị hơi chật nhưng gọn gàng lắm. 7. Cháu trông rất mập. / Cháu trông không mập lắm. 8. Ở Việt Nam người ta đi xe máy rất nhiều. / Ở Việt Nam người ta đi xe máy nhiều quá.

10. d. đang nói chuyện e. khá lâu rồi g. rất thân i. đã quen nhau k. mới mất // 2.h 3.g 4.a 5.i 6.e 7.b 8.k 9.c 10.f

15 Adverbien III — *S. 70–73*

1. 1. Tháng tám năm ngoái ở Sài Gòn còn (vẫn / vẫn còn) nóng lắm. 2. Ông ấy còn (vẫn / vẫn còn) nói chuyện với bố tôi. 3. Anh còn (vẫn / vẫn còn) sống ở Hà Nội à? 4. Cô ấy còn (vẫn / vẫn còn) học tiếng Việt. 5. Trời còn (vẫn / vẫn còn) mưa.

2. Vorschlag: 1. Em nói được tiếng Pháp. 2. Em nấu món phở bò được. 3. Cháu viết được tiếng Việt. 4. Cháu uống rượu được. 5. Anh giải được bài toán này.

3. Vorschlag: 1. Có, tôi hay ăn sáng. 2. Có, tôi thường xuyên uống nước. 3. Không, tôi không bao giờ hút thuốc. 4. Không, tôi không hay thức khuya. 5. Có, tôi thường ăn rau và hoa quả. 6. Không, tôi không thường xuyên uống rượu.

4. 2. Anh ấy biết bơi. Chị ấy cũng biết bơi. Họ đều biết bơi. 3. Anh là sinh viên. Em cũng là sinh viên. Chúng mình đều là sinh viên. 4. Em anh 17 tuổi. Em tôi 17 tuổi. Chúng đều 17 tuổi. 5. Cậu đi Việt Nam. Tớ cũng đi Việt Nam. Chúng mình đều đi Việt Nam.

5. 1. Tối nay, tôi chỉ ăn trái cây. 2. Tôi chỉ tập thể dục hai lần một tuần. 3. Mỗi bữa tôi chỉ ăn một bát cơm. 4. Tôi chỉ đi chợ mua cá. 5. Từ đây đến bưu điện chỉ 50 m.

6. 1. Tôi (anh ấy) thường gặp anh ấy (tôi) ở trường. 2. Anh ấy và chị ấy (Chị ấy và anh ấy) hay thích đi xi nê. 3. Bố tôi luôn đọc báo vào buổi sáng. 4. Cô ấy thường xuyên về nhà rất muộn. 5. Ông ấy hay thích uống bia 333. 6. Bạn ấy thường đến đúng giờ. 7. Nó thường xuyên ăn sáng ở nhà. 8. Bà ấy hay xem vô tuyến vào buổi tối.

7. Verb: 1, 2, 3, 5, 7 Adverb: 4, 6, 8

8. 1. nữa 2. lại 3. nữa 4. cứ 5. lại 6. cứ

9. 2. Cô ấy chỉ muốn lấy chồng giàu thôi. 3. Trong tủ lạnh chỉ có rau thôi. 4. Anh ấy chỉ yêu chị ấy thôi. 5. Chúng tôi chỉ thuê khách sạn rẻ thôi. 6. Em ấy chỉ muốn sống ở Việt Nam thôi.

10. 1. R 2. F 3. F 4. R 5. F 6. R 7. F 8. F

11. 1. d 2. a 3. e 4. b 5. c

12. 1. Hier darf man nicht Fußball spielen. Ihr könnt hinter dem Haus Fußball spielen. 2. Morgen darf ich frei haben. 3. Minh wird nicht von ihr geliebt. 4. Das kleine Kind kann schnell schwimmen. 5. Er/sie wird von dem Lehrer gelobt. 6. Ich kann dir nicht helfen. 7. Ich darf dir nicht helfen. 8. Ich kann dir nicht helfen, weil ich morgen beschäftigt bin.

16 Partikeln S. 75–76

1. 2. Ngày mai, bà ấy phải vào bệnh viện à? 3. Tối nay, chị bận à? 4. Ngày kia, bố cháu sẽ về à? 5. Năm sau, cháu sẽ đi du học à? 6. Hôm qua, mẹ anh bị nhức đầu à?

2. 2. Ông ấy vẫn sống ở Quảng Bình chứ? 3. Anh nói được tiếng Việt chứ? 4. Chị có thể làm thêm giờ chứ? 5. Chú quen cô ấy chứ? 6. Cháu tốt nghiệp rồi chứ?

3. 2. Hôm nay, tớ không nấu đâu. 3. Tôi không biết lái xe tải đâu. 4. Cháu không thích ăn thịt chó đâu. 5. Em không muốn rửa bát đâu. 6. Từ đây đến trường không xa đâu.

4. 1. Cháu phải làm gì đây? 2. Em uống tạm nước lọc vậy. 3. Chị đi đâu đấy? 4. Anh đi chợ rồi đấy. 5. Ai vừa nói to thế? 6. Tiền nhà là bao nhiêu đây? 7. Ông mua đôi giày nào vậy? 8. Bạn cười gì vậy?

5. 1. Ở đây đẹp quá nhỉ. 2. Chị ấy có đi làm không nhỉ? 3. Chúng ta đi uống cà phê nhé. 4. Mẹ gửi cho con tiền học nhé. 5. Cô ấy đã lấy chồng chưa nhỉ? 6. Hôm nay, cậu đến nhà tớ nhé.

6. 1. Du gehst heute Vietnamesisch lernen? 2. Kannst du schwimmen? 3. Es gibt hier in der Nähe keine Tankstelle. 4. Sie spricht wirklich sehr gut Vietnamesisch. 5. Hast du (Kind) schon etwas gelernt? 6. Morgen gehen wir zusammen (irgendwohin). 7. Was liest du denn da? 8. Sprich/sprecht bitte leise! 9. Wohin gehen wir denn? 10. Was möchten Sie kaufen?

7. 1. g 2. d 3. f 4. a 5. h 6. k 7. i 8. e 9. b 10. c

8. 1. c 2. b 3. a, b, c

17 Präpositionen S. 81–83

1. a) bằng: cái đồng hồ bằng vàng, bức tranh bằng lụa, cái ghế bằng nhựa, con ngựa bằng giấy b) cho: chiếc nhẫn cưới cho em, đôi giày cho bạn, tiền học bổng cho sinh viên nghèo c) của: ảnh của gia đình, anh của chị, ngôi đình của làng này, xe máy của chồng em d) với: bánh mỳ với bơ, ông với tôi, ấm trà nóng với bánh đậu xanh

2. 1. Bức tượng cổ này là của bảo tàng. Nó được làm bằng đồng. 2. Con búp bê này là của Trung Quốc. Nó được làm bằng nhựa. 3. Cái túi sách này là của chị tôi. Nó được làm bằng da. 4. Ngôi nhà sàn này là của người Thái. Nó được làm bằng gỗ. 5. Chiếc bàn này là của một ca sĩ nổi tiếng. Nó được làm bằng đá.

3. 1. Hút thuốc rất hại cho sức khỏe. 2. Tôi muốn chia buồn với anh. 3. Bạn ấy đã mượn quyển sách đó của thư viện. 4. Anh sẽ gửi tiền tiết kiệm vào ngân hàng. 5. Em hãy nghĩ đến những điều tốt đẹp. 6. Chúng ta đang nói tới bản hợp đồng. 7. Tôi rất thất vọng về cháu. 8. Cháu đang cố gắng thi vào đại học. 9. Bà nên đi với cháu. 10. Con mua cho mẹ một bát phở bò.

4. 1. bằng xe đạp 2. bằng than 3. bằng tay 4. bằng lá 5. bằng tiếng Đức 6. bằng máy

5. 1. Cô ấy làm việc chăm chỉ để (cô ấy) kiếm nhiều tiền. 2. Em đi ra ngoài để bố mẹ nói chuyện với nhau. 3. Ông ấy không đi ô tô để (ông ấy) tiết kiệm tiền. 4. Tôi đi chợ mua cá để mẹ tôi nấu canh cá. 5. Anh ấy học rất siêng để (anh ấy) thi đỗ đại học.

6. 1. Chú đã vay của bố cháu tiền. 2. Anh bán cái xe đạp kia cho tôi. 3. Em sẽ kể với chị ấy chuyện đó. 4. Chị chuyển bức thư này cho bố mẹ. 5. Hôm qua, tớ cầm nhầm của cậu cái bút chì. 6. Tôi muốn nói với anh chuyện này.

7. 1. Meine Mutter hat mir das Geld geschickt. 2. Er/sie ist mit dem Bus hierher gefahren. 3. Ich gehe zur Bibliothek, um Bücher zu leihen. 4. Dieser Rock ist meiner. / Dieser Rock gehört mir. 5. Er redet über dich. 6. Ich werde mit dir auf den Markt gehen. 7. Viele Deutsche glauben an Jesus. 8. Wir sollen uns um alte Leute kümmern.

8. 1. Chúng tôi muốn khai vị bằng món xúp cua. 2. Mọi người đang nhắc đến anh. 3. Tôi thích học về lịch sử. 4. Hôm nay, các bạn có rất nhiều việc để làm. 5. Tập thể dục rất bổ ích cho sức khỏe. 6. Chiếc tủ này mua của hàng xóm. 7. Cháu thường viết bằng bút máy. 8. Tin tức được lan truyền tới đây. 9. Em luôn hy vọng vào sự may mắn. 10. Bố mẹ đã hứa với chị.

9. 1. thủ đô 2. nằm 3. của 4. Việt Nam 5. tham quan 6. nổi tiếng 7. món ăn đặc sản 8. người ta 9. bằng

18 Bestimmte Angaben mit Präpositionen *S. 85–86*

1. 1. Anh sẽ đi công tác vào ngày mai. 2. Tàu khởi hành lúc 8 giờ sáng. 3. Chị ấy đã ở đây từ hôm qua. 4. Sau 9 giờ tối, mọi người không được làm ồn. 5. Tôi phải nộp tiền học trước ngày 15 tháng một. 6. Cháu sẽ tốt nghiệp đại học trong năm tới. 7. Ngôi nhà này sẽ xây xong giữa năm nay.

2. 1. thường 2. của tôi 3. Hai Bà Trưng 4. đi thuyền 5. cá 6. cất 7. đến 8. anh ấy 9. làm việc 10. ghế xa lông 11. sáng 12. đỗ

3. Zeitangaben: vào ngày mai, lúc 8 giờ sáng, từ hôm qua, sau 9 giờ tối, trước ngày 15 tháng một, trong năm tới, giữa năm nay, lúc 10 giờ sáng Ortsangaben: trong lớp, ngoài sân, ở phố, trên Hồ Tây, dưới nước, vào cái rương này, từ Hải Phòng, trước khách sạn, sau tôi, tại nhà, giữa phòng khách

4. 1. Từ nhà em đến trường học khoảng 2 km. 2. Họ đi du lịch từ cuối tháng 10 đến đầu tháng 12. 3. Từ đây đến bưu điện có xa không? 4. Cháu học từ 8 giờ sáng đến 2 giờ chiều. 5. Anh được nghỉ từ ngày 15 đến ngày 19 tháng tư. 6. Thư viện mở cửa từ mấy giờ đến mấy giờ? 7. Tuần này, giám đốc đi công tác từ thứ hai đến thứ sáu. 8. Con chỉ được xem phim từ 17 giờ đến 18 giờ. 9. Từ bây giờ đến cuối năm tôi phải làm việc. 10. Nó học bài từ sáng đến tối.

5. 1. b 2. c 3. a 4. b 5. c

19 Konjunktionen *S. 88–90*

1. 1. hay 2. hay / hoặc 3. hoặc 4. hay / hoặc 5. hay 6. hay / hoặc 7. hoặc 8. hay

2. 1. Cô ấy vừa nhanh nhẹn vừa dễ thương. 2. Cái váy đó vừa đẹp vừa rẻ. 3. Phim này vừa dài vừa chán. 4. Cháu gái tôi vừa chăm chỉ vừa ngoan. 5. Đôi giày kia vừa mắc vừa không bền.

3. 1. Con trai cậu càng lớn càng đẹp trai. 2. Mẹ nó càng nói, nó càng làm ngược lại. 3. Tôi càng nghe càng không hiểu. 4. Nó càng làm càng sai.

4. 1. c 2. e 3. d 4. a 5. b // 2. Em ấy không những học kém mà còn lười. 3. Anh ấy không những thích học tiếng Việt mà còn thích tìm hiểu về văn hóa Việt Nam. 4. Anh ấy không những quan tâm bạn bè mà còn luôn giúp đỡ họ. 5. Em ấy không những nói được nhiều ngoại ngữ mà còn sử dụng thành thạo máy vi tính.

5. 1. Tại vì xe anh ấy bị hỏng nên anh ấy đến muộn. 2. Bởi vì bác làm nhiều việc quá nên bác mệt. 3. Vì tôi bị ốm nên hôm nay tôi không đi làm. 4. Tại vì cháu bận nên hôm nay cháu không thể gặp cô. 5. Bởi vì chú không có đủ tiền nên chú không mua ô tô.

6. 1. Nếu ngày mai trời nắng thì chúng ta sẽ đi ra biển. 2. Nếu em có thời gian thì em sẽ đến thăm chị. 3. Nếu chú có tiền thì chú sẽ mua nhà. 4. Nếu tôi là anh thì tôi sẽ nhận công việc đó. 5. Nếu bác không đi khám thì bệnh của bác sẽ không khỏi.

7. 1. Mặc dù thời tiết xấu nhưng chúng tôi vẫn đi dã ngoại. 2. Mặc dù Hưng bận nhưng Hưng vẫn đến dự sinh nhật tôi. 3. Mặc dù trời mưa to nhưng họ vẫn phải làm việc tiếp. 4. Mặc dù nó sai nhưng nó vẫn không xin lỗi. 5. Mặc dù chị ấy làm việc mỗi ngày nhưng gia đình vẫn không đủ ăn.

8. 1. Gehst du oder gehst du nicht? 2. Entweder bleiben Sie oder ich hier. 3. Er/sie ist intelligent, aber faul. 4. Ich werde mich mit ihnen treffen und mit ihnen sprechen. 5. Je mehr er erklärt, desto unlogischer finde ich es. 6. Er/sie ist sowohl hübsch als auch gebildet. 7. Sie ist nicht nur eine sanftmütige Frau, sondern auch eine sorgfältige Mutter. 8. Weil ich Vietnamesisch interessant finde, möchte ich Vietnamesisch lernen. 9. Wenn du nicht gehst, werde ich auch nicht gehen. 10. Obwohl sie krank ist, geht sie trotzdem zur Arbeit.

9. 1. Từ đây đến đó, chị có thể đi xích lô hoặc (hay) tắc xi. 2. Quán ăn này ngon nhưng rất mắc. Tuy (mặc dầu / mặc dù) quán ăn này ngon nhưng rất mắc. 3. Khách du lịch càng mang theo nhiều tiền mặt, họ càng dễ bị mất cắp. Vì (bởi vì / tại vì) khách du lịch mang theo nhiều tiền mặt nên (cho nên) họ dễ bị mất cắp. Nếu khách du lịch mang theo nhiều tiền mặt thì họ dễ bị mất cắp. 4. Chị đi Hà Nội hay em đi Hà Nội? / Chị hay em đi Hà Nội? Nếu chị đi Hà Nội thì em đi Hà Nội. 5. Thời tiết nóng và ngột ngạt. Thời tiết vừa nóng vừa ngột ngạt. Thời tiết càng nóng càng ngột ngạt. Thời tiết không chỉ (không những) nóng mà còn ngột ngạt.

20 Numeralia *S. 93–94*

1. (15) mười lăm, (23) hai mươi ba, (30) ba mươi, (47) bốn mươi bảy, (58) năm mươi tám, (61)sáu mươi mốt, (79) bảy mươi chín, (82) tám mươi hai, (94) chín mươi tư / chín mươi bốn, (106) một trăm linh (lẻ) sáu, (355) ba trăm năm mươi lăm / ba trăm năm mươi nhăm, (683) sáu trăm tám mươi ba, (992) chín trăm chín mươi hai, (1981) một nghìn (ngàn) chín trăm tám mươi mốt, (10.210) mười nghìn (ngàn) hai trăm mười, (397.429) ba trăm chín mươi bảy nghìn (ngàn) bốn trăm hai mươi chín, (8.637.514.729) tám tỷ sáu trăm ba mươi bảy triệu năm trăm mười bốn nghìn (ngàn) bảy trăm hai mươi chín

2. mười bốn (14), hai mươi chín (29), ba mươi ba (33), bốn mươi lăm (45), năm mươi (50), sáu mươi hai (62), bảy mươi mốt (71), tám mươi tư (84), chín mươi sáu (96), một trăm mốt (110), sáu trăm chín mươi hai (692), hai trăm linh bảy (207), một ngàn không trăm chín mươi bảy (1097), năm mươi ba nghìn chín trăm năm mươi (53.950), bảy triệu năm trăm mười chín nghìn không trăm (7.519.000)

3. Festnetznummern: (6129529) sáu một hai chín năm hai chín, (2355328) hai ba năm năm ba hai tám, (2788723) hai bảy tám tám bảy hai ba Mobilnummern: (090.1628612) không chín không một sáu hai tám sáu một hai, (091.9262237) không chín một chín hai sáu hai hai ba bảy, (092.7146090) không chín hai bảy một bốn sáu không chín không

4. 1. d 2. f 3. e 4. a 5. b 6. c

5. 1. c 2. a, b 3. c 4. b 5. b,c 6. a,b,c

21 Datum und Uhrzeit S. 97–98

1. 2. Tết Nguyên Đán từ ngày bao nhiêu đến ngày bao nhiêu? Tết Nguyên Đán từ ngày 30 tháng chạp đến ngày mồng 3 tháng 1. 3. Ngày quốc khánh Việt Nam là ngày bao nhiêu? Ngày quốc khánh Việt Nam là ngày mồng 2 tháng 9. 4. Ngày giỗ tổ Hùng Vương là ngày bao nhiêu? Ngày giỗ tổ Hùng Vương là ngày mồng 10 tháng 3. 5. Ngày thống nhất đất nước là ngày bao nhiêu? Ngày thống nhất đất nước là ngày 30 tháng 4. 6. Ngày quốc tế lao động là ngày bao nhiêu? Ngày quốc tế lao động là ngày mồng 1 tháng 5.

2. 1. Hôm nay là ngày mồng chín tháng một dương lịch. / Hôm nay là ngày mùng 9 tháng 1 dương lịch. 2. Hôm nay là ngày mười sáu tháng chạp (mười hai) âm lịch. / Hôm nay là ngày 16 tháng 12 âm lịch. 3. Ngày mai là ngày mồng mười tháng giêng (một) dương lịch. / Ngày mai là ngày mồng 10 tháng 1 dương lịch. 4. Ngày kia là (ngày) thứ tư. 5. Chủ nhật là ngày hai mươi hai tháng chạp (mười hai) âm lịch. / Chủ nhật là ngày 22 tháng 12 âm lịch. 6. Thứ tư tuần sau là ngày mười tám tháng giêng (một) dương lịch. / Thứ tư tuần sau là ngày 18 tháng 1 dương lịch. 7. Tháng trước là tháng mười hai dương lịch.

3. 1. hai mươi ba giờ bốn lăm (phút) / mười hai giờ kém mười lăm phút đêm / mười một giờ bốn lăm phút đêm 2. bốn giờ mười phút sáng 3. mười giờ hai mươi mốt phút sáng 4. mười ba giờ ba mươi tám (phút) / hai giờ kém hai mươi hai phút chiều / một giờ ba mươi tám phút chiều 5. mười bảy giờ mười lăm (phút) / năm giờ mười lăm phút chiều 6. hai mươi giờ năm mươi tư (phút) / chín giờ kém sáu phút tối / tám giờ năm mươi tư phút tối

4. 1. 8:30 2. Bây giờ là mười giờ kém hai mươi phút sáng. / Bây giờ là chín giờ bốn mươi phút sáng. 3. 12:05 4. 13:39 5. Bây giờ là ba giờ năm phút chiều. / Bây giờ là mười lăm giờ năm (phút). 6. Bây giờ là mười giờ kém mười chín phút tối. / Bây giờ là chín giờ bốn mươi mốt phút tối. / Bây giờ là hai mươi mốt giờ bốn mươi mốt (phút).

5. 1. Bảo tàng Hà Nội mở cửa lúc mấy giờ? Bảo tàng Hà Nội mở cửa từ 8 giờ đến 11 giờ sáng và từ 1 giờ rưỡi đến 4 giờ rưỡi chiều. 2. Thư viện quốc gia Việt Nam mở cửa lúc mấy giờ? Thư viện quốc gia Việt Nam mở cửa từ 8 giờ sáng đến 8 giờ tối.

22 Satzbau S. 105–107

1. câu đơn: 1, 2, 3, 4, 5, 7, 8, 9 // câu ghép: 6, 10

2. 3. [Cháu Trang] = (S) [rất ngoan] = (P). 4. [Cháu ấy] = (S) [[có] = (V) [một anh trai] = (O)] = (P). 5. [Hai anh em] = (S) luôn [[yêu thương] = (V) [nhau] = (O)] = (P); *luôn: Adverb (s. S. 68)*. 6. Hễ [cháu Trang] = (S1) [[có] = (V1) [thời gian] = (O1)] = (P1) là [cháu ấy] = (S2) [[giúp] = (V2) [bố mẹ] = (O2) [làm] = (V3) [việc nhà] = (O3)] = (P2); *hễ … là: Konjunktionspaar (s. S. 101/102), S1P1: 1. Hauptkonstruktion, S2P2: 2. Hauptkonstruktion, O1/O2: direktes Objekt, O3: indirektes Objekt*. 7. [Ngày mai] = (S) là [sinh nhật của cháu Trang] = (P). 8. [Cả nhà] = (S) [[muốn] = (V1) [tạo] = (V2) [một sự bất ngờ thú vị] = (O1) [cho cháu ấy] = (O2)] = (P); *O1: direktes Objekt, O2: indirektes Objekt*. 9. [Bố mẹ cháu Trang] = (S) sẽ [[mời] = (V1) [tất cả các bạn trong lớp] = (O1) [đến] = (V2) [dự] = (V3) [sinh nhật cháu ấy] = (O2)] = (P); *sẽ: Adverb (s. S. 64), O1: direktes Objekt, O2: indirektes Objekt*. 10. Hôm đó [trời] = (S1) [nắng đẹp] = (P1), [mọi người] = (S2) đều [vui vẻ và hạnh phúc] = (P2); *hôm đó: adverbiale Angabe, đều: Adverb (s. S. 69)*.

3. a. 7 b. 10 c. 2 d. 8 e. 4 f. 9 g. 5 h. 3 i. 6 k. 1

4. Adjektivprädikat: 1, 6, 11 Nominalprädikat: 2, 10, 13 Verbalprädikat: 3, 5, 7, 8, 9, 12, 14, 15 Sonstige: 4, 16

5. Vorschlag: 1. Anh ấy (tôi / chị Mary) mua quần áo. 2. Anh ấy (tôi / chị Mary) đi học bằng xe đạp. 3. Anh ấy (tôi / chị Mary) là người Mỹ. 4. Trời tối. 5. Ngày mai là thứ tư.

6. 1. Das Fahrrad ist kaputt. 2. Mein Sohn ist erst zwei Jahre alt. 3. Sie hört Radio. 4. Dieser Schirm gehört mir. 5. Der Baum ist umgefallen. 6. Sein Haus ist sehr weit weg. 7. Es regnet stark. 8. Hier gibt es einen Stuhl und einen Tisch. 9. Sie singt sehr gut. 10. Von hier bis zum Bahnhof sind es etwa 10 km. 11. Ich bin müde/erschöpft. 12. Im Kühlschrank sind zwei Äpfel. 13. Anh Vu ist Journalistin. 14. Vor dem Hof wurde ein Pampelmusenbaum gepflanzt. 15. Das hier nennt man einen Hut. 16. Der Ring ist aus Gold.

7. 2. Con trai tôi không phải 2 tuổi. 3. Bà ấy không nghe đài. 4. Cái ô này không phải của chị. 5. Cây không đổ. 6. Nhà anh ấy không xa lắm. 7. Trời không mưa to. / Trời mưa không to. 8. Ở đây không có ghế và không có bàn. 9. Chị ấy không hát hay. / Chị ấy hát không hay. 10. Từ đây đến nhà ga không phải 10 km. 11. Em không mệt. 12. Trong tủ lạnh không có táo. 13. Anh Vũ không phải là nhà báo. 14. Trước sân không trồng bưởi. 15. Cái này không phải gọi là cái mũ. 16. Chiếc nhẫn không phải bằng vàng.

8. 1. Đó là ông Ben. Ông Ben là người Đức. Ông ấy 50 tuổi. 2. Đó là em Thúy. Em Thúy là sinh viên. Em ấy 22 tuổi. 3. Đó là cô Ami. Cô Ami là người Nhật. Cô ấy 39 tuổi. 4. Đó là anh Hải. Anh Hải là luật sư. Anh ấy 28 tuổi. 5. Đó là bà Zhao. Bà Zhao là người Trung Quốc. Bà ấy 42 tuổi.

9. 1. Cái ghế này bằng gỗ. 2. Chiếc bút máy kia của em. 3. Con bé như người bệnh. 4. Ngôi nhà này để ở. 5. Việc này tại nó gây ra.

10. 1. Cái váy kia không đắt lắm. 2. Anh ấy (người yêu) viết thư cho người yêu (anh ấy). 3. Mùa thu ở Hà Nội rất đẹp và lãng mạn. 4. Em mới mua một chiếc xe đạp mới. 5. Căn hộ đó rộng nhưng hơi mắc.

11. richtig: 2, 5, 7 falsch: 1, 3, 4, 6, 8

12. 1. Anh không cần tiền. 3. Năm nay, bác ấy đã 75 tuổi. 4. Nhà họ không phải rộng 50 mét vuông. 6. Đôi giày này rẻ. 8. Em tên là Tân.

13. 1.e. 2.d 3.h 4.g 5.a 6.c 7.f 8.b

14. 1. Hưng mua đôi giày đó. 2. Nửa cân táo giá 35.000 đ. 3. Ngày kia, anh ấy sẽ sang Mỹ. 4. Sáng mai, họ sẽ đi dã ngoại. 5. Hôm qua, mẹ xem phim. 6. Em trai chị ấy tên là Nam. 7. Gia đình Hồng có 5 người. 8. Món ăn ở Hà Nội rất ngon.

23 Nebensätze und indirekte Rede *S. 115–119*

1. Direkte Rede: 9, 18 Finalsatz: 20 Indirekte Rede: 12, 26 Kausalsatz: 6, 13, 21 Konditionalsatz: 5, 11, 19, 24 Konzessivsatz: 8, 28 Passivsatz: 3, 17, 23 Relativsatz: 2, 16 Temporalsatz: 4, 10, 15, 22, 27 Vergleichssatz: 1, 7, 14, 25

2. 1. Sie ist dicker als ich. 2. Das Buch, das ich von dir geliehen habe, ist sehr gut. 3. Dieser Pullover wurde von meiner Großmutter gestrickt. 4. Ich habe das Fenster schon geschlossen, bevor ich gegangen bin. 5. Wenn ich früh aufstehe, komme ich nicht zu spät zur Arbeit. 6. Weil es stark regnet, ist die Straße überflutet. 7. Beide Geschwister sind gleich groß. 8. Obwohl das Wetter schlecht ist, sind sie trotzdem gekommen. 9. Unsere Mutter hat uns gesagt: »Ihr sollt euren Großeltern gehorchen.« 10. Er/sie sieht fern, während seine/ihre Mutter Essen kochen muss. 11. Wenn es kalt ist, hat sie Kopfschmerzen. 12. Hoan erzählt, dass er/sie bald nach Frankreich fahren würde. 13. Er ist spät, weil sein Fahrradschlauch geplatzt ist. 14. Diesmal ist er/sie am schnellsten gelaufen. 15. Als sie 15 Jahre alt waren, haben sie sich bereits geliebt. 16. Sie ist mit einem Mann unterwegs, den sie nicht kennt. 17. Sein Gehalt wurde vom Direktor erhöht. 18. Hoang sagt: »Morgen komme ich heim.« 19. Wenn du gehst, dann gehe ich. 20. Ich muss sofort gehen, um den Zug um 18 Uhr zu bekommen. 21. Weil ich krank bin, muss ich die Schule ausfallen lassen. 22. Nachdem er/sie die Eltern verloren hat, lebt er/sie bei seiner/ihrer Großmutter väterlicherseits. 23. Sie wurde vom Chef kritisiert. 24. Wenn Sie heute beschäftigt sind, treffen wir uns morgen. 25. Loan singt so gut wie eine professionelle Sängerin. 26. Er sagt, dass er mich schon angerufen habe. 27. Sie waren schon immer gute Freunde, seit sie in die Grundschule gegangen sind. 28. Obwohl sein Haus weit entfernt ist, ist er immer pünktlich in der Schule.

3. 1. Nếu em không mang ô thì em sẽ bị ướt. 2. Nếu anh muốn đi thì anh cứ đi. 3. Nếu con không muốn bị cảm lạnh thì con nên mặc ấm. 4. Nếu cháu được chọn thì cháu sẽ đi Hà Nội bằng máy bay. 5. Nếu bố đến nơi thì bố gọi điện thoại cho con. 6. Nếu bạn không học thì bạn sẽ không đỗ. 7. Nếu tôi tới muộn thì cô ấy sẽ giận.

4. 1. Anh đến đây để xin lỗi em. 2. Nó mua hoa để tặng bạn gái. 3. Mẹ cháu phải đi làm vất vả để cháu có thể đi học. 4. Những quyển sách này để tặng cho thư viện. 5. Bà phải đến khám lần nữa để kiểm tra tim. 6. Chị về Việt Nam để thăm bố mẹ. 7. Mark học tiếng Việt để hiểu bố mẹ vợ nói chuyện. 8. Hôm nay, chị ấy xin về sớm để đón con.

5. 1. Anh ấy kể với tôi (là / rằng) vợ anh ấy đã sinh con trai. 2. Cô Linh khẳng định (là / rằng) cô ấy đã gửi giấy thông báo cho anh Sơn. 3. Mẹ em ấy hỏi em ấy (là / rằng) bao giờ em ấy thi. 4. Thầy giáo động viên chúng tôi (là / rằng) chúng tôi hãy thi tốt. 5. Bố tôi nói với mẹ tôi (là / rằng) mai bố tôi sẽ không về sớm. 6. Ông bảo vệ đề nghị với mấy đứa trẻ (là / rằng) mấy đứa trẻ (chúng) đi ra chỗ khác chơi.

6. 1. Vì mẹ em ấy vừa mới mất nên em ấy khóc. 2. Vì nó thi trượt nên nó bị mẹ nó mắng. 3. Vì người yêu bỏ nên Thủy buồn. 4. Vì con sợ mẹ mắng nên con nói dối mẹ. 5. Vì anh Dũng bận nên anh ấy không đến.

7. 1. Mặc dù tôi sống ở nước ngoài nhưng tôi luôn nhớ về Hà Nội. 2. Tuy chị ấy sống ở Đức đã lâu nhưng chị ấy vẫn chưa nói tiếng Đức giỏi (nhưng chị ấy vẫn nói tiếng Đức chưa giỏi). 3. Mặc dầu em ấy không chơi bóng đá nhưng em ấy rất thích xem bóng đá. 4. Tuy bác ấy bị tàn tật nhưng bác ấy vẫn tham gia các hoạt động thể thao. 5. Mặc dù Hùng mới 26 tuổi nhưng Hùng đã quản lý một công ty lớn.

8. 1. Người phụ nữ mà tối qua anh nói chuyện là cháu gái tôi. 2. Đây là anh Thắng người mà bố muốn giới thiệu với con. 3. Công ty mà chú đang đầu tư sẽ bị phá sản. 4. Cháu bé mà bác cứu hôm qua đang nằm trong bệnh viện Chợ Rẫy. 5. Anh đã gặp người mà anh muốn gặp chưa? 6. Thư viện mà lần trước chúng ta đến có rất nhiều sách quý.

9. 1. Nhà nước tặng ông ấy huân chương. 2. Họ vu oan anh ấy. 3. Nhà trường tài trợ chuyến đi khảo sát lần này. 4. Bạn Tâm tặng em một cái bút máy rất đẹp. 5. Công an bắt nó. 6. Anh Hùng quản lý công ty này.

10. 1. trong khi / khi / lúc 2. trước khi 3. khi / lúc 4. sau khi 5. khi / lúc 6. trước khi 7. trong khi 8. sau khi 9. từ khi / sau khi 10. trong khi / khi / lúc

11. 1. Giá của đôi giày nâu kia bằng giá của đôi dép trắng. 2. Nhà cháu rộng bằng nhà chú. 3. Anh nặng bằng em. 4. Em đi làm bằng xe buýt như chị. 5. Hôm nay trời mưa to như hôm qua. 6. Tôi cũng có một em trai và một em gái như cô. 7. Bạn ấy siêng hơn cháu. 8. Tiếng Đức khó hơn tiếng Anh. 9. Xe máy Nhật đắt hơn xe máy Trung Quốc. 10. Trong lớp này Hân (là) xinh nhất. 11. Ở nhà chị, cháu Hồng (là) chăm nhất. 12. Năm nay thịt gà (là) rẻ nhất. 13. Ở Việt Nam Thành phố Hồ Chí Minh (là) lớn nhất.

12. 1. Vì xe đạp của tôi bị hỏng giữa đường nên tôi không đi làm đúng giờ. 2. Tuy (chị ấy) rất bận nhưng chị ấy vẫn đến bệnh viện để thăm tôi. 3. Nếu cô ấy đồng ý thì chúng tôi sẽ đi Pháp vào tuần sau. 4. Nếu (em) là triệu phú thì em sẽ đi du lịch khắp nơi. 5. Vì (mẹ tôi) uống quá nhiều cà phê nên mẹ tôi bị mất ngủ. 6. Vì (em ấy) chưa làm bài xong nên em vẫn chưa đi ngủ. 7. Nếu nhà em ở gần nhà anh thì chúng ta có thể gặp nhau thường xuyên. 8. Tuy (Petra) mới học tiếng Việt được ba năm nhưng Petra nói tiếng Việt rất trôi chảy. 9. Tuy tiền nhà ở vùng này rất mắc nhưng họ vẫn muốn sống ở đây. 10. Nếu (con) cần tiền thì con cứ nói với mẹ.

13. 2.h 3.a 4.f 5.c 6.i 7.d 8.g 9.b // 1. Mẹ tôi dặn dò tôi rằng tôi nên đi xe máy cẩn thận. 2. Mặc dù chị ấy làm việc vất vả nhưng chị ấy vẫn vui. 3. Nếu tối nay em có thời gian thì em sẽ đến. 4. Ông ấy vẫn đi nhậu trong khi ông ấy không có tiền. 5. Ngôi nhà này giá 100 triệu do chị ấy mua. 6. Vì ông ấy lái ô tô nhanh quá nên ông ấy bị tai nạn. 7. Chiếc đồng hồ mà mẹ tôi mua cho tôi mới bị hỏng. 8. Em bán ngôi nhà này để em trả nợ. 9. Chị ấy làm mười tiếng như tôi.

24 Fragesätze ohne Fragewörter — *S. 124–126*

1. Entscheidungsfragen: 1, 2, 3, 5, 7, 8, 10, 11, 14, 15, 17 Fragen mit Finalpartikel: 4, 9, 13, 16, 18 Alternativfragen: 6, 12

2. 3. Kannst du das Fahrrad selbst reparieren? 16. Bist du gerade angekommen? 13. Gehst du schon morgen? 7. Du arbeitest gerade bei Phu Xuan, oder? 11. Ist hier das Haus von Thuy? 5. Haben wir noch Bier zu Hause? 9. Wirst du deine Eltern besuchen? 1. Hast du (Kind) gelernt? 10. Möchtest du Pampelmuse essen? 8. Gehst du bald zur Arbeit? 4. Ist Hoang gerade nach Hause gekommen? 12. Werden Sie oder ich diese Aufgabe erledigen? 2. Möchtest du einen Film schauen gehen? 15. Du gehst bald nach Vietnam, oder? 6. Bist du Hong oder Huong? 18. Kochen wir heute gemeinsam? 14. Hat er/sie schon eine Familie gegründet? 17. Tung hat gerade geheiratet, oder?

3. 1. Nhà bạn ấy có ô tô không? / Nhà bạn ấy có ô tô, phải không? / Nhà bạn ấy có ô tô, đúng không? 2. Anh Hoài (đã) nghỉ phép chưa? / Anh Hoài đã nghỉ phép rồi, (có) phải không? / Anh Hoài đã nghỉ phép rồi, (có) đúng không? 3. Em ấy sắp mua xe đạp chưa? / Em ấy sắp mua xe đạp, (có) phải không? / Em ấy sắp mua xe đạp, (có) đúng không? 4. Chị ấy (có) muốn làm cho một công ty nước ngoài không? / Chị ấy muốn làm cho một công ty nước ngoài, (có) phải không? / Chị ấy muốn làm cho một công ty nước ngoài, (có) đúng không? 5. Nó (có) thích chuyển nhà không?

/ Nó không thích chuyển nhà, (có) phải không? / Nó không thích chuyển nhà, (có) đúng không? 6. Bà ấy (đã) ở nhà chưa? / Bà ấy ở nhà rồi, (có) phải không? / Bà ấy ở nhà rồi, (có) đúng không?

4. 2. Ngày mai anh đi cùng em, (có) được không? 3. Hôm nay cháu đến bệnh viện thăm cô ấy, (có) được không? 4. Tối nay anh đến nhà em, (có) được không? 5. Chủ nhật này chúng ta đi ăn tiệm, (có) được không? 6. Mùa hè năm nay chúng tôi về Việt Nam, (có) được không?

5. 1. f 2. d 3. g 4. h 5. a 6. c 7. b 8. e

6. 1. có 2. đã / sắp 3. không / chưa / à / ạ / nhé 4. phải không / đúng không 5. có phải / có đúng 6. phải không / đúng không / được không

7. 1. Anh (em) sẽ đến dự đám cưới của em (anh) chứ? 2. Mai chúng mình đi học cùng nhau nhé? 3. Hôm nay thư viện vắng nhỉ? 4. Chị ấy là sếp mới của chúng ta à? 5. Bây giờ bác muốn đi ạ? / Bác muốn đi bây giờ ạ? 6. Em biết nói tiếng Anh hay tiếng Pháp?

8. 1. Mẹ mua hay không mua ti vi? 2. Hương hay Hằng đi du lịch ở Mỹ? 3. Anh chọn sự nghiệp hay em? (anh *hier:* Sie/du, 2. Person) 4. Cháu về Việt Nam ngày mồng 1-5 hay ngày 12-5? 5. Cô ấy đi Huế bằng tàu hay bằng xe buýt liên tỉnh?

9. Erlaubnis: 1, 3, 5, 6 Möglichkeit: 2, 8 Fähigkeit: 4, 7

10. 1. Darf ich (Kind) heute auf den Geburtstag von einem Freund / einer Freundin gehen? 2. Können Sie diesen Umschlag in mein Büro bringen? 3. Darf ich im Wohnzimmer rauchen? 4. Kann ich Vietnamesisch sprechen? 5. Dürfen wir hier stehen? 6. Darf ich deinen Bleistift geliehen haben? 7. Kannst du schwimmen? 8. Kannst du mir hierbei helfen?

25 Fragesätze mit Fragewörtern *S. 129–133*

1. 1. Cô ấy đã đi du lịch Việt Nam bao giờ? 2. Bao giờ chị ấy (sẽ) về thăm bố mẹ? 3. Bao giờ con (sẽ) thi? 4. Anh ấy đã trả nợ xong bao giờ? 5. Bao giờ cháu ấy (sẽ) bắt đầu làm việc ở đây? 6. Họ đã học tiếng Việt từ bao giờ?

2. 1. Đây là bà Nguyễn Thị Bích Nga. 2. Tên họ của bà ấy là Nguyễn. 3. Tên riêng của bà ấy là Bích Nga (Nga). 4. Bà ấy làm (là) giám đốc điều hành dự án. 5. Bà ấy làm việc cho công ty xây dựng Hòa Bình. 6. Nơi làm việc của bà ấy ở đường 235 Võ Thị Sáu, phường 7, quận 3, Tp. HCM (Thành phố Hồ Chí Minh).

3. 1. g 2. d 3. f 4. a 5. b 6. h 7. c 8. e

4. 1. b 2. c 3. b 4. a 5. b

5. 1. Gia đình của cháu Hương đi Sài Gòn bằng máy bay. 2. Cháu Hương cảm thấy vừa vui vừa hồi hộp. 3. Họ đã ở Sài Gòn một ngày. 4. Ở chợ Bến Thành cháu Hương đã ăn bánh xèo. 5. Khi cháu Hương ở Sài Gòn, cháu ấy mệt vì phải đi bộ cả ngày. 6. Họ đi Đà Lạt vào ngày mười sáu tháng tám (16/8). 7. Đà Lạt cách Sài Gòn khoảng 300 km. 8. Khí hậu ở Đà Lạt mát mẻ, dễ chịu. 9. Họ về đến Sài Gòn lúc 10 giờ đêm. 10. Món đặc sản của Sài Gòn là món Hủ Tiếu. 11. Họ đi Vũng Tàu vào thứ năm. 12. Họ tắm biển ở Vũng Tàu. 13. Cháu Hương và gia đình đã đi Tiền Giang vào ngày mười chín tháng tám (19/8). 14. Họ đi ô tô đến Tiền Giang mất nửa ngày. 15. Con sông chảy qua Tiền Giang tên là sông Mê Kông (sông Cửu Long). 16. Mẹ cháu Hương đã mua hoa quả ở Tiền Giang. 17. Họ bay về Hà Nội lúc 5 giờ chiều. 18. Chuyến đi ngắn ngày của cháu Hương đầy thú vị.

6. 1. Anh Hải làm nghề gì? 2. Chị Petra học tiếng Việt bao lâu rồi? 3. Hôm nay chị Petra sẽ gặp ai? 4. Anh Hải có mấy (đứa) con? 5. Con trai của anh Hải mấy tuổi? 6. Chị Petra sẽ ăn tối với vợ chồng anh Hải lúc mấy giờ? 7. Họ hẹn nhau ở đâu? 8. Họ đã đặt món gì ở đấy? 9. Tại sao vợ chồng anh Hải phải xin phép về sớm. 10. Bữa tối như thế nào?

7. 1. gì 2. nào 3. gì 4. nào 5. nào

8. 1. Anh làm những gì ở đó? 2. Những ngày nào em bận? 3. Những ai đang ở đây? 4. Hôm qua con đi với những ai? 5. Cháu đi du lịch ở những đâu? 6. Em mua những gì ở chợ? 7. Chị tập những môn thể thao nào?

9. 1. Was machen Sie da? 2. An welchem Tag hast du viel zu tun? 3. Wer ist gerade hier? 4. Mit wem bist du (Kind) gestern unterwegs gewesen? 5. Wo bist du im Urlaub gewesen? 6. Was kaufst du auf dem Markt? 7. Welche Sportart treiben Sie?

10. *Vorschlag:* 1. Ông Hải bao nhiêu tuổi? Ông ấy làm nghề gì? Ông ấy sống với ai? 2. Cô Yoko là người nước nào? Cô ấy thích làm gì? Cô ấy có mấy con? 3. Anh Bryan sống ở đâu? Anh ấy thích ăn gì? Anh ấy chơi môn thể thao nào? 4. Em Maria là ai? Em ấy học gì? Em ấy hát như thế nào?

26 Imperativsätze *S. 137–139*

1. 2. Bitte 3. Befehl 4. Verbot 5. Aufforderung 6. Erlaubnis geben 7. Rat 8. um Hilfe bitten 9. Wunsch 10. Bitte 11. Aufforderung 12. Aufforderung 13. Verbot 14. Rat 15. um Erlaubnis bitten 16. Aufforderung 17. Wunsch 18. Bitte 19. Wille 20. um Erlaubnis bitten

2. 1. Ich wünsche euch viel Glück. 2. Mama, ich bitte dich diesmal um Verzeihung. 3. Ich befehle allen Gefreiten, an die vorherige Position zurückzukehren. 4. Es ist im Bus verboten, Alkohol zu trinken. 5. Sie müssen mir dieses Formular sofort abtippen. 6. Ich erlaube dir, dich hinzusetzen. 7. Ich rate dir, die Wahrheit zu sagen. 8. Ich bitte dich, diesen Brief an meine Eltern zu übergeben. 9. Ich wünsche euch allen alles Gute. 10. Kommen Sie bitte herein. 11. Bitte zeigen Sie mir Ihren Führerschein. 12. Lass es ihn/sie selbst machen. 13. Kein Zutritt ohne Genehmigung. 14. Du solltest nicht so langsam sein. 15. Bitte um Erlaubnis zu sprechen. 16. Wir befehlen Ihnen, Ihr Lager zu öffnen, damit wir es überprüfen können. 17. Ich hoffe, ihr werdet morgen eine gute Prüfung ablegen. 18. Sprecht bitte etwas leiser. 19. Ich möchte, dass Hung die Zugangsprüfung für die Hochschule für Wirtschaftswissenschaften ablegt. 20. Ich bitte euch (Eltern) um Erlaubnis, morgen auf die Geburtstagsfeier eines Freundes zu gehen.

3. 1. e 2. h 3. g 4. b 5. c 6. a 7. d 8. f

4. 1. đừng / chớ 2. đi 3. hãy 4. đừng / chớ 5. hãy 6. đi 7. đừng 8. hãy 9. đi 10. đừng

5. 2. Con phải nghe lời cô giáo nhé! 3. Cho em thêm một đĩa nộm nữa nhé! 4. Các em làm quen với nhau nhé! 5. Em đừng buồn nữa nhé! 6. Các con đi chơi vui vẻ nhé!

6. Imperativsätze: 1, 6, 7, 8, 10, 11

7. 1. Xin 2. cần 3. đề nghị 4. làm ơn 5. Mời 6. để 7. chúc 8. cấm

8. 1.f 2.g 3.h 4.a 5.b 6.c 7e 8d

Deutsch–vietnamesisches Vokabelverzeichnis

Das Verzeichnis enthält alle wesentlichen im Buch vorkommenden Vokabeln. Folgende Abkürzungen werden verwendet:

Adj.	Adjektiv
Adv.	Adverb
DePro.	Demonstrativpronomen
exkl.	exklusiv
Grundz.	Grundzahl
Imp.	Imperativ
IndePro.	Indefinitpronomen
inkl.	inklusiv
InterPro.	Interrogativpronomen
Kl.	Klassifikator
Komp.	Komparativ
Konj.	Konjunktion
nördl.	nördlicher Dialekt
Ordz.	Ordnungszahl
Part.	Partikel
PerPro.	Personalpronomen
Pl.	Plural
Präp.	Präposition
Pron.	Pronomen
Sub.	Substantiv
südl.	südlicher Dialekt
ugs.	umgangssprachlich
V	Verb
vulg.	vulgär

Aufgrund der fehlenden Flexion in der vietnamesischen Sprache ist die klassische Wortartenlehre nicht uneingeschränkt anwendbar, sodass hier auch Vokabeln ohne Zuordnung zu einer Wortklasse vorkommen. Viele Wörter der vietnamesischen Sprache sind homonym. Im Vokabelverzeichnis aufgeführt werden in diesen Fällen nur die Bedeutungen aus dem Kontext des Buches.

A

abbiegen rẽ *V*
Abend buổi tối *Sub.*; zu ~ essen ăn tối
Abendessen bữa tối *Sub.*
aber nhưng *Konj.*
abfahren khởi hành *V*, rời *V*
abgeben nộp *V*
abheben (Geld) rút *V*
abholen đón *V*
abkaufen mua lại
ablehnen từ chối *V*
Affe khỉ *Sub.*
Afrika châu Phi *Sub.*
ähneln giống *V*
ähnlich wie giống như
Alkohol rượu *Sub.*
alle hết thảy *Pron.*, mọi *Sub.*, tất cả *Pron.*, toàn bộ *Pron.*
allein một mình *Adj.*
alt già *Adj.*; cổ *Adj.*
alt, vorher cũ *Adj.*
Alter tuổi *Sub.*
ältere Frau bà *Sub.*
älterer Herr ông *Sub.*
Amerika Mỹ *Sub.*
an vào *Präp.*
Andenken đồ kỉ niệm *Sub.*
andere(r/es) khác *Adj.*
anderthalb rưỡi/rưởi *Sub.*
Anfang đầu *Sub.*
anfangen bắt đầu *V*
angenehm dễ chịu *Adj.*, thoải mái *Adj.*
Angestellte/r nhân viên *Sub.*
anheizen đốt *V*
Ankündigung giấy thông báo *Sub.*
annehmen nhận *V*
anpflanzen trồng *V*
anrufen gọi *V*, gọi điện thoại
anscheinend hình như
anspruchsvoll khó tính *Adj.*
anstreichen (Haus) sơn *V*
Antrag đơn *Sub.*
anweisen (ärztlich) chỉ dẫn *V*
anwesend có mặt *Adj.*
Anzahl số *Sub.*
anziehen mặc *V*
Apfel táo *Sub.*
Apfelsine cam *Sub.*
April tháng tư *Sub.*
Arbeit (công) việc *Sub.*
arbeiten làm *V*, làm việc *V*
Arbeiter/-in công nhân *Sub.*
Arbeitsplatz chỗ làm/chỗ làm việc *Sub.*
Arbeitszimmer phòng làm việc *Sub.*

Arekanuss cau *Sub.*
ärgerlich bực mình *Adj.*
ärgern, sich giận *V*
arm nghèo *Adj.*
Armbanduhr đồng hồ đeo tay *Sub.*
Art loại *Sub.*
Artikel (Zeitung) bài báo *Sub.*
Arzt/Ärztin bác sĩ *Sub.*; zum ~ gehen đi khám
attraktiv hấp dẫn *Adj.*
auch cũng *Adv.*
auf bằng *Präp.*, trên *Präp.*
auffordern yêu cầu *V*
Aufgabe machen học bài
aufgeregt hồi hộp *Adj.*
aufhören (Regen) tạnh mưa
aufmuntern động viên *V*
aufpassen trông *V*
aufräumen dọn (dẹp) *V*
aufstehen dậy *V*
aufwachen dậy *V*
Auge mắt *Sub.*
Augenblick một lát, một chút *Sub.*
aus bằng *Präp.*, của *Präp.*, từ *Präp.*
Ausflug machen đi dã ngoại
ausgeben tiêu *V*
ausgehen đi chơi
ausgezeichnet giỏi *Adj.*
Ausland nước ngoài *Sub.*
ausreichend đủ, khá *Adj.*
ausruhen, sich nghỉ (ngơi) *V*
aussehen trông *V*
außen ngoài *Präp.*
äußerst cực kì *Adv.*
aussprechen phát âm *V*
aussteigen (aus Fahrzeug) xuống (xe) *V*
ausüben (Tätigkeit) hoạt động *V*
Auto ô tô *Sub.*, xe ô tô *Sub.*
Autobahn đường cao tốc *Sub.*

B

baden tắm *V*; (im Meer) tắm biển
Badezimmer phòng tắm *Sub.*
Bahnhof ga *Sub.*
bald (nahe Zukunft) sắp *Adv.*
Balkon ban công *Sub.*
Ball bóng *Sub.*
Bambus tre *Sub.*
Banane chuối *Sub.*
Bank ngân hàng *Sub.*
bankrott sein phá sản *V*
Bargeld tiền mặt *Sub.*
bauen xây *V*
Becher cốc *Sub.*
bedienen phục vụ *V*
beeinflussen ảnh hưởng *V*
befehlen ra lệnh *V*
befinden, sich nằm *V*
befördern (beruflich) lên chức
begehren cầu *V*
Beginn đầu *Sub.*
beginnen bắt đầu *V*
beglückwünschen chúc *V*
behaupten khẳng định *V*
behindert tàn tật *Adj.*
Bein chân *Sub.*; ~schmerzen haben đau chân *V*
bekannt có tiếng *Adj.*, nổi tiếng *Adj.*
bekannt machen làm quen *V*
Bekannte/r người quen *Sub.*
bekommen nhận *V*
beliebt yêu thích *Adj.*
bemerken thấy *V*
benutzen sử dụng *V*
beraten khuyên *V*
Beruf nghề *Sub.*
berühmt có tiếng *Adj.*, nổi tiếng *Adj.*
beschäftigt bận *Adj.*
beschweren phàn nàn *V*
besichtigen tham quan *V*
besorgt chu đáo *Adj.*
bestätigen khẳng định *V*
bestehen (Prüfung) đỗ *V*, thi đỗ *V*
bestellen đặt *V*
bestrafen phạt *V*
besuchen (ghé) thăm *V*
beteiligen, sich dự *V*
beten cầu *V*
betrügen lừa *V*
Bett: ins ~ gehen đi ngủ
bewusstlos ngất *V*
Beziehung quan hệ *Sub.*
Bezirk phường *Sub.*
Bibliothek thư viện *Sub.*
Bier bia *Sub.*
Bild tranh *Sub.*
billig rẻ *Adj.*, rẻ tiền *Adj.*
Billion tỉ/tỷ *Grundz.*
bis tới *Präp.*
Bitte nhờ *V*
Bitte (höflich) mời *V*, xin *V*
Blätter lá *Sub.*
bleiben ở lại
Bleistift bút chì *Sub.*
Blume hoa *Sub.*
Bluse áo sơ mi nữ *Sub.*
Boot thuyền *Sub.*
borgen vay *V*
Box hộp *Sub.*
brauchen cần *V*
braun nâu *Adj.*
brav ngoan *Adj.*
brechen gãy *V*
breit rộng *Adj.*
Brett ván *Sub.*
Brief thư *Sub.*
Briefumschlag phong bì *Sub.*
Brille kính *Sub.*
bringen đưa *V*
Brot bánh mỳ *Sub.*
Brotfrucht mít *Sub.*
Brücke cầu *Sub.*
Brühe canh *Sub.*
Buch sách *Sub.*

Bücherregal giá sách *Sub.*
Büro cơ quan *Sub.*, văn phòng *Sub.*
Bus xe buýt *Sub.*
Bus (Fernverkehr) xe buýt liên tỉnh *Sub.*
Butter bơ *Sub.*

C

Chef sếp *Sub.*
Chinese/Chinesin người Trung Quốc *Sub.*
Cola cô la *Sub.*
Comic truyện tranh *Sub.*
Computer máy vi tính *Sub.*
Coupon phiếu *Sub.*
Cousin (älterer) anh họ *Sub.*
Cousine (ältere) chị họ *Sub.*

D

Dach mái nhà *Sub.*
Dachterrasse sân thượng *Sub.*
damalig xưa *Adj.*
danach sau đó *Konj.*
Danke (höflich) cám ~ / cảm ơn *V*
danken cám ~/cảm ơn *V*
dauern mất *V*
dauernd luôn luôn *Adv.*
Decke (Haus) trần nhà *Sub.*
denken nghĩ *V*
derzeit dạo này, hiện tại *Sub.*
deshalb nên/cho nên *Konj.*, vì vậy *Konj.*
deutsche Sprache tiếng Đức *Sub.*
Deutsche/-r người Đức *Sub.*
Deutschland Đức *Sub.*
Dezember tháng chạp, tháng mười hai *Sub.*
Diamant kim cương *Sub.*
Diät leben ăn kiêng
dick (Buch) dày *Adj.*
dick (Gewicht) béo *Adj.* *(nördl.)*, mập *Adj.* *(südl.)*
Dienstreise machen đi công tác
diese(r/s) này *DePro.*
diese(r/s), jene(r/s) ấy *DePro.*
Ding đồ *Sub.*
Dinge đồ đạc *Sub.*
Direktor/-in giám đốc *Sub.*
Dorf làng *Sub.*, quê *Sub.*
dort ở đó, đằng kia
dorthin đằng kia
Dose hộp *Sub.*, lon *Sub.*
Drache rồng *Sub.*
draußen ngoài *Präp.*
duftig thơm *Adj.*
dumm ngu *Adj.*
dunkel tối *Adj.*
dünn gầy *Adj.*, mỏng *Adj.*
durchfallen (Prüfung) trượt *V*
dürfen được *V*
Durian sầu riêng *Sub.*

E

Ebene đồng bằng *Sub.*
Ehefrau vợ *Sub.*
ehemalig xưa *Adj.*
Ehemann chồng *Sub.*
Ehepaar vợ chồng *Sub.*
Ei trứng *Sub.*
Eigenname tên riêng *Sub.*
ein bisschen hơi *Adv.*, một chút *Sub.*
ein wenig hơi *Adv.*
einander nhau *Sub.*
einige mấy *Sub.*, một vài *Sub.*, vài *Sub.*
einladen mời *V*
Einladung giấy mời *Sub.*
einsperren nhốt *V*
einstufen xếp loại *V*
einverstanden đồng ý *V*
Einwohner người *Sub.*
Einwohnerzahl số dân *Sub.*
Elefant voi *Sub.*
Eltern bố mẹ *Sub.*
empfinden cảm thấy *V*
Ende cuối *Sub.*
eng chật *Adj.*, hẹp *Adj.*
England Anh *Sub.*
englische Sprache tiếng Anh *Sub.*
Enkel/-in cháu *Sub.*
Ente vịt *Sub.*
entfernt sein (von) cách *V*
entgegengesetzt ngược lại *Adj.*
entgehen cút *V*
entlassen (Arbeit) đuổi việc
entscheiden quyết định *V*
entschuldigen xin lỗi *V*
enttäuscht thất vọng *Adj.*
entwickeln phát triển *V*
Erde trái đất *Sub.*
erfinden tưởng *V*
Erfolg thành công *Sub.*
erhöhen (Gehalt) tăng *V*
erholen, sich nghỉ *V*, nghỉ ngơi *V*
erinnern nhắc *V*
erinnern, sich nhớ *V*
Erinnerungsstück đồ kỉ niệm *Sub.*
erkältet cảm/cảm lạnh *Adj.*
erklären giải thích *V*
erlauben cho phép *V*
Erlaubnis: um ~ bitten cho *V*
ermahnen dặn dò *V*
erregt hồi hộp *Adj.*
erscheinen xuất hiện *V*
Ersparnis tiền tiết kiệm *Sub.*
erste (r/s) thứ nhất *Ordz.*
erwachsen lớn *Adj.*
erwähnen nhắc *V*
erzählen kể *V*
essen ăn *V*; ~ gehen đi ăn tiệm

Essen đồ ăn *Sub.*; ~ machen nấu cơm
Essenslokal quán ăn *Sub.*
Essstäbchen đũa Sub.
Etage (*südl.*) lầu *Sub.*
etwa khoảng *Adv.*
Europa châu Âu *Sub.*
exportieren xuất khẩu *V*

F

fähig sein được *Adv.*
fahren lái *V*
Fahrrad xe đạp *Sub.*
Fahrradschlauch xăm xe đạp *Sub.*
Fahrt chuyến (đi) *Sub.*
Fahrzeug xe *Sub.*
fallen đổ *V*, rơi *V*, ngã *V*
fällen chặt *V*
falsch sai *Adj.*
Familie gia đình *Sub.*
Familienhaus khu tập thể *Sub.*
Familienname tên họ *Sub.*
Farbe màu *Sub.*
faul lười *Adj.*
Feierabend machen tan việc *V*
Feld đồng *Sub.*
Fenster cửa sổ *Sub.*
Fernbus xe khách *Sub.*
Fernseher ti vi *Sub.*, vô tuyến *Sub.*
fertig xong *Adj.*
festnehmen bắt *V*
fett béo *Adj.*
Feuer lửa *Sub.*
Feuerzeug bật lửa *Sub.*
Fieber haben sốt *V*
Film phim *Sub.*
finden tìm thấy *V*
Firma công ty *Sub.*
Fisch cá *Sub.*; gebratener ~ món cá rán *Sub.*
Fischsauce nước mắm *Sub.*
Fischsuppe canh cá *Sub.*
Fläche diện tích *Sub.*
Flasche chai *Sub.*
Fleisch, gegrillt món thịt quay *Sub.*
fleißig chăm chỉ *Adj.*, siêng *Adj.* (*südl.*)
fliegen bay *V*
fließen chảy *V*
fließend (sprechen) trôi chảy *Adj.*
flink nhanh nhẹn *Adj.*
Flugblatt truyền đơn *Sub.*
Flugzeug máy bay *Sub.*
folgend dưới đây *Adv.*
forschen khảo sát *V*
Foto ảnh *Sub.*
Frage câu hỏi *Sub.*
fragen hỏi *V*
Frankreich Pháp *Sub.*
französische Sprache tiếng Pháp *Sub.*
Freizeit haben rỗi *Adj.* (*nördl.*), rảnh *Adj.* (*südl.*)
Fremdling người lạ mặt *Sub.*
Fremdsprache ngoại ngữ *Sub.*
Freund bạn (trai) *Sub.*
Freundin bạn (gái) *Sub.*
freundlich cởi mở *Adj.*, vui vẻ *Adj.*
frisch mát mẻ *Adj.*
frisch (Lachen) tươi *Adj.*
fröhlich vui *Adj.*, vui vẻ *Adj.*
Frucht hoa quả *Sub.* (*nördl.*), trái cây *Sub.* (*südl.*)
früh sớm *Adj.*
Frühling mùa xuân *Sub.*
Frühstück đồ ăn sáng *Sub.*
frühstücken ăn sáng
fühlen cảm thấy *V*
Führerschein bằng lái xe *Sub.*
Füller bút máy *Sub.*
für cho *Präp.*
fürchten sợ *V*
Fußball bóng đá *Sub.*

G

Garten vườn *Sub.*
Gasse ngõ *Sub.*
Gast khách *Sub.*
gastfreundlich hiếu khách *Adj.*
gebären sinh *V*
geben đưa *V*
Gebiet vùng *Sub.*
Geburtstag sinh nhật *Sub.*
Gefreiter binh nhì *Sub.*
Gegend vùng *Sub.*
gegenwärtig bây giờ *Adv.*, hiện tại *Sub.*
Gehalt lương *Sub.*
gehen đi *V*
gehorchen nghe lời
gehorsam ngoan *Adj.*
Gelb màu vàng
gelb vàng *Adj.*
Geld tiền *Sub.*
Gemüse rau *Sub.*
genau (Uhrzeit) đúng *Adj.*
genug đủ *Adj.*
genügend đủ *Adj.*
geöffnet sein mở cửa
gerade vừa *Adv.*
gerade erst (nahe Vergangenheit) mới *Adv.*
Gericht món (ăn) *Sub.*
Geschäftsführer/-in giám đốc *Sub.*, (người) quản lý *Sub.*
Geschenk quà *Sub.*
Geschichte câu chuyện *Sub.*
Gesicht mặt *Sub.*
Gespenst ma *Sub.*
gestern hôm qua *Sub.*
gestern Abend tối hôm qua
gestohlen werden lấy cắp, mất cắp *V*

gestorben sein (*ugs.*) mất *V*
gesund (mạnh) khỏe *Adj.*
gesund werden khỏi *V*
Gesundheit sức khỏe *Sub.*
Gewohnheit thói quen *Sub.*
Glas cốc *Sub.*
glauben tin *V*
Glück: ~ haben may mắn *Adj.*; ~ wünschen chúc hạnh phúc
glücklich hạnh phúc *Adj.*
Gold vàng *Sub.*
Goldfisch cá vàng *Sub.*
gratulieren chúc *V*
groß cao *Adj.*, lớn *Adj.*, rộng *Adj.*, to *Adj.*, to lớn *Adj.*
Großmutter bà *Sub.*
Großvater ông *Sub.*
Grünbohnenkuchen bánh đậu xanh *Sub.*
gründen lập *V*, thành lập *V*
Grundschule tiểu học *Sub.*, trường tiểu học *Sub.*
Grüner Tee chè xanh *Sub.*
Guave ổi *Sub.*
gucken xem *V*
Gurken dưa chuột *Sub.*
gut tốt *Adj.*
gut (Leistung) giỏi *Adj.*
gut kennen quen *V*
gutherzig hiền *Adj.*, tốt bụng *Adj.*
gutmütig hiền *Adj.*

H

Haarspange cặp tóc *Sub.*
haben có *V*
Hähnchenfleisch thịt gà *Sub.*
Hälfte nửa *Sub.*
Halskette vòng cổ *Sub.*
haltbar bền *Adj.*
halten cầm *V*, giữ *V*
Hand tay *Sub.*
hängen treo *V*
hassen ghét *V*
hässlich xấu *Adj.*
häufig hay *Adv.*, luôn *Adv.*, thường (xuyên) *Adv.*
Hauptstadt thủ đô *Sub.*
Haus nhà *Sub.*; zu ~e bleiben ở nhà
Hausschuhe dép *Sub.*
Heft vở *Sub.*
Heimat quê *Sub.*
heimkehren về *V*, về nhà
heiraten cưới *V*; (eine Frau) lấy vợ; (einen Mann) lấy chồng
heiß nóng *Adj.*
heißen tên là
Held anh hùng *Sub.*
helfen giúp/giúp đỡ *V*
hell quang *Adj.*, sáng *Adj.*
Hemd áo sơ mi nam *Sub.*
herausnehmen rút *V*
Herbst mùa thu *Sub.*
Herd bếp *Sub.*
Herz tim *Sub.*
heute hôm nay *Sub.*; ~ Abend tối nay; ~ Morgen sáng nay; ~ Nachmittag chiều nay *Sub.*
hier ở đây; ~ in der Nähe ở gần đây
Hilfe: um ~ bitten nhờ *V*
hilfsbereit tốt bụng *Adj.*
Himmel trời *Sub.*
hinausgehen ra *V*
hineingehen vào *V*
hinter sau *Präp.*
Historie lịch sử *Sub.*
hoch cao *Adj.*
Hochhaus nhà cao tầng *Sub.*
Hochschule nhà trường *Sub.*, trường đại học *Sub.*
Hochzeit đám cưới *Sub.*
Hochzeitsring nhẫn cưới *Sub.*
Hochzeitstag ngày cưới *Sub.*
Hof sân *Sub.*
hoffen hy vọng *V*, mong *V*
Holz gỗ *Sub.*
hören nghe *V*
Hose quần *Sub.*
Hotel khách sạn *Sub.*
hübsch xinh *Adj.*
Huhn gà *Sub.*
Hühnerei trứng gà *Sub.*
Hund chó *Sub.*
Hundefleisch thịt chó *Sub.*
Hundert trăm *Grundz.*
Hut mũ *Sub.*

I

immer luôn luôn *Adv.*
immer noch vẫn *Adv.*, vẫn còn
in ở *Präp.*, trong *Präp.*, vào *Präp.*
Inder người Ấn Độ *Sub.*
innerhalb trong vòng *Konj.*
Institution cơ quan *Sub.*
intelligent thông minh *Adj.*
interessant hay *Adj.*, lí thú *Adj.*, thú vị *Adj.*
interviewen phỏng vấn *V*
investieren đầu tư *V*
irgendwo ở đâu đó
Italien Ý *Sub.*

J

ja (höflich) dạ, vâng
Jacke áo khoác *Sub.*
Jahr năm *Sub.*
jährlich năm nào
Januar tháng giêng/~một *Sub.*
Japan Nhật *Sub.*
Japaner/-in người Nhật *Sub.*
je … desto càng … càng
Jeans quần bò *Sub.*
jene(r/s) đó, kia *DePro.*

Jesus chúa *Sub.*
jetzt bây giờ *Adv.*, hiện tại *Sub.*
Job việc *Sub.*
Journalist/-in nhà báo *Sub.*
jung trẻ *Adj.*
Junge con trai *Sub.*
Jura (Studium) luật *Sub.*

K

Kaffee cà phê *Sub.*
Kalender lịch *Sub.*
kalt lạnh *Adj.*
Kameraden (*Pl.*) bạn bè *Sub.*
Kanne ấm *Sub.*
Kanzler/-in thủ tướng *Sub.*
kaputt hỏng *Adj.*; ~ machen phá *V*
Karriere sự nghiệp *Sub.*
Karton thùng *Sub.*
Kästchen hộp *Sub.*
Kasten két *Sub.*
Katze mèo *Sub.*
kaufen mua *V*, sắm *V*
Keller hầm *Sub.*, tầng hầm *Sub.*
kennen biết *V*
kennenlernen tìm hiểu *V*, (làm) quen *V*
Kilogramm cân *Sub.*
Kilometer kilômét *Sub.*
Kind con *Sub.*, cháu *Sub.* (*ugs.*)
Kind, kleines đứa trẻ *Sub.*, đứa nhỏ *Sub.*
Kinder thiếu nhi *Sub.*
Kino xi nê *Sub.*; ins ~ gehen đi xi nê/đi xem phim
Kiste rương *V*
Klasse lớp *Sub.*
Klassenlehrer/-in giáo viên chủ nhiệm *Sub.*
klatschen vỗ tay *V*
Kleidung quần áo *Sub.*
klein bé *Adj.*, nhỏ *Adj.*
kleinlich khó tính *Adj.*
klettern leo *V*
Klima khí hậu *Sub.*
klingeln reo *V*
klug thông minh *Adj.*
kochen nấu *V*; Reis ~ nấu cơm
Kohle than *Sub.*
kommen (*südl.*) tới *V*
Komödie truyện cười *Sub.*
können có thể *V*, được *Adv.*
können (Fähigkeit) biết *V*
Kopf đầu *Sub.*; ~schmerzen haben đau đầu *V*, nhức đầu
Körper cơ thể *Sub.*
kosten giá *V*
köstlich ngon *Adj.*
Krabbensuppe xúp cua *Sub.*
krank ốm *Adj.* (*nördl.*), bệnh *Adj.* (*südl.*)
Kranke/-r (*südl.*) người bệnh *Sub.*
Krankenhaus bệnh viện *Sub.*
Krankheit bệnh *Sub.*
kriechen bò *V*
Kriminalpolizei công an *Sub.*
kritisieren phê bình *V*
Küche (phòng) bếp *Sub.*
Kuchen bánh ngọt *Sub.*
Kuh bò *Sub.*
kühl mát mẻ/lạnh *Adj.*
Kühlschrank tủ lạnh *Sub.*
Kultur văn hóa *Sub.*
kümmern, sich quan tâm *V*, chăm sóc *V*
Kunde/Kundin khách hàng *Sub.*
kündigen (Arbeit) bỏ *V*
kurz ngắn *Adj.*
kurzfristig (Abreise) ngắn *Adj.*
kürzlich vừa *Adv.*

L

lachen cười *V*
Laden cửa hàng *Sub.*, tiệm *Sub.*
Lager kho hàng *Sub.*
Land nước *Sub.*
Landkarte bản đồ *Sub.*
lang dài *Adj.*, lâu *Adj.*
lange lâu *Adj.*
langsam chậm *Adj.*
langsam (übertragener Sinn) chậm trễ *Adj.*
langweilig chán *Adj.*
Laos Lào *Sub.*
lassen cho *V*
Lastkraftwagen xe tải *Sub.*
laufen chạy *V*
laut ồn *Adj.*, to *Adj.*
leben sống *V*
Lebensstandard mức sống *Sub.*
Leder da *Sub.*
Lehrer thầy giáo *Sub.*
Lehrerin cô giáo *Sub.*
Lehrkraft giáo viên *Sub.*
leihen mượn *V*, vay *V*
leise khẽ *Adj.*
leise (Geräusch) nhỏ *Adj.*
leise (gehen) nhẹ nhàng *Adj.*
leiten (Geschäft) quản lý *V*
Lektion bài *Sub.*, bài học *Sub.*
lernen học *V*
letzte Woche tuần trước
letztes Jahr năm ngoái
lieb dễ thương *Adj.*
Liebe tình yêu *Sub.*
lieben yêu *V*, yêu thương *V*
Lied bài hát Sub.
liegen nằm *V*
Liter lít *Sub.*
Litschi (Frucht) vải *Sub.*
loben khen *V*

Lokal quán *Sub.*
Longan nhãn *Sub.*
lösen giải *V*
Löwe sư tử *Sub.*
Luft không khí *Sub.*
lügen nói dối *V*

M

machen làm *V*; (Prüfung) thi *V*
Mädchen con gái *Sub.*
Mahlzeit bữa (ăn) *Sub.*
Mal lần *Sub.*
malen vẽ *V*
man người ta *Pron.*
Mango xoài *Sub.*
männlich nam *Sub.*
Mantel áo khoác *Sub.*
Markt chợ *Sub.*
Maschine máy *Sub.*
Mathematik toán *Sub.*
Mathematikaufgabe bài toán *Sub.*
Maus chuột *Sub.*
Medaille huân chương *Sub.*
Medikament thuốc *Sub.*
Meer biển *Sub.*
Meeresfrüchte hải sản *Sub.*
mehr nữa *Part.*
Mensch người *Sub.*
Meter mét *Sub.*
Miete tiền nhà *Sub.*
mieten thuê *V*
Milch sữa *Sub.*
Million triệu *Grundz.*
Millionär/-in triệu phú *Sub.*
Minute phút *Sub.*
missverstehen hiểu lầm *V*
mit cùng *Präp.*, với *Präp.*, bằng *Präp.*
miteinander cùng nhau
Mittag: zu ~ essen ăn trưa
Mittagspause machen nghỉ trưa
Mittagsschlaf machen ngủ trưa
Mitte: in der ~ giữa *Präp.*
Mitternacht khuya *Adj.*
möchten muốn *V*
mögen thích *V*
Moment một lát, một chút *Sub.*
Monat tháng *Sub.*
Mondkalender âm lịch *Sub.*
Moped xe máy *Sub.*
Morgen buổi sáng *Sub.*
morgen mai *Sub.*, ngày mai *Sub.*
morgens sáng *Sub.*
Motorrad xe máy *Sub.*
Mücke muỗi *Sub.*
müde mệt *Adj.*
Mühe geben cố/cố gắng *V*
mühsam vất vả *Adj.*
Müll rác *Sub.*
Museum bảo tàng *Sub.*
müssen phải *V*
Mutter mẹ *Sub.*, má *Sub.* *(südl.)*
mütterlicherseits bên ngoại *Sub.*
Mütze mũ *Sub.*

N

nach sau *Präp.*, theo *Präp.*, về *Präp.*
Nachbar hàng xóm *Sub.*
nachdenken nghĩ *V*
Nachmittag buổi chiều *Sub.*
nachprüfen kiểm tra *V*
Nachricht tin tức *Sub.*
nächste Woche tuần sau
nächster Monat tháng sau
nächster Tag mai *Sub.*, ngày mai *Sub.*, ngày hôm sau *Sub.*
nächstes Jahr năm sau
Nacht ban đêm *Sub.*
nachts ban đêm *Sub.*
Nähe: in der ~ ở gần
nähen may *V*
Name tên *Sub.*
nass ướt *Adj.*
natürlich tự nhiên *Adj.*
neben cạnh *Präp.*
nehmen lấy *V*, cầm *V*
nennen gọi *V*
nett dễ thương *Adj.*
neu mới *Adj.*
nicht không *Adv.*
nicht nur … sondern auch không những … mà còn
niedergeschlagen chán nản *Adj.*
niedlich (Tier) dễ thương *Adj.*
niedrig thấp *Adj.*
noch còn *Adv.*
noch nicht chưa *Adv.*
noch nie chưa từng
Note điểm *Sub.*
Nummer số *Sub.*
nun bây giờ *Adv.*, hiện tại *Sub.*
nur chỉ *Adv.*
nützlich bổ ích *Sub.*

O

oben trên *Präp.*
Oberteil áo *Sub.*
Obst hoa quả *Sub.* *(nördl.)*, trái cây *Sub.* *(südl.)*
obwohl … aber tuy/mặc dù (dầu) … nhưng … vẫn *Konj.*
oder hay *Konj.*, hoặc *Konj.*
offenbar hình như
öffnen mở *V*; (Tür) mở cửa
Öffnungszeit giờ mở cửa *Sub.*
oft thường (xuyên) *Adv.*
Oktober tháng mười *Sub.*

Oper nhà hát *Sub.*
Orangensaft nước cam *Sub.*
ordentlich gọn gàng *Adj.*
ordnen xếp *V*
Ort chỗ *Sub.*, nơi *Sub.*

P

Paar đôi *Sub.*
Packung gói *Sub.*, hộp *Sub.*
Pagode chùa *Sub.*
Pampelmuse bưởi *V*
Papier giấy *Sub.*
parken đỗ *V*
Partner bạn trai *Sub.*, người yêu *Sub.*
Partnerin bạn gái *Sub.*, người yêu *Sub.*
Pause machen nghỉ *V*
perfekt hoàn hảo *Adj.*
Person người *Sub.*
Pfahlhaus nhà sàn *Sub.*
Pferd ngựa *Sub.*
pflegen chăm sóc *V*
pflücken hái *V*
Pforte cổng *Sub.*
Pförtner/-in (người) bảo vệ *Sub.*
Plan kế hoạch *Sub.*
Plastik nhựa *Sub.*
Platz chỗ *Sub.*
platzen nổ *V*
Portemonnaie ví *Sub.*
Porzellan sứ *Sub.*
Position vị trí *Sub.*
Post bưu điện *Sub.*
praktisch tiện lợi *Adj.*
Preise (*Pl.*) giá *Sub.*
professionell chuyên nghiệp *Adj.*
Professor/-in giáo sư *Sub.*
Projekt dự án *Sub.*
Provinz tỉnh *Sub.*
Prüfung kỳ thi *Sub.*
pünktlich đúng giờ *Adj.*, kịp *Adj.*
Puppe búp bê *Sub.*

Q

Quadratmeter mét vuông *Sub.*
Quittung hóa đơn *Sub.*

R

Rambutan chôm chôm *Sub.*
raten dặn dò *V*, khuyên *V*
Ratte chuột *Sub.*
rauchen (Zigarette) hút (thuốc lá) *V*
Rechnung hóa đơn *Sub.*
rechts phải *Adj.*
Rechtsanwalt/-anwältin luật sư *Sub.*
rechtzeitig kịp *Adj.*
reden nói *V*
regelmäßig thường xuyên *Adv.*
Regen mưa *Sub.*
Regenschirm ô *Sub.*
regnen mưa *V*
reich giàu *Adj.*
reif chín *V*
Reis gạo *Sub.*; gebratener ~ cơm rang *Sub.*; gekochter ~ cơm *Sub.*
Reise chuyến (đi du lịch) *Sub.*
Reisebüro công ty du lịch *Sub.*
Reiseführer/-in hướng dẫn viên du lịch *Sub.*
Reisfeld ruộng *Sub.*
Reispflanze lúa *Sub.*
renovieren tu sửa *V*
Rente: in ~ gehen về hưu
reparieren sửa *V*
Restaurant nhà hàng *Sub.*
retten cứu *V*
Revier quận *Sub.*
Rezept (ärztlich) đơn thuốc *Sub.*
richtig phải *Adj.*
Richtung đằng *Sub.*
Rikscha xích lô *Sub.*
Rind bò *Sub.*
Ring nhẫn *Sub.*
Rock váy *Sub.*
Rolle cuộn *Sub.*
Roman tiểu thuyết *Sub.*
romantisch lãng mạn *Adj.*, thơ mộng *Adj.*
rosa màu hồng
Rose hoa hồng *Sub.*
rot màu đỏ
Route chuyến *Sub.*
routiniert thành thạo *Adj.*
Rucksack ba lô *Sub.*
rufen gọi *V*
Russland Nga *Sub.*

S

Sache đồ *Sub.*, chuyện *Sub.* (Angelegenheit)
Sack bao *Sub.*
sagen nói *V*
Samstag thứ bảy *Sub.*
Sänger/-in ca sĩ *Sub.*
satt no *Adj.*
saunen tắm hơi
Schach cờ tướng *Sub.*
Schachtel hộp *Sub.*
schädlich hại *Adj.*
Schatten bóng *Sub.*
schauen ngắm *V*, xem *V*
Schauspieler/-in diễn viên *Sub.*
schenken cho *V*, tặng *V*
schicken gửi *V*
Schiff thuyền *Sub.*
schimpfen mắng *V*

schlafen ngủ *V*
Schlaflosigkeit: an ~ leiden mất ngủ *V*
Schlafzimmer phòng ngủ *Sub.*
schlank gầy *Adj.*
schlecht dở *Adj.*, kém *Adj.*, xấu *Adj.*
schließen đóng *V*
schlüpfen chui *V*
schmal hẹp *Adj.*
schmerzen đau *V*
schmutzig bẩn *Adj.*
Schnaps rượu mạnh *Sub.*; ~ aus Reis rượu gạo *Sub.*
schnell nhanh (nhẹn) *Adj.*
schon (Vergangenheit) đã *Adv.*, rồi *Adv.*
schön đẹp *Adj.*
Schrank tủ *Sub.*
schreiben viết *V*
schreiten bước *V*
Schuhe (*Pl.*) giày *Sub.*
Schuld nợ *Sub.*
Schule trường học, (nhà) trường *Sub.*
Schüler/-in học sinh *Sub.*
schulfreie Zeit haben nghỉ học
Schultasche cặp sách *Sub.*
Schüssel bát *Sub.*
schwach yếu *Adj.*
Schweinefleisch thịt lợn *Sub.*
schwer nặng *Adj.*
schwierig khó *Adj.*
schwimmen bơi *V*
schwindelig chóng mặt *Adj.*
schwül oi *Adj.*
See (der) hồ *Sub.*
sehen trông, ngắm, xem *V*
Sehenswürdigkeit phong/ thắng cảnh *Sub.*
Sehnsucht haben nhớ nhung *V*
sehr cực kì *Adv.*, khá *Adv.*, lắm *Adv.*, rất *Adv.*, quá *Adv.*
Seide lụa *Sub.*
Seife xà phòng *Sub.*
seit từ *Präp.*
seit, vor (Zeit) cách đây *Präp.*
Seite đằng *Sub.*
Sekretär/-in thư ký *Sub.*
Selbst bản thân *Sub.*
selbst (*reflexiv*) mình *Pron.*
senden gửi *V*
setzen ngồi *V*
sich selbst (*reflexiv*) tự *Pron.*, tự mình *Pron.*
Silber bạc *Sub.*
singen hát *V*
Situation tình hình *Sub.*
sitzen ngồi *V*
Sitzplatz chỗ *Sub.*
so lắm *Adv.*, rất *Adv.*, thế *Part.*, quá *Adv.*, vậy *Part.*
Sofa ghế xa lông *Sub.*
sofort lập tức, ngay *Adv.*
Sohn con trai *Sub.*
sollen nên *V*
Sommer mùa hè *Sub.*
Sonnenbrille kính râm *Sub.*
Sonnenkalender dương lịch *Sub.*
sonnig nắng *Sub.*
Sonntag chủ nhật *Sub.*
sorgen lo *V*
sorgfältig cẩn thận *Adj.*
sowohl … als auch vừa … vừa
sparen tiết kiệm *V*
sparsam tiết kiệm *Adj.*
spät muộn *Adj.* (*nördl.*), trễ *Adj.* (*südl.*)
später sau đó *Konj.*
Speiseöl dầu ăn *Sub.*
spenden tài trợ *V*
Spezialität (Essen) món (ăn) đặc sản *Sub.*
Spiegel gương *Sub.*
spielen chơi *V*
Sport thể thao *Sub.*
Sportart môn thể thao *Sub.*
Sprache tiếng *Sub.*
sprechen nói *V*
springen nhảy *V*
Staat nhà nước *Sub.*
Staatsbibliothek thư viện quốc gia *Sub.*
Stadt thành phố *Sub.*
ständig luôn luôn *Adv.*
stark khỏe *Adj.*
stark (Regen) to *Adj.*
Statue tượng *Sub.*
stehen đứng *V*
stehlen ăn cắp
Sternfrucht khế *Sub.*
still im lặng *Adj.*
Stipendium tiền học bổng *Sub.*
Stockwerk tầng *Sub.* (*nördl.*)
Stoff vải *Sub.*
Straße đường *Sub.*, phố *Sub.*
Strohhut nón *Sub.*
Strümpfe (*Pl.*) tất *Sub.*
Student/-in sinh viên *Sub.*
studieren học đại học
Stuhl ghế *Sub.*
Stunde giờ *Sub.*, tiếng *Sub.*
Sturm cơn bão *Sub.*
stürzen ngã *V*
suchen tìm *V*
Summe (Geld) số tiền *Sub.*
Suppe canh *Sub.*, xúp *Sub.*
suspendieren đuổi *V*
süß ngọt *Adj.*

T

Tabak thuốc lá *Sub.*
Tafel bảng *Sub.*
Tag hôm *Sub.*, ngày *Sub.*
täglich ngày nào, mỗi ngày
Tankstelle trạm xăng *Sub.*
Tasche túi sách *Sub.*
Tasse tách *Sub.*

tatsächlich thật *Adv.*
Tausend nghìn (*nördl.*), ngàn (*südl.*) *Grundz.*
Taxi-Moped xe ôm *Sub.*
Tee chè *Sub.* (*nördl.*), trà *Sub.* (*südl.*)
Teekanne ấm trà *Sub.* (*südl.*)
teilnehmen dự *V*, tham gia *V*
Telefonbuch sổ điện thoại *Sub.*
telefonieren gọi điện thoại
Teppich thảm *Sub.*
teuer đắt *Adj.* (*nördl.*), mắc *Adj.* (*südl.*)
Tiger hổ *Sub.*
Tisch bàn *Sub.*
Tochter con gái *Sub.*
Toilettenpapier giấy vệ sinh *Sub.*
Tomate cà chua *Sub.*
Tonne tấn *Sub.*
Tourismusort điểm du lịch *Sub.*
Tourist/-in khách du lịch *Sub.*
tragen mặc *V*, mang *V*
trainieren tập *V*
Traube nho *Sub.*
Trauerweide liễu *Sub.*
traurig buồn *Adj.*
treffen gặp *V*
trinken uống *V*
trotzen an ủi *V*
tun làm *V*
Tür cửa *Sub.*
Turm tháp *Sub.*

U

U-Bahn tàu điện ngầm *Sub.*
üben tập *V*
über trên *Präp.*, về *Präp.*
überall khắp nơi *Adv.*
übergeben (Brief) chuyển *V*
übermorgen ngày kia *Sub.*
Überraschung (sự) bất ngờ *Sub.*
überschreiten sang *V*
überschwemmt ngập *V*
Überstunde; ~n machen thêm giờ; làm thêm
überübermorgen ngày kìa *Sub.*
überweisen (Geld) chuyển *V*
Uhr đồng hồ *Sub.*
Uhrzeit giờ *Sub.*
um lúc *Präp.*, vào *Präp.*
Umwelt môi trường *Sub.*
umziehen chuyển nhà
unbegreiflich khó hiểu *Adj.*
und còn *Konj.*, và *Konj.*
Unfall tai nạn *Sub.*
ungefähr khoảng *Adv.*
Universität nhà trường *Sub.*, trường đại học *Sub.*
unlogisch vô lý *Adj.*
unter dưới *Präp.*
unterhalten, sich nói chuyện *V*
Unterlage giấy tờ *Sub.*
Unterrichtsgebühr tiền học *Sub.*
unterschiedlich khác nhau *Adj.*
untersuchen khảo sát *V*
untersuchen (ärztlich) khám *V*, kiểm tra *V*
Urenkel/-in chắt *Sub.*
Urlaub haben/machen nghỉ phép *V*

V

Vase lọ hoa *Sub.*
Vater bố Sub. (*nördl.*), ba *Sub.* (*südl.*), cha *Sub.*
väterlicherseits bên nội *Sub.*
verabreden hẹn *V*
Verabredung (cuộc) hẹn *Sub.*
verbieten cấm *V*
verbreiten, sich (Nachricht) lan truyền *V*
verdienen (Geld) kiếm tiền
vergeben tha *V*, tha thứ *V*
vergessen quên *V*
Vergleich: im ~ zu so với
verhaften bắt *V*
verkaufen bán (hàng) *V*
Verkehrsmittel phương tiện đi lại *Sub.*
Verkehrspolizei cảnh sát *Sub.*
verlassen rời khỏi
verlegen (Buch) xuất bản *V*
verleumden vu oan *V*
verlieren mất *V*
verlorengegangen mất *V*
vermissen nhớ *V*
veröffentlichen đăng *V*
Verpackung bao *Sub.*
verreisen đi du lịch
verschieden khác nhau *Adj.*
verschmieren bôi *V*
verspätet chậm trễ *Adj.*
versprechen hứa *V*
verstehen hiểu *V*
verteidigen bảo vệ *V*
Vertrag (bản) hợp đồng *Sub.*
vertrauen tin *V*
verwenden sử dụng *V*
verzeihen tha *V*, tha thứ *V*
viel nhiều *Adj.*
viel (*ugs.*) khỏe *Adj.*
vielleicht có lẽ *Adv.*
Vietnam Việt Nam *Sub.*
Vietnamese/Vietnamesin người Việt *Sub.*
vietnamesische Sprache tiếng Việt *Sub.*
Villa biệt thự *Sub.*
Vogel chim *Sub.*
voll đông *Adj.*
von của *Präp.*, từ *Präp.*
vor trước *Präp.*
vorführen chiếu *V*
vorgestern hôm kia *Sub.*

Vorspeise essen khai vị *V*
vorteilhaft bổ ích *Sub.*
vorvorgestern hôm kìa *Sub.*
vorzeigen xuất trình *V*

W

wach sein/bleiben thức *V*
wählen chọn *V*, lựa chọn *V*
Wand tường *Sub.*
wann bao giờ *InterPro.*, khi nào, lúc nào
warm ấm *Adj.*
warten chờ *V*
warum sao *InterPro.*, tại sao *InterPro.*, vì sao *InterPro.*
was gì *InterPro.*
waschen rửa *V*
Wasser (kein Trinkwasser) nước lã *Sub.*; abgekochtes ~ nước lọc *Sub.*
Wasserbüffel trâu *Sub.*
Wassermelone dưa hấu *Sub.*
weben dệt *V*
Wecker đồng hồ báo thức *Sub.*
weder … noch vừa … vừa
wegen tại *Präp.*
wegräumen cất *V*
weiblich nữ *Sub.*
weil vì *Konj.*
Wein rượu vang *Sub.*
weinen khóc *V*
weiß trắng *Adj.*
weit xa *Adj.*
weiter cứ *Adv.*, tiếp *Adv.*
welche(r/s) nào *IndePro.*
wenig ít *Adj.*, vắng *Adj.*
wenn nếu *Konj.*
wer ai *InterPro.*
werben quảng cáo *V*
werfen vứt *V*
wertvoll quý *Adj.*
Wetter thời tiết *Sub.*
wichtig quan trọng *Adj.*
wie bằng *Präp.*, như *Konj.*, thế nào *InterPro.*
wie lange bao lâu *InterPro.*
wieder lại *Adv.*
wieso tại sao *InterPro.*, vì sao *InterPro.*
wild (Tier) dữ *Adj.*
Wind gió *Sub.*
Winter mùa đông *Sub.*
wirklich cực kì *Adv.*, thật *Adv.*
wissen biết *V*
wo ở đâu
Woche tuần *Sub.*
wöchentlich tuần nào
Wohnblock khu tập thể *Sub.*
wohnen ở *V*
Wohnort nơi ở *Sub.*
Wohnung căn hộ *Sub.*
Wohnzimmer phòng khách *Sub.*
wollen muốn *V*
Wollpullover áo len *Sub.*
Wörterbuch từ điển *Sub.*
wünschen cầu *V*, mong *V*
wünschen (einen Wunsch äußern) chúc *V*

Z

Zahl số *Sub.*
zahlreich đông *Adj.*
Zahn răng *Sub.*; ~schmerzen haben đau răng *V*
Zeit thời gian *Sub.*
Zeitung báo *Sub.*
zerrissen rách *V*
zerstören tàn phá *V*
ziemlich khá *Adv.*
Zigaretten (*Pl.*) thuốc lá *Sub.*
Zimmer phòng *Sub.*
zu quá *Adv.*
zubereiten (Essen) chuẩn bị cơm
Zucker đường *Sub.*
Zuckerrohrsaft nước mía *Sub.*
zuerst đầu tiên *Adv.*
Zug chuyến tàu *Sub.*, tàu (hỏa) *Sub.*
zumachen đóng *V*
zurückgeben trả *V*
zurückkehren lại *V*, về *V*, quay về
zurückkommen lại *V*
zusammen cùng *Adv.*
zusammenkneifen (Augen) nheo mắt
zusätzlich thêm *V*
zweite (r/s) thứ nhì *Ordz.*
zwischen giữa *Präp.*

Vietnamesisch-deutsches Vokabelverzeichnis

A

à *Part.*
ạ *Part.* *Höflichkeitsformel*
ai *InterPro.* wer
an ủi *V* trotzen
Anh *Sub.* England
anh ấy *PerPro.* er
anh cả *Sub.* ältester Bruder
anh chồng *Sub.* Schwager (älterer Bruder des Ehemannes)
anh họ *Sub.* älterer Cousin
anh hùng *Sub.* Held
anh rể *Sub.* Schwager (Ehemann der älteren Schwester)
anh trai *Sub.* älterer Bruder
ảnh *Sub.* Foto
ảnh hưởng *V* beeinflussen
áo *Sub.* Oberbekleidung, Oberteil
áo khoác *Sub.* Mantel, Jacke
áo len *Sub.* Wollpullover
áo sơ mi nam *Sub.* Hemd
áo sơ mi nữ *Sub.* Bluse

Ă

ăn *V* essen
ăn cắp stehlen
ăn kiêng Diät leben
ăn sáng frühstücken
ăn trưa zu Mittag essen
ăn tối zu Abend essen

Â

âm lịch *Sub.* Mondkalender
ấm *Adj.* warm
ấm *Sub.* Kanne
ấm trà *Sub.* Teekanne (*südl.*)
ấy *DePro.* diese(r/s), jene(r/s)

B

ba *Sub.* Vater (*südl.*)
ba lô *Sub.* Rucksack
bà *Sub.* Großmutter, ältere Frau
bà ngoại *Sub.* Großmutter (mütterlicherseits)
bà nội *Sub.* Großmutter (väterlicherseits)
bác *Sub.* älterer Onkel, ältere Tante
bác ấy *PerPro.* er/sie
bác sĩ *Sub.* Arzt/Ärztin
bạc *Sub.* Silber
bài *Sub.* Lektion
bài hát Sub. Lied
bài học *Sub.* Lektion
bài báo *Sub.* Artikel (Zeitung)
bài toán *Sub.* Mathematikaufgabe
ban công *Sub.* Balkon
ban đêm *Sub.* Nacht, nachts
bàn *Sub.* Tisch
bán *V* verkaufen
bán hàng *V* verkaufen
bạn *Sub.* Freund/-in, Kamerad
bạn ấy *PerPro.* er/sie
bạn bè *Sub.* Kameraden (*Pl.*)
bạn gái *Sub.* Freundin, Partnerin
bạn thân *Sub.* vertraute/-r Freund/-in
bạn trai *Sub.* Freund, Partner
bản đồ *Sub.* Landkarte
(bản) hợp đồng *Sub.* Vertrag
bản thân *Sub.* Selbst
bánh *Sub.* Allgemeinbezeichnung für runde und viereckige Gegenstände
bánh đậu xanh *Sub.* Grünbohnenkuchen
bánh gai *Sub.* eine Kuchensorte aus dem Norden Vietnams
bánh mỳ *Sub.* Brot
bánh ngọt *Sub.* Kuchen
bảng *Sub.* Tafel
bao *Sub.* Verpackung, Sack
bao giờ *InterPro.* wann
bao lâu *InterPro.* wie lange
báo *Sub.* Zeitung
bảo tàng *Sub.* Museum
bảo vệ *V* verteidigen, schützen
bát *Sub.* Schüssel, Schale
bay *V* fliegen
bằng *Präp.* mit, aus, auf, gleich wie, wie
bằng lái xe *Sub.* Führerschein
bắt *V* verhaften, festnehmen
bắt đầu *V* anfangen, beginnen
bận *Adj.* beschäftigt
bẩn *Adj.* schmutzig
bật lửa *Sub.* Feuerzeug
bây giờ *Adv.* gegenwärtig, jetzt, nun
bé *Adj.* klein

béo *Adj.* dick (Gewicht, *nördl.*), fett, fettig
bên ngoại *Sub.* mütterlicherseits
bên nội *Sub.* väterlicherseits
bền *Adj.* haltbar, solide
bệnh *Sub.* Krankheit
bệnh *Adj.* krank (*südl.*)
bệnh viện *Sub.* Krankenhaus
bếp *Sub.* Herd, Küche
bị *V* Passivbildung (in negativem Sinne)
bia *Sub.* Bier
biết *V* wissen, kennen, können (Fähigkeit)
biệt thự *Sub.* Villa
biển *Sub.* Meer
binh nhì *Sub.* Gefreiter
bò *Sub.* Rind, Kuh/Bulle
bò *V* kriechen
bỏ *V* verlassen, kündigen (Arbeit)
bóng *Sub.* Schatten, Ball
bóng đá *Sub.* Fußball
bóng người *Sub.* Menschenseele
bố Sub. Vater (*nördl.*)
bố chồng *Sub.* Schwiegervater (Vater des Ehemannes)
bố mẹ *Sub.* Eltern
bố vợ *Sub.* Schwiegervater (Vater der Ehefrau)
bổ ích *Sub.* nützlich, vorteilhaft
bôi *V* verschmieren
bông Kl. für Blume
bơ *Sub.* Butter
bơi *V* schwimmen
buổi chiều *Sub.* Nachmittag
buổi sáng *Sub.* Morgen
buổi tối *Sub.* Abend
buồn *Adj.* traurig
búp bê *Sub.* Puppe
bút chì *Sub.* Bleistift
bút máy *Sub.* Füller
bữa (ăn) *Sub.* Mahlzeit
bữa tối *Sub.* Abendessen
bực mình *Adj.* ärgerlich, genervt
bước *V* schreiten, gehen
bưởi *V* Pampelmuse
bưu điện *Sub.* Post

C

ca sĩ *Sub.* Sänger/-in
cà chua *Sub.* Tomate
cà phê *Sub.* Kaffee
cá *Sub.* Fisch
cá vàng *Sub.* Goldfisch
các Pluralbildung
cách *V* (von) entfernt sein
cách đây *Präp.* seit, vor (Zeit)
cam *Sub.* Apfelsine, Orange
cám ơn/cảm ơn *V* danken, Danke (*Höflichkeitsform*)
cảm/cảm lạnh *Adj.* erkältet
cảm thấy *V* empfinden, fühlen, spüren
càng ... càng je ... desto
canh *Sub.* Brühe, Suppe
canh cá *Sub.* Fischsuppe
cạnh *Präp.* neben
cảnh sát *Sub.* Verkehrspolizei
cao *Adj.* hoch, groß
cau *Sub.* Arekanuss
căn hộ *Sub.* Wohnung
cặp sách *Sub.* Schultasche
cặp tóc *Sub.* Haarklemme, Haarspange
cấm *V* verbieten
cầm *V* nehmen, halten; ~ nhầm falsch nehmen
cân *Sub.* Kilogramm / Kilo
cần *V* brauchen, benötigen
cẩn thận *Adj.* sorgfältig
cất *V* wegräumen
câu chuyện *Sub.* Geschichte
câu hỏi *Sub.* Frage
cầu *Sub.* Brücke
cầu *V* wünschen, begehren, beten
cậu *Sub.* jüngerer Onkel (jüngerer Bruder der Mutter)
cậu ấy *PerPro.* er/sie
cha *Sub.* Vater
chai *Sub.* Flasche
chán *Adj.* langweilig
chán nản *Adj.* entmutigt, niedergeschlagen, unmotiviert
chào *V* grüßen, guten Morgen/Tag/Abend, Tschüss, hallo (Grußformel, *ugs.*)
cháu *Sub.* Enkel/-in, Neffe/Nichte, Kind (*ugs.*)
cháu ấy *PerPro.* er/sie
chạy *V* laufen
chảy *V* fließen
chăm chỉ *Adj.* fleißig
chăm sóc *V* sich kümmern um, pflegen
chẳng *Adv.* *Negationswort*
chắt *Sub.* Urenkel/-in
chặt *V* fällen, abhacken
chậm *Adj.* langsam
chậm trễ *Adj.* verspätet, langsam (übertragener Sinn)
chân *Sub.* Bein
chật *Adj.* eng
châu Âu *Sub.* Europa
châu Phi *Sub.* Afrika
chè *Sub.* Tee (*nördl.*)
chè xanh *Sub.* Grüner Tee
chỉ *Adv.* nur
chỉ dẫn *V* anweisen (ärztlich)
chị Sub. ältere Schwester
chị ấy *PerPro.* sie
chị chồng *Sub.* Schwägerin (ältere Schwester des Ehemannes)

chị dâu *Sub.* Schwägerin (Ehefrau des älteren Bruders)
chị em họ Cousinen
chị gái *Sub.* ältere Schwester
chị họ *Sub.* ältere Cousine
chiếu *V* vorführen
chiều nay *Sub.* heute Nachmittag
chim *Sub.* Vogel
chín *V* reif
cho *V* schenken
cho *V* lassen, um Erlaubnis bitten (*Imp.*)
cho *Präp.* für
cho phép *V* erlauben
chó *Sub.* Hund
chọn *V* wählen
chóng mặt *Adj.* schwindelig
chỗ *Sub.* Platz/Ort, Sitz(platz)
chỗ làm/chỗ làm việc *Sub.* Arbeitsplatz
chôm chôm *Sub.* Rambutan
chồng *Sub.* Ehemann
chờ *V* warten
chớ *Adv.* Imperativ
chợ *Sub.* Markt
chơi *V* spielen, amüsieren, spaßen
chu đáo *Adj.* besorgt
chú *Sub.* jüngerer Onkel (jüngerer Bruder des Vaters; Ehemann der jüngeren Schwester des Vaters oder der Mutter)
chú ấy *PerPro.* er
chủ nhật *Sub.* Sonntag
chúa *Sub.* Jesus
chùa *Sub.* Pagode
chuẩn bị cơm zubereiten (Essen)
chúc *V* beglückwünschen, gratulieren, wünschen (einen Wunsch äußern)
chui *V* schlüpfen
chúng *PerPro.* sie (*Pl.*)
chúng mày *PerPro.* ihr (nur zu sehr guten Freunden, *vulg.*)
chúng mình *PerPro.* wir (*inkl. und exkl.*)
chúng nó *PerPro.* sie (*Pl.*)
chúng ta *PerPro.* wir (*inkl.*)
chúng tao *PerPro.* wir (*exkl.*, nur zu sehr guten Freunden, *vulg.*)
chúng tớ *PerPro.* wir (*exkl.*)
chúng tôi *PerPro.* wir (*exkl.*)
chuối *Sub.* Banane
chuột *Sub.* Maus, Ratte
chuyên nghiệp *Adj.* professionell
chuyến *Sub.* Fahrt, Reise, Route
chuyến đi *Sub.* Fahrt
chuyến đi du lịch *Sub.* Reise
chuyến tàu *Sub.* Zug
chuyện *Sub.* Sache (Angelegenheit)
chuyển *V* übergeben (Brief), überweisen (Geld)
chuyển nhà umziehen
chứ *Part.*
chưa *Adv.* noch nicht (*Negationswort*)
chưa từng noch nie
có *V* haben
có lẽ *Adv.* vielleicht
có mặt *Adj.* anwesend
có thể *V* können
có tiếng *Adj.* bekannt, berühmt
con *PerPro.* Anredeform für Kind
con *Sub.* Kind
còn *Adv.* noch
còn *Konj.* und
con dâu *Sub.* Schwiegertochter
con gái *Sub.* Tochter, Mädchen
con gái cả *Sub.* älteste Tochter
con gái lớn *Sub.* älteste Tochter
con gái út *Sub.* jüngste Tochter
con rể *Sub.* Schwiegersohn
con trai *Sub.* Sohn, Junge
con trai thứ *Sub.* zweitgeborener Sohn
cô *Sub.* jüngere Tante (jüngere Schwester des Vaters)
cô ấy *PerPro.* sie
cô giáo *Sub.* Lehrerin
cô la *Sub.* Cola
cố/cố gắng *V* sich bemühen, Mühe geben
cổ *Adj.* alt (antik)
cốc *Sub.* (Trink)Glas, Becher
công an *Sub.* Kriminalpolizei
công nguyên *Sub.* Zeitrechnung nach Christi Geburt
công nhân *Sub.* Arbeiter/-in
công ty *Sub.* Firma
công ty du lịch *Sub.* Reiseunternehmen, Reisebüro
công việc *Sub.* Arbeit, Job
cổng *Sub.* Pforte, Tor
cơ quan *Sub.* Institution, Büro
cơ thể *Sub.* Körper
cờ tướng *Sub.* Schach
cởi mở *Adj.* offen, freundlich
cơm *Sub.* gekochter Reis
cơm rang *Sub.* gebratener Reis
cơn bão *Sub.* Sturm
cụ *Sub.* Urgroßvater/-mutter, älterer Mensch
cụ ấy *PerPro.* er/sie
cụ già *Sub.* alter Mann / alte Frau
cụ ngoại *Sub.* Urgroßvater/-mutter (mütterlicherseits)

cụ nội *Sub.* Urgroßvater/-mutter (väterlicherseits)
cũ *Adj.* alt, vorher (Position)
của *Präp.* von (bzw. Genetiv), aus
cùng *Adv.* zusammen
cùng *Präp.* mit
cùng nhau miteinander
cũng *Adv.* auch
(cuộc) hẹn *Sub.* Verabredung
cuối *Sub.* Ende
cuộn *Sub.* Rolle
cút *V* entgehen, Geh! (*Imp.*)
cứ *Adv.* (immer) weiter
cửa *Sub.* Tür
cửa hàng *Sub.* Laden
cửa sổ *Sub.* Fenster
cực kì *Adv.* äußerst, wirklich, sehr
cưới *V* heiraten
cười *V* lachen
cứu *V* retten

D

da *Sub.* Leder
dạ ja (höflich)
dài *Adj.* lang
dạo này derzeit
dày *Adj.* dick (Buch)
dặn dò *V* raten, ermahnen
dầu ăn *Sub.* Speiseöl
dậy *V* aufwachen, aufstehen
dép *Sub.* Latschen, Hausschuhe
dễ chịu *Adj.* angenehm
dễ thương *Adj.* lieb, nett, niedlich (Tier)
dệt *V* weben
di tích lịch sử *Sub.* historisches Denkmal
dì *Sub.* jüngere Tante (jüngere Schwester der Mutter)
diện tích *Sub.* Fläche
diễn viên *Sub.* Schauspieler
dọn *V* aufräumen
dọn dẹp *V.* aufräumen
dở *Adj.* schlecht
dự *V* teilnehmen, sich beteiligen
dự án *Sub.* Projekt
dữ *Adj.* wild (Tier)
dưa chuột *Sub.* Gurken
dưa hấu *Sub.* Wassermelone
dưới *Präp.* unter
dưới đây *Adv.* folgend
dương lịch *Sub.* Sonnenkalender
dượng *Sub.* jüngerer Onkel (Ehemann der jüngeren Schwester des Vaters oder der Mutter)

Đ

đã *Adv.* schon (Zeitaspekt für die Vergangenheit)
đám cưới *Sub.* Hochzeit
đang *Adv.* Zeitaspekt für die Gegenwart
đau *V* schmerzen; ~ chân Bein(Fuß-)schmerzen haben; ~ đầu Kopfschmerzen haben; ~ răng Zahnschmerzen haben
đăng *V* veröffentlichen, erscheinen
đằng *Sub.* Seite, Richtung
đằng kia dort, dorthin
đắt *Adj.* teuer (*nördl.*)
đặt *V* bestellen
đầu *Sub.* Kopf, Anfang, Beginn
đầu mối giao thông *Sub.* Verkehrsanbindung
đầu tiên *Adv.* zuerst
đầu tư *V* investieren
đẹp *Adj.* schön
đi *V* gehen
đi ăn tiệm essen gehen
đi chơi ausgehen
đi công tác Dienstreise machen
đi dã ngoại Ausflug machen
đi du học Auslandsstudium machen
đi du lịch verreisen
đi học zur Schule (gehen)
đi khám zum Arzt gehen
đi làm zur Arbeit gehen
đi ngủ ins Bett gehen
đi xi nê/đi xem phim ins Kino gehen
điểm *Sub.* Note
điểm du lịch *Sub.* Tourismusort
đó *DePro.* jene(r/s)
đón *V* abholen
đóng *V* schließen, zumachen
đồ *Sub.* Ding, Sache
đồ ăn *Sub.* Essen
đồ ăn sáng *Sub.* Frühstück
đồ đạc *Sub.* Sachen, Dinge
đồ kỉ niệm *Sub.* Andenken, Erinnerungsstück
đổ *V* fallen
đỗ *V* eine Prüfung bestehen, parken
đôi *Sub.* Paar, ein Paar
đông *Adj.* voll, zahlreich
đồng *Sub.* Feld, Kupfer, vietnamesische Währung
đồng bằng *Sub.* Ebene
đồng hồ *Sub.* Uhr
đồng hồ báo thức *Sub.* Wecker
đồng hồ đeo tay *Sub.* Armbanduhr
đồng ý *V* einverstanden
động viên *V* aufmuntern
đốt *V* anheizen
đơn *Sub.* Antrag
đơn thuốc *Sub.* Rezept (ärztlich)

đủ *Adj.* genug, genügend, ausreichend
đúng *Adj.* richtig, genau (Uhrzeit)
đúng giờ *Adj.* pünktlich
đuổi *V* suspendieren
đuổi việc entlassen (Arbeit)
đũa Sub. Essstäbchen
đưa *V* bringen, geben, jemanden fahren
đứa Kl. für jüngere Geschwister, (leibliche) Kinder bzw. Jugendliche
đứa nhỏ *Sub.* kleines Kind
đứa trẻ *Sub.* (kleines) Kind
Đức *Sub.* Deutschland
đừng *Adv.* Imperativ
đứng *V* stehen
đứng lên Steh/-t auf! (*Imp.*)
được *V* dürfen
được *Adv.* fähig sein, können
đường *Sub.* Straße, Zucker
đường cao tốc *Sub.* Autobahn

E

em *Sub.* jüngere Geschwister
em ấy *PerPro.* er/sie
em dâu *Sub.* Schwägerin (Ehefrau des jüngeren Bruders)
em chồng *Sub.* Schwager/ Schwägerin (jüngere Geschwister des Ehemannes)
em gái *Sub.* jüngere Schwester
em họ *Sub.* jüngerer Cousin / jüngere Cousine
em rể *Sub.* Schwager (Ehemann der jüngeren Schwester)
em trai *Sub.* jüngerer Bruder
em út *Sub.* jüngster Bruder / jüngste Schwester
em vợ *Sub.* Schwager/ Schwägerin (jüngere Geschwister der Ehefrau)

G

ga *Sub.* Bahnhof
gà *Sub.* Huhn/Henne
gạo *Sub.* Reis
gãy *V* brechen
gặp *V* treffen
gầy *Adj.* schlank, mager, dünn
ghé thăm besuchen
ghét *V* hassen
ghế *Sub.* Stuhl
ghế xa lông *Sub.* Sofa
ghi nhớ *V* im Gedächtnis einprägen
gì *InterPro.* was
gia đình *Sub.* Familie
già *Adj.* alt
giá *V* kosten
giá *Sub.* Preise
giá sách *Sub.* Bücherregal
giải *V* lösen
giải thích *V* erklären
giám đốc *Sub.* Direktor/-in, Geschäftsführer/-in
giáo sư *Sub.* Professor/-in
giáo viên *Sub.* Lehrkraft
giáo viên chủ nhiệm *Sub.* Klassenlehrer/-in
giàu *Adj.* reich, vermögend
giày *Sub.* Schuhe
giày dép *Sub.* allgemein für Fußbekleidung
giận *Adj.* sich gekränkt fühlen
giận *V* sich ärgern
giấy *Sub.* Papier
giấy mời *Sub.* Einladung
giấy thông báo *Sub.* Ankündigung
giấy tờ *Sub.* Unterlage
giấy vệ sinh *Sub.* Toilettenpapier
gió *Sub.* Wind
giỏi *Adj.* ausgezeichnet, gut (Leistung)
giống *V* ähneln
giống như ähnlich wie
giờ *Sub.* Uhrzeit, Stunde
giờ mở cửa *Sub.* Öffnungszeit
giúp/giúp đỡ *V* helfen
giữ *V* halten
giữa *Präp.* Mitte, in der Mitte, zwischen
gói *Sub.* Pack, Packung
gọi *V* nennen, rufen, anrufen
gọi điện thoại anrufen, telefonieren
gọn gàng *Adj.* ordentlich
gỗ *Sub.* Holz
gửi *V* schicken, senden, einlegen (Geld)
gương *Sub.* Spiegel

H

hái *V* pflücken
hại *Adj.* schädlich
hải sản *Sub.* Meeresfrüchte
hàng xóm *Sub.* Nachbar
hạnh phúc *Adj.* glücklich; chúc ~ Glück wünschen
hát *V* singen
hay *Adj.* interessant
hay *Adv.* häufig
hay *Konj.* oder
hãy *Adv.* Imperativ
hầm *Sub.* Keller
hấp dẫn *Adj.* attraktiv, bezaubernd

hẹn *V* verabreden
hẹp *Adj.* schmal, eng
hiền *Adj.* gutmütig, gutherzig, tugendhaft, sanftmütig
hiện tại *Sub.* jetzt, nun, derzeit, gegenwärtig
hiểu *V* verstehen
hiểu lầm *V* missverstehen
hiếu khách *Adj.* gastfreundlich
hết thảy *Pron.* alle
hình như offenbar, anscheinend
họ *PerPro.* sie (*Pl.*)
hoa *Sub.* Blume
hoa hồng *Sub.* Rose
hoa quả *Sub.* Frucht, Obst (*nördl.*)
hóa đơn *Sub.* Rechnung, Quittung
hoàn hảo *Adj.* perfekt
hoạt động *V* Tätigkeit ausüben
hoặc *Konj.* oder
học *V* lernen
học bài lernen (eine Aufgabe machen)
học đại học studieren
học sinh *Sub.* Schüler/-in
hỏi *V* fragen
hỏng *Adj.* kaputt
hồ *Sub.* der See
hổ *Sub.* Tiger
hồi hộp *Adj.* erregt, aufgeregt, gespannt
hôm *Sub.* Tag
hôm kia *Sub.* vorgestern
hôm kìa *Sub.* vorvorgestern
hôm nay *Sub.* heute
hôm qua *Sub.* gestern
hôm trước *Sub.* ein Tag zuvor
hộp *Sub.* Box, Dose, Kästchen, Packung, Schachtel
hơi *Adv.* ein wenig, ein bisschen
hơn *Adv.* Komparativ
hơn tất cả/hơn hết *Komp.*
hợp đồng *Sub.* Vertrag
huân chương *Sub.* Medaille
hút (thuốc lá) *V* rauchen (Zigarette)
hứa *V* versprechen
hướng dẫn viên du lịch *Sub.* Reiseführer/-in
hy vọng *V* hoffen

I

im lặng *Adj.* still
ít *Adj.* wenig

K

kém *Adj.* schlecht
két *Sub.* Kasten
kế hoạch *Sub.* Plan
kể *V* erzählen
khá *Adj.* ausreichend, gut im weiteren Sinn (Leistung)
khá *Adv.* ziemlich, sehr
khác *Adj.* andere(r/es)
khác nhau *Adj.* verschieden, unterschiedlich
khách *Sub.* Gast
khách du lịch *Sub.* Tourist/-in
khách hàng *Sub.* Kunde/Kundin
khách sạn *Sub.* Hotel
khai vị *V* Vorspeise essen
khám *V* untersuchen (ärztlich)
khảo sát *V* forschen, untersuchen
khắc sâu *V* in prägender Erinnerung bleiben
khẳng định *V* bestätigen, behaupten
khắp nơi *Adv.* überall
khẽ *Adj.* leise
khen *V* loben
khế *Sub.* Sternfrucht
khi nào wann
khí hậu *Sub.* Klima
khỉ *Sub.* Affe
kho hàng *Sub.* Lager
khó *Adj.* schwierig
khó hiểu *Adj.* unbegreiflich
khó tính *Adj.* anspruchsvoll, kleinlich
khoảng *Adv.* ungefähr, etwa
khóc *V* weinen
khỏe *Adj.* gesund, stark, fit, viel (*ugs.*)
khỏi *V* gesund werden
không *Adv.* nicht (*Negationswort*)
không khí *Sub.* Luft
không những … mà còn nicht nur … sondern auch
khởi hành *V* abfahren
khu tập thể *Sub.* Wohnblock, Familienhaus
khuya *Adj.* in der Nacht, Mitternacht
khuyên *V* raten, beraten
kia *DePro.* jene(r/s)
kiếm tiền Geld verdienen (machen)
kiểm tra *V* nachprüfen, kontrollieren, untersuchen (ärztlich)
kilômét *Sub.* Kilometer
kim cương *Sub.* Diamant
kính *Sub.* Brille
kính râm *Sub.* Sonnenbrille
kịp *Adj.* rechtzeitig, pünktlich
kỳ thi *Sub.* Prüfung

L

là Kopula, Hilfswort
lá *Sub.* Blätter
lái *V* fahren
lại *V* zurückkommen, zurückkehren
lại *Adv.* wieder
làm *V* machen, tun, arbeiten
làm ơn *V* um einen Gefallen bitten
làm thêm Überstunden machen (arbeiten)
làm quen *V* kennen lernen, bekannt machen
làm việc *V* arbeiten
lan truyền *V* sich ausbreiten (Nachricht)
làng *Sub.* Dorf
lạng *Sub.* 100 Gramm
lãng mạn *Adj.* romantisch
lạnh *Adj.* kalt
Lào *Sub.* Laos
lắm *Adv.* sehr/so
lần *Sub.* Mal
lập *V* gründen
lập tức *Adv.* sofort
lâu *Adj.* lang, lange
lầu *Sub.* Etage (*südl.*)
lấy *V* nehmen, entnehmen
lấy cắp gestohlen werden
lấy chồng zum Mann nehmen, heiraten
lấy vợ zur Frau nehmen, heiraten
leo *V* klettern
lên chức befördern (beruflich)
lí thú *Adj.* interessant
lịch *Sub.* Kalender
lịch sử *Sub.* Geschichte, Historie
liễu *Sub.* Trauerweide
lít *Sub.* Liter
lo *V* sorgen
lọ hoa *Sub.* Vase
loại *Sub.* Art
lon *Sub.* Dose
lớn *Adj.* groß, erwachsen
lớp *Sub.* Klasse
lúa *Sub.* Reispflanze
lụa *Sub.* Seide
luật *Sub.* Jura (Studium)
luật sư *Sub.* Rechtsanwalt/-anwältin
lúc *Präp.* um
lúc nào wann
luôn *Adv.* häufig
luôn luôn *Adv.* immer, dauernd, ständig
lừa *V* betrügen
lựa chọn *V* wählen
lửa *Sub.* Feuer
lười *Adj.* faul
lương *Sub.* Gehalt, Lohn

M

ma *Sub.* Gespenst
má *Sub.* Mutter (*südl.*)
mắc *Adj.* teuer (*südl.*)
mặc *V* anziehen, tragen
mai *Sub.* nächster Tag, morgen
mái nhà *Sub.* Dach
mang *V* tragen
mạnh khỏe *Adj.* gesund
mát lạnh *Adj.* kühl
mát mẻ *Adj.* frisch, kühl
màu *Sub.* Farbe
màu đỏ rot
màu hồng rosa
màu vàng Gelb
may *V* nähen
may mắn *Adj.* Glück haben
mày *PerPro.* du (nur zu sehr guten Freund, *vulg.*)
máy *Sub.* Maschine
máy bay *Sub.* Flugzeug
máy vi tính *Sub.* Computer
mắng *V* schelten, schimpfen
mắt *Sub.* Auge
mặt *Sub.* Gesicht
mập *Adj.* dick (*südl.*)
mất *V* verlieren, verlorengegangen, dauern, gestorben sein (*ugs.*)
mất cắp *V* gestohlen werden
mất ngủ *V* an Schlaflosigkeit leiden
mấy *Sub.* einige
mẹ *Sub.* Mutter
mẹ chồng *Sub.* Schwiegermutter (Mutter des Ehemannes)
mẹ vợ *Sub.* Schwiegermutter (Mutter der Ehefrau)
mèo *Sub.* Katze
mét *Sub.* Meter
mét vuông *Sub.* Quadratmeter
mệt *Adj.* müde
mình *PerPro.* ich, wir (*inkl.* und *exkl.*)
mình *Pron.* selbst (*Reflexiv*)
mít *Sub.* Brotfrucht
mọi *Sub.* alle
mọi người alle Menschen
món *Sub.* Gericht
món ăn *Sub.* Gericht
món cá rán *Sub.* gebratener Fisch
món ăn đặc sản/món đặc sản *Sub.* Spezialität (Essen)
món thịt quay *Sub.* gegrilltes Fleisch
mong *V* hoffen, wünschen
mỏng *Adj.* dünn
môi trường *Sub.* Umwelt
mỗi ngày jeden Tag, täglich
môn thể thao *Sub.* Sportart
một chút *Sub.* Moment, Augenblick, ein bisschen, ein wenig
một lát Moment, Augenblick

một mình *Adj.* allein
một vài *Sub.* einige
mợ *Sub.* jüngere Tante (Ehefrau des jüngeren Bruders der Mutter)
mở *V* öffnen
mở cửa Tür öffnen, geöffnet sein
mới *Adj.* neu
mới *Adv.* gerade erst (Zeitaspekt für die nahe Vergangenheit)
mời *V* einladen
mời *V* Bitte (höflich)
mũ *Sub.* Hut, Mütze, Kappe
mua *V* kaufen
mua lại abkaufen
mùa đông *Sub.* Winter
mùa hè *Sub.* Sommer
mùa thu *Sub.* Herbst
mùa xuân *Sub.* Frühling
muỗi *Sub.* Mücke
muốn *V* wollen, möchten
muộn *Adj.* spät (*nördl.*)
mưa *Sub.* Regen
mưa *V* regnen
mức sống *Sub.* Lebensstandard
mượn *V* leihen
Mỹ *Sub.* Amerika

N

nam *Sub.* männlich
nào *IndePro.* welche(r/s)
này *DePro.* diese(r/s)
năm *Sub.* Jahr
năm nào jährlich, jedes Jahr
năm nay dieses Jahr
năm ngoái letztes Jahr
năm sau nächstes Jahr
năm tới kommendes Jahr
nằm *V* liegen, sich befinden
nắng *Sub.* sonnig
nặng *Adj.* schwer
nâu *Adj.* braun
nấu *V* kochen
nấu cơm Reis kochen, Essen machen
nên *V* sollen
nên/cho nên *Konj.* deshalb
nếu *Konj.* wenn
Nga *Sub.* Russland
ngã *V* fallen, stürzen
ngàn *Grundz.* Tausend (*südl.*)
ngay *Adv.* sofort
ngày *Sub.* Tag
ngày cưới *Sub.* Hochzeitstag
ngày hôm sau *Sub.* nächster Tag
ngày kia *Sub.* übermorgen
ngày kìa *Sub.* überübermorgen
ngày mai *Sub.* nächster Tag, morgen
ngày nào täglich, jeden Tag
ngắm *V* sehen, schauen
ngắn *Adj.* kurz, kurzfristig
ngân hàng *Sub.* Bank
ngập *V* überschwemmt, überflutet
ngất *V* bewusstlos, ohnmächtig sein
nghe *V* hören
nghe lời gehorchen
nghèo *Adj.* arm
nghề *Sub.* Beruf
nghỉ *V* sich erholen, sich ausruhen, eine Pause machen, nicht arbeiten
nghỉ học schulfreie Zeit haben
nghỉ ngơi *V* sich ausruhen, sich erholen
nghỉ ốm Krankheitsurlaub haben
nghỉ phép *V* Urlaub haben/machen
nghỉ trưa Mittagspause machen
nghĩ *V* denken, nachdenken
nghìn *Grundz.* Tausend (*nördl.*)
ngõ *Sub.* Gasse
ngoài *Präp.* außen, draußen
ngoại ngữ *Sub.* Fremdsprache
ngoan *Adj.* gehorsam, folgsam, brav
ngon *Adj.* schmackhaft, köstlich
ngọt *Adj.* süß
ngồi *V* setzen, sitzen
ngu *Adj.* dumm
ngủ *V* schlafen
ngủ trưa Mittagsschlaf machen
ngựa *Sub.* Pferd
ngược lại *Adj.* entgegengesetzt
người Kl. für Personen
người *Sub.* Mensch, Person, Einwohner
người Ấn Độ *Sub.* Inder
(người) bảo vệ *Sub.* Pförtner/-in
người bệnh *Sub.* der/die Kranke (*südl.*)
người Đức *Sub.* Deutsche/-r
người lạ mặt *Sub.* Fremdling
người Nhật *Sub.* Japaner/-in
(người) quản lý *Sub.* Geschäftsführer/-in
người quen *Sub.* Bekannte/-r
người ta *Pron.* man
người Thái *Sub.* Minderheit im Nordwesten Vietnams
người Trung Quốc *Sub.* Chinese/Chinesin
người Việt *Sub.* Vietnamese/Vietnamesin
người yêu *Sub.* Partner/-in
nhà *Sub.* Haus
nhà báo *Sub.* Journalist/-in
nhà cao tầng *Sub.* Hochhaus
nhà hàng *Sub.* Restaurant

nhà hát *Sub.* Oper
nhà nước *Sub.* Staat
nhà sàn *Sub.* Pfahlhaus
nhà trường *Sub.* Schule, Hochschule, Universität
nhãn *Sub.* Longan
nhanh *Adj.* schnell
nhanh nhẹn *Adj.* flink (Charakter), schnell
nhau *Sub.* (-)einander (wie reziprokes Pronomen)
nhảy *V* springen
nhắc *V* erwähnen, erinnern
nhân viên *Sub.* Angestellte/r
nhận *V* bekommen, annehmen
nhẫn *Sub.* Ring
nhẫn cưới *Sub.* Hochzeitsring
nhất Superlativ
Nhật *Sub.* Japan
nhé *Part.*
nhẹ nhàng *Adj.* leise (gehen)
nheo mắt Augen zusammenkneifen
nhỉ *Part.*
nhiều *Adj.* viel
nho *Sub.* Traube
nhỏ *Adj.* klein, noch nicht erwachsen, leise
nhốt *V* einsperren
nhớ *V* sich erinnern, sich sehnen, vermissen
nhờ *V* um eine Hilfe bitten, Bitte
nhớ nhung *V* Sehnsucht haben
như *Konj.* wie
nhựa *Sub.* Plastik
nhức đầu Kopfschmerzen haben
nhưng *Konj.* aber
no *Adj.* satt
nó *PerPro.* er/sie/es (*3. Person Sg.*), Bezeichnung für Tiere, Sachen und Angelegenheiten
nói *V* sagen, reden, sprechen
nói chuyện *V* sich unterhalten
nói dối *V* lügen
nón *Sub.* Strohhut
nóng *Adj.* heiß
nổ *V* platzen
nổi tiếng *Adj.* berühmt, bekannt
nộp *V* abgeben
nợ *Sub.* Schuld
nơi *Sub.* Ort
nơi ở *Sub.* Wohnort
nữ *Sub.* weiblich
nửa *Sub.* Hälfte, ein halb
nữa *Part.* noch, mehr
nước *Sub.* Wasser, Land
nước cam *Sub.* Orangensaft
nước lã *Sub.* Wasser (kein Trinkwasser)
nước lọc *Sub.* abgekochtes Wasser
nước mắm *Sub.* Fischsauce
nước mía *Sub.* Zuckerrohrsaft
nước ngoài *Sub.* Ausland

O, Ô

oi *Adj.* schwül
ô *Sub.* Regenschirm
ô tô *Sub.* Auto
ổi *Sub.* Guave
ốm *Adj.* krank (*nördl.*)
ồn *Adj.* laut
ông *Sub.* Großvater, älterer Herr
ông ngoại *Sub.* Großvater (mütterlicherseits)
ông nội *Sub.* Großvater (väterlicherseits)

Ơ

ở *V* wohnen
ở *Präp.* in
ở đâu wo
ở đâu đó irgendwo
ở đây hier
ở đó dort
ở gần in der Nähe
ở gần đây hier in der Nähe
ở lại bleiben
ở nhà zu Hause bleiben

P

phá *V* kaputt machen, einreißen
phá sản *V* bankrott sein
phải *Adj.* richtig, rechts
phải *V* müssen
phàn nàn *V* beschweren
Pháp *Sub.* Frankreich
phát âm *V* aussprechen, artikulieren
phát triển *V* entwickeln
phạt *V* bestrafen
phận sự *Sub.* Obliegenheit
phê bình *V* kritisieren, verweisen
phiếu *Sub.* Coupon
phim *Sub.* Film
phong bì *Sub.* Briefumschlag
phong cảnh *Sub.* Sehenswürdigkeit
phòng *Sub.* Zimmer
phòng bếp *Sub.* Küche
phòng khách *Sub.* Wohnzimmer
phòng làm việc *Sub.* Arbeitszimmer
phòng ngủ *Sub.* Schlafzimmer
phòng tắm *Sub.* Badezimmer
phỏng vấn *V* interviewen

phố *Sub.* Straße
phở *Sub.* eine Reisnudelsuppensorte aus dem Norden Vietnams
phở bò *Sub.* Reisnudelsuppe mit Rindfleisch
phở gà *Sub.* Reisnudelsuppe mit Hähnchen
phụ nữ *Sub.* Frauen
phục vụ *V* bedienen
phút *Sub.* Minute
phương tiện đi lại *Sub.* Verkehrsmittel
phương tiện giao thông công cộng *Sub.* öffentliches Verkehrsmittel
phường *Sub.* Bezirk

Q

quà *Sub.* Geschenk
quá *Adv.* sehr/so, zu
quan hệ *Sub.* Beziehung
quan tâm *V* sich kümmern
quan trọng *Adj.* wichtig
quán *Sub.* Lokal
quán ăn *Sub.* Essenslokal
quản lý *V* Geschäft leiten, führen
quang *Adj.* hell
quảng cáo *V* werben
quay về zurückkehren
quần *Sub.* Hose
quần áo *Sub.* Kleidung
quần bò *Sub.* Jeans
quận *Sub.* Revier
quen *V* gut kennen, kennenlernen
quê *Sub.* Heimat, Dorf
quên *V* vergessen
quý *Adj.* wertvoll, kostbar
quyết định *V* entscheiden

R

ra *V* hinausgehen
ra lệnh *V* befehlen
ra ngoài nach außen gehen
rác *Sub.* Müll, Abfall
rách *V* zerrissen
rau *Sub.* Gemüse
răng *Sub.* Zahn
rảnh *Adj.* Freizeit haben (*südl.*)
rất *Adv.* sehr/so
rẻ *Adj.* billig
rẻ tiền *Adj.* billig
rẽ *V* abbiegen
reo *V* klingeln
rồi *Adv.* schon (Zeitaspekt für die Vergangenheit)
rỗi *Adj.* Freizeit haben (*nördl.*)
rồng *Sub.* Drache
rộng *Adj.* breit, groß
rơi *V* fallen
rời *V* abfahren
rời khỏi verlassen
ruộng *Sub.* Reisfeld
rút *V* herausnehmen, abheben (Geld)
rửa *V* waschen
rưởi/rưỡi *Sub.* anderthalb
rương *V* Kiste, Schrein, Truhe
rượu *Sub.* Alkohol
rượu gạo *Sub.* Schnaps aus Reis
rượu mạnh *Sub.* Schnaps
rượu vang *Sub.* Wein

S

sách *Sub.* Buch
sai *Adj.* falsch
sang *V* übergehen, überschreiten, fahren/fliegen (*ugs.*)
sáng *Sub.* morgens
sáng *Adj.* hell
sáng nay heute Morgen
sao *InterPro.* warum
sau *Präp.* hinter, nach
sau đó *Konj.* danach, später
sắm *V* (ein)kaufen
sắp *Adv.* bald (Zeitaspekt für die nahe Zukunft)
sân *Sub.* Hof
sân thượng *Sub.* Dachterrasse
sầu riêng *Sub.* Durian/Stinkfrucht
sẽ *Adv.* Zeitaspekt für die Zukunft
sếp *Sub.* Chef, Boss
siêng *Adj.* fleißig (*südl.*)
sinh *V* gebären
sinh nhật *Sub.* Geburtstag
sinh viên *Sub.* Student/-in
so với im Vergleich zu
số *Sub.* (An-)Zahl, Nummer
số dân *Sub.* Einwohnerzahl
số tiền *Sub.* Summe (Geld)
sổ điện thoại *Sub.* Telefonbuch
sống *V* leben
sốt *V* Fieber haben
sợ *V* fürchten
sớm *Adj.* früh
sơn *V* anstreichen (Haus)
sư tử *Sub.* Löwe
sứ *Sub.* Porzellan
(sự) bất ngờ *Sub.* Überraschung
sự nghiệp *Sub.* Karriere
sử dụng *V* nutzen, benutzen, anwenden, verwenden
sửa *V* reparieren
sữa *Sub.* Milch
sức khỏe *Sub.* Gesundheit

T

tách *Sub.* Tasse
tai nạn *Sub.* Unfall
tài trợ *V* spenden
tại *Präp.* in, wegen
tại sao *InterPro.* warum, wieso
tan việc *V* Feierabend machen
tàn phá *V* zerstören
tàn tật *Adj.* behindert
tạnh mưa aufhören (Regen)
tao *PerPro.* ich (nur zu sehr guten Freunden, *vulg.*)
táo *Sub.* Apfel
tàu *Sub.* Zug
tàu hỏa *Sub.* Zug
tàu điện ngầm *Sub.* U-Bahn
tay *Sub.* Hand
tắm *V* baden
tắm biển im Meer baden
tắm hơi saunen
tăng *V* erhoben, erhöhen (Gehalt)
tặng *V* schenken
tấm Kl. für scheibenförmige Gegenstände
tấn *Sub.* Tonne
tầng *Sub.* Stockwerk, Etage (*nördl.*)
tầng hầm *Sub.* Keller
tầng thượng *Sub.* höchstes Stockwerk
tập *V* üben, trainieren, treiben
tập thể dục Gymnastik machen
tất *Sub.* Strümpfe
tất cả *Pron.* alle
tên *Sub.* Name
tên họ *Sub.* Familienname
tên là heißen
tên riêng *Sub.* Eigenname
tha *V* vergeben, verzeihen
tha thứ *V* vergeben, verzeihen
tham gia *V* teilnehmen
tham quan *V* besichtigen
thảm *Sub.* Teppich
than *Sub.* Kohle
tháng *Sub.* Monat
tháng chạp/tháng mười hai *Sub.* Dezember
tháng giêng/tháng một *Sub.* Januar
tháng mười *Sub.* Oktober
tháng sau nächster Monat
tháng tư *Sub.* April
thành công *Sub.* Erfolg
thành lập *V* gründen
thành phố *Sub.* Stadt
thành thạo *Adj.* routiniert
tháp *Sub.* Turm
thăm *V* besuchen
thằng Kl. für männliche Personen (*vulg.*), (leibli-che) Kinder bzw. Jugendliche
thằng bé/thằng nhỏ *Sub.* kleines Kind, Junge
thắng cảnh *Sub.* Sehenswürdigkeit
thấp *Adj.* niedrig
thất vọng *Adj.* enttäuscht
thật *Adv.* wirklich, tatsächlich
thầy giáo *Sub.* Lehrer
thấy *V* sehen, bemerken
theo *Präp.* nach
thế *Part.* so
thế nào *InterPro.* wie
thể thao *Sub.* Sport
thêm *V* zusätzlich, mehr
thêm giờ Überstunde
thi *V* Prüfung machen
thi đỗ *V* Prüfung bestehen
thích *V* mögen
thiếu nhi *Sub.* Kinder
thím *Sub.* jüngere Tante (Ehefrau des jüngeren Bruders des Vaters)
thịt chó *Sub.* Hundefleisch
thịt gà *Sub.* Hähnchenfleisch
thịt lợn *Sub.* Schweinefleisch
thoải mái *Adj.* angenehm
thói quen *Sub.* Gewohnheit
thông minh *Adj.* klug, intelligent
thơ mộng *Adj.* romantisch
thời gian *Sub.* Zeit
thời tiết *Sub.* Wetter
thơm *Adj.* duftig, aromatisch
thú vị *Adj.* interessant
thủ đô *Sub.* Hauptstadt
thủ tướng *Sub.* Kanzler/-in
thuê *V* mieten
thùng *Sub.* Karton
thuốc *Sub.* Medikament, Arzneimittel
thuốc lá *Sub.* Tabak, Zigaretten
thuyền *Sub.* Boot, Schiff
thư *Sub.* Brief
thư ký *Sub.* Sekretär/-in
thứ bảy *Sub.* Samstag
thứ nhất *Ordz.* erste (r/s)
thứ nhì *Ordz.* zweite (r/s)
thư viện *Sub.* Bibliothek
thư viện quốc gia *Sub.* Staatsbibliothek
thức *V* nicht schlafen, wach sein/bleiben
thường *Adv.* oft, häufig
thường xuyên *Adv.* häufig, oft, regelmäßig
ti vi *Sub.* Fernseher
tỉ/tỷ *Grundz.* Billion
tỉnh *Sub.* Provinz
tiệm *Sub.* Laden, Shop
tiền *Sub.* Geld
tiền học *Sub.* Unterrichtsgebühr
tiền học bổng *Sub.* Stipendium
tiền mặt *Sub.* Bargeld
tiền nhà *Sub.* Miete

tiền tiết kiệm *Sub.* Ersparnis
tiện lợi *Adj.* praktisch
tiếng *Sub.* Sprache, Stunde
tiếng Anh *Sub.* englische Sprache
tiếng Đức *Sub.* deutsche Sprache
tiếng Pháp *Sub.* französische Sprache
tiếng Việt *Sub.* vietnamesische Sprache
tiếp *Adv.* weiter
tiết kiệm *V* sparen
tiết kiệm *Adj.* sparsam
tiêu *V* ausgeben
tiểu học *Sub.* Grundschule
tiểu thuyết *Sub.* Roman
tim *Sub.* Herz
tìm *V* suchen
tìm hiểu *V* kennenlernen
tìm thấy *V* finden
tin *V* vertrauen, glauben
tin tức *Sub.* Nachricht
tình hình *Sub.* Situation
tình yêu *Sub.* Liebe
to *Adj.* groß, laut, stark (Regen)
to lớn *Adj.* groß
toàn bộ *Pron.* alle
toán *Sub.* Mathematik
tôi *PerPro.* ich
tối *Adj.* dunkel
tối hôm qua gestern Abend
tối nay heute Abend
tối ngày kia übermorgen Abend
tốt *Adj.* gut
tốt bụng *Adj.* gutherzig, hilfsbereit
tốt nghiệp *V* Abschluss machen
tớ *PerPro.* ich (im Freundeskreis)
tới *V* kommen (*südl.*)
tới *Präp.* bis
trà *Sub.* Tee (*südl.*)
trả *V* zurückgeben
trái cây *Sub.* Frucht, Obst (*südl.*)
trái đất *Sub.* Erde
trạm xăng *Sub.* Tankstelle
tranh *Sub.* Bild, Gemälde
trăm *Grundz.* Hundert
trắng *Adj.* weiß
trần nhà *Sub.* Decke (Haus)
trật tự Ruhe! Sei/seid ruhig!
trâu *Sub.* Wasserbüffel
tre *Sub.* Bambus
trẻ *Adj.* jung
trẻ nhỏ Kinder
treo *V* hängen
trễ *Adj.* (*südl.*) spät, verspätet
trên *Präp.* auf, über, oben
triệu *Grundz.* Million
triệu phú *Sub.* Millionär/-in
trong *Präp.* in
trong suốt im Laufe
trong vòng *Konj.* innerhalb
trôi chảy *Adj.* fließend (sprechen)
trông *V* sehen, aussehen, aufpassen
trồng *V* anpflanzen
trời *Sub.* Himmel
truyền đơn *Sub.* Flugblatt
truyện cười *Sub.* Komödie
truyện tranh *Sub.* Comic
trứng *Sub.* Ei
trứng gà *Sub.* Hühnerei
trước *Präp.* vor
trường học/trường *Sub.* Schule
trường đại học *Sub.* Universität, Hochschule
trường tiểu học *Sub.* Grundschule
trượt *V* durchfallen (Prüfung)
tu sửa *V* renovieren
tủ *Sub.* Schrank
tủ lạnh *Sub.* Kühlschrank
tuần *Sub.* Woche
tuần nào wöchentlich, jede Woche
tuần này diese Woche
tuần sau nächste Woche
tuần trước letzte Woche
túi sách *Sub.* Tasche
tuổi *Sub.* Alter
tuy/mặc dù (dầu) … nhưng … vẫn *Konj.* obwohl … aber
từ *Präp.* seit, von, aus
từ điển *Sub.* Wörterbuch
từ đồng nghĩa *Sub.* Synonym
từ chối *V* ablehnen
tự *Pron.* selbst, sich selbst (*Reflexiv*)
tự mình *Pron.* selbst, sich selbst (*Reflexiv*)
tự nhiên *Adj.* natürlich
tươi *Adj.* frisch (Lachen)
tường *Sub.* Wand
tượng *Sub.* Statue
tưởng *V* sich denken, erfinden

U, Ư

uống *V* trinken
ướt *Adj.* nass

V

và *Konj.* und
vài *Sub.* einige
vải *Sub.* Stoff, Litschi (Frucht)
ván *Sub.* Brett
vàng *Sub.* Gold
vàng *Adj.* gelb
vào *V* hineingehen
vào *Präp.* in, um, an
vay *V* leihen, borgen
váy *Sub.* Rock

văn hóa *Sub.* Kultur
văn phòng *Sub.* Büro
vắng *Adj.* nicht voll, wenig, unbesucht
vẫn *Adv.* immer noch
vẫn còn immer noch
vâng ja (höflich)
vất vả *Adj.* mühsam
vậy *Part.* so
vẽ *V* malen
về *V* zurückkehren, zurückkommen, heimkehren
về *Präp.* nach, über
về hưu in Rente gehen
về nhà nach Hause gehen, heimkehren
vì *Konj.* weil, denn
vì sao *InterPro.* warum, wieso
vì vậy *Konj.* deshalb
ví *Sub.* Portemonnaie
vị trí *Sub.* Position
việc *Sub.* Sache, Arbeit, Job
viết *V* schreiben
Việt Nam *Sub.* Vietnam
vịt *Sub.* Ente
voi *Sub.* Elefant
vòng cổ *Sub.* Halskette
vô lý *Adj.* unlogisch
vô tuyến *Sub.* Fernseher
vỗ tay *V* klatschen
vợ *Sub.* Ehefrau
vợ chồng *Sub.* Ehepaar
vở *Sub.* Heft
với *Präp.* mit
vu oan *V* verleumden
vui *Adj.* fröhlich
vui vẻ *Adj.* fröhlich, freundlich
vùng *Sub.* Gebiet, Gegend
vừa *Adv.* gerade, kürzlich
vừa … vừa weder … noch, sowohl … als auch
vườn *Sub.* Garten
vứt *V* werfen, hinwerfen

X

xa *Adj.* weit
xà phòng *Sub.* Seife
xăm xe đạp *Sub.* Fahrradschlauch
xấu *Adj.* hässlich, schlecht
xây *V* bauen
xe *Sub.* Fahrzeug
xe buýt *Sub.* Bus
xe buýt liên tỉnh *Sub.* Bus für den Fernverkehr
xe đạp *Sub.* Fahrrad
xe khách *Sub.* Fernbus
xe máy *Sub.* Moped, Motorrad
xe ô tô *Sub.* Auto
xe ôm *Sub.* Taxi-Moped
xe tải *Sub.* Lastkraftwagen
xem *V* sehen, schauen, gu - ken
xếp *V* ordnen
xếp loại *V* einstufen
xi nê *Sub.* Kino
xích lô *Sub.* Rikscha
xin *V* Bitte (höflich)
xin lỗi *V* entschuldigen
xin phép *V* um Erlaubnis bitten (*Imp.*)
xinh *Adj.* hübsch
xoài *Sub.* Mango
xong *Adj.* fertig
xuất bản *V* verlegen (Buch), herauskommen
xuất hiện *V* erscheinen
xuất khẩu *V* exportieren
xuất trình *V* vorzeigen
xuống (xe) *V* aussteigen (aus Fahrzeug)
xúp *Sub.* Suppe
xúp cua *Sub.* Krabbensuppe
xưa *Adj.* ehemalig, damalig

Y

yêu *V* lieben
yêu cầu *V* etwas auffordern
yêu thích *Adj.* beliebt
yêu thương *V* lieben
yếu *Adj.* schwach
Ý *Sub.* Italien

Literaturverzeichnis

Literatur in deutscher Sprache

Kelz, Heinrich P. (1982): *Deutschunterricht für Südostasien. Analysen und Konzepte*. Bonn: Dümmler.

Raitza, Kathrin; Ke, Luong Van (2009): *Vietnamesisch für Anfänger*. Hamburg: Buske.

Vũ, Duy Từ (1998): *Lehrbuch der vietnamesischen Sprache*. Mit Übungen und Lösungen. 2. Auflage. Hamburg: Buske.

Literatur in vietnamesischer Sprache

Cao, Xuân Hạo (2000): *Câu trong tiếng Việt* (Vietnamesische Sätze). Hà Nội: Nhà xuất bản giáo dục.

Diệp, Quang Ban; Hoàng, Văn Thung (2002): *Ngữ pháp tiếng Việt* (Vietnamesische Grammatik). 2 Bände. Hà Nội: Nhà xuất bản giáo dục.

Đào, Thanh Lan (2010): *Ngữ pháp – Ngữ nghĩa của lời cầu khiến* (Grammatik – Semantik einer Aufforderung). Hà Nội: Nhà xuất bản khoa học xã hội.

Lê, Biên (1999): *Từ loại tiếng Việt hiện đại* (Wortarten in der modernen vietnamesischen Sprache). Phúc Yên: Nhà xuất bản giáo dục.

Nguyễn, Hữu Quỳnh (2001): *Ngữ Pháp Tiếng Việt* (Vietnamesische Grammatik). Hà Nội: Nhà xuất bản từ điển bách khoa.

Nguyễn, Kim Thản (1997): *Nghiên cứu ngữ pháp tiếng Việt* (Vietnamesische Grammatik forschen). Hà Nội: Nhà xuất bản giáo dục.

Nguyễn, Kim Thản (1999): *Động từ trong tiếng Việt* (Vietnamesische Verben). Hà Nội: Nhà xuất bản khoa học xã hội.

Nguyễn, Tài Cẩn (2004): *Ngữ pháp tiếng Việt* (Vietnamesische Grammatik). Hà Nội: Nhà xuất bản đại học quốc gia.

Phạm, Hùng Việt (2003): *Trợ từ trong tiếng Việt hiện đại* (Partikeln in der modernen vietnamesischen Sprache). Hà Nội: Nhà xuất bản khoa học xã hội.

Trung tâm Khoa học Xã hội và Nhân văn Quốc gia. (2002): *Ngữ Pháp Tiếng Việt* (Vietnamesische Grammatik). Hà Nội: Nhà xuất bản khoa học xã hội.

Wörterbücher

Hoàng, Phê (2005): *Từ điển tiếng Việt* (Vietnamesisches Wörterbuch). Hà Nội - Đã Nẵng: Nhà xuất bản Đà Nẵng - Trung tâm từ điển học.

Nguyễn, Thu Hương; Nguyễn, Hữu Đoàn; Reinecke, Andreas (2011): *Từ điển Đức-Việt hiện đại* (Modernes Wörterbuch Deutsch–Vietnamesisch). Gießen: VVB Laufersweiler.

Nguyễn, Văn Huệ (2003): *Từ điển ngữ pháp tiếng Việt* (Wörterbuch für vietnamesische Grammatik). Thành phố Hồ Chí Minh: Nhà xuất bản đại học quốc gia TP. Hồ Chí Minh.

Grammatikindex